गाढवाची गीता आणि गाजराची पुंगी

वि.स.खांडेकर

संपादक
डॉ. सुनीलकुमार लवटे

मेहता पब्लिशिंग हाऊस

✆ +91 020-24476924 / 24460313 / Mob. No. 9545000513
Email : production@mehtapublishinghouse.com
Website : www.mehtapublishinghouse.com

GADHAVACHI GEETA ANI GAJRACHI PUNGI by V. S. KHANDEKAR

गाढवाची गीता आणि गाजराची पुंगी : वि. स. खांडेकर / विनोदी लेखसंग्रह
संपादक : डॉ सुनीलकुमार लवटे
Email : author@mehtapublishinghouse.com
मराठी पुस्तक प्रकाशनाचे हक्क : मेहता पब्लिशिंग हाऊस, पुणे.
प्रकाशक : सुनील अनिल मेहता, मेहता पब्लिशिंग हाऊस,
१९४१, सदाशिव पेठ, माडीवाले कॉलनी, पुणे - ४११०३०.
मुद्रक : पार्कसन्स ग्राफिक्स
मुखपृष्ठ : सतीश भावसार
प्रथमावृत्ती : फेब्रुवारी, २०१९
किंमत : ₹ २५०
P Book ISBN 9789353171650
E Book ISBN 9789353171681
E Books available on : amazonkindle Apple Books Google Play Books

---

बाबांचे चरणीं — ज्या चरणांनी त्यांनी
माझ्यासारख्या बाबूला आपला प्रेमळ प्रसाद
दिला त्या चरणी — हे त्यांचेच अल्पचरित्र
त्यांच्या अहंपणाच्या परवानगीने अर्पण करीत आहे.

बाबांचा - बाबू.

गंमत आणि गांभीर्य यांचे विलक्षण संयोगी लेखन

वि.स.खांडेकर यांनी सन १९१९ला साहित्य लेखनास प्रारंभ केला. सुरुवातीच्या वर्षीच त्यांनी समीक्षा, काव्य, विनोद, कथा अशा विविध साहित्य प्रकारांत लेखन करून आपली प्रतिभा बहुविध असल्याचं सिद्ध केलं होतं. त्यांच्या प्रारंभिक लेखनावर व जीवनावर श्रीपाद कृष्ण कोल्हटकर व राम गणेश गडकरी यांच्या नाट्यप्रतिभेचा प्रभाव होता. नाट्यपंढरी सांगलीत त्यांचं बालपण गेलं होतं. वयाच्या चौथ्या वर्षी त्यांनी 'शारदा' हे गोविंद बल्लाळ देवल यांचे नाटक पाहिल्याचा उल्लेख 'सशाचे सिंहावलोकन' या आत्मकथनपर ग्रंथात (पृ.५१) आहे. वि.स.खांडेकरांनी सदर ग्रंथात 'माझ्या आयुष्यावर परिणाम करणारे ग्रंथ' शीर्षकाचा जो लेख लिहिला आहे, त्यानुसार 'अरेबियन नाईट्स', 'रामायण' या ग्रंथांबरोबर कोल्हटकरांच्या 'सुदाम्याचे पोहे'चा उल्लेख आहे. 'या पुस्तकाने आपल्या समाजातले ढोंग, सोंग, सामाजिक अन्याय, सामाजिक विषमता, विचित्र चाली यांविषयी मला माहिती दिली आणि तीही हसताहसता पुरेवाट होईल अशा रीतीने!' (पृ.५२). वि.स.खांडेकरांच्या विनोदी साहित्य लेखनामागे आपले लेखनगुरू म्हणून गौरवलेल्या श्रीपाद कृष्ण कोल्हटकरांचा प्रभाव दिसून येतो.

'उद्यान' मासिकात 'श्रीमत्कलिपुराण' शीर्षक सदरात वि.स.खांडेकरांनी सन १९१९च्या उत्तरार्धात तीन लेख (तीन स्कंध । अध्याय) लिहिले होते. ते वि.स.खांडेकरांचं प्रारंभी विनोदी लेखन. पैकी सलामीचा 'महात्मा बाबा' लेख प्रकाशित होताच सावंतवाडी हायस्कूलचे हेडमास्तर सखाराम विनायक बाक्रे यांनी वि.स.खांडेकरांवर अब्रूनुकसानीची फिर्याद केली होती. त्यात ते निर्दोष सुटले हा भाग अलाहिदा, पण या खटल्याने खांडेकरांची लेखक म्हणून प्रसिद्धी झाली, हे नाकारता येणार नाही. श्रीपाद कृष्ण कोल्हटकर वि.स.खांडेकरांचे लेखन आवर्जून वाचत असत, हे कळाल्यावरून वि.स.खांडेकरांनी त्यांना आपल्या लेखनातील गुणदोषांविषयी लिहावे, अशी इच्छा प्रदर्शित केली होती. उत्तरादाखल १८ नोव्हेंबर, १९२०च्या पत्रात कोल्हटकरांनी लिहिले होते की, 'आपले विनोदी लेख मी वाचले आहेत. माझी स्मरणशक्ती अत्यंत दुर्बळ असल्यामुळे त्यांच्या स्थूल स्वरूपाचीच काय ती मला आठवण आहे. त्या लेखात शाब्दिक कोट्या फार असून, त्यांची भाषा गुंतागुंतीची असावी असे मला आठवते. हे दोष यापुढे आपण जरूर टाळावेत. विनोद उत्पन्न

होण्याकरता भाषा अत्यंत सुलभ असावी लागते व शाब्दिक कोटी फारच विलक्षण नसल्यास तिजमुळे रसभंग होतो, असा अनुभव आहे.' (वि.स.खांडेकर : सचित्र चरित्रपट - पृ.२७)

नंतर 'उद्यान' मासिकातच वि.स.खांडेकरांनी 'वेदमूर्ती' शीर्षकाचे दोन लेख (पूर्वार्ध / उत्तरार्ध) लिहून 'महात्मा बाबा' म्हणून प्रसिद्ध असलेल्या वेदशास्त्रसंपन्न चक्रंभटजी गदाधरशास्त्री वेदान्ते यांचे साग्र चरित्र लिहिले. ती एका अर्थानी अब्रूनुकसान फिर्यादीची प्रतिक्रियापण होती. पुढे सन १९२१मध्ये वि.स.खांडेकरांनी 'समुद्रमंथन' सदरात तीन लेख (रत्ने) लिहून 'लग्न व युद्ध', 'जुन्याची ढाल' आणि 'धर्मस्थापना' (अर्थात केशवपनोत्तेजक सभेचा स्थापना समारंभ) या विषयांवर उपरोधिक लेखन केले. आपल्या या प्रारंभिक लेखनाच्या मर्यादांची जाणीव खांडेकरांना होती. ती कोल्हटकरांच्या पत्रांतून झाली होती. 'एका पानाची कहाणी' मध्ये खांडेकरांनी हे स्पष्टपणे मान्य करत लिहिले आहे, 'कोल्हटकरांच्या या पत्रांनी मला माझ्या लेखनाविषयी तटस्थपणानं विचार करायला लावलं. लहानपणापासून वाचण्याचा छंद असल्यामुळे आणि कविता व विनोदलेख यांनी, निरनिराळ्या कारणांनी सतत पोळत गेलेल्या माझ्या मनावर गार फुंकर घालण्याची आपली शक्ती प्रकट केल्यामुळे मी या दोन वाङ्मय प्रकारांच्या भजनी लागलो होतो. अनुकरणानं प्रेरित होऊन जमेल तसं लिहीत होतो. शब्द आणि अर्थ यांच्या नानाविध चमत्कृतींशी खेळत स्वत:चं मन रंजवीत होतो. पण माझ्या लेखनात वैशिष्ट्यपूर्ण असं काहीच नव्हतं... विनोदी लेखात उणिवा जाणवत. कोट्या आणि कल्पना यांनी ते सजवले जात. वाचणाऱ्याला ते चुरचुरीत वाटत. पण आतून फुललेलं, सहजतेनं कलात्म आकृतीच्या रूपानं प्रकट होणारं आणि वाचकाला एकीकडे हसवताना दुसरीकडे विचार करायला लावणारं असं फारसं काही त्यात नसे.' (पृ.३२१, ३२२) या विधानातून खांडेकरांच्या प्रारंभिक विनोदी लेखनाचे स्वरूप स्पष्ट होते. भाषेच्या अंगानी पाहिले, तरी ते कोटीबाज, एका निवेदनार्थ अनेक दृष्टान्तांची खैरात यामुळेही हे विनोदी लेखन नीरस बनत असे.

वि.स.खांडेकरांच्या विनोदी लेखनास जर का कुणी मान्यता मिळवून दिली असेल, तर ती त्यांच्या 'वैनतेय' साप्ताहिकात क्रमश: अठरा अध्यायांत सन १९२४-२५मध्ये प्रकाशित झालेल्या 'गाढवाची गीता' सदरात प्रकाशित नाट्यछटांनी. मराठी साहित्यात हा साहित्य प्रकार शंकर काशिनाथ गर्गे ऊर्फ कृष्ण दिवाकर यांनी रूढ केला. १५ एप्रिल, १९१३मध्ये दैनिक 'केसरी'त दिवाकरांची रॉबर्ट ब्राउनिंग यांच्या इंग्रजी नाट्यगीतावर बेतलेली नाट्यछटा प्रकाशित झाली होती. ती मराठीतील पहिली नाट्यछटा मानली जाते. कृष्ण दिवाकरांनी मराठी नाट्यछटेचा ढाचा स्वत:च्या प्रयोगांतून नि प्रयत्नांतून आकारास आणला होता. त्यानुसार नाट्यछटा एका विशिष्ट प्रसंग, विचार, घटना यांवर आधारित असते. तीत एक प्रकट पात्र असते. अन्य पात्रे

सूचक असतात. ती प्रकट पात्राच्या संवादातून अवतरतात. नाट्यछटा एका अर्थाने एकपात्री प्रयोग असतो. तीत स्वगत आणि प्रकट अशी दोन्ही प्रकारची कथने वा संवाद असतात. त्यांची परस्परांत केलेली गुंफण नाट्यछटेस कलात्मकता प्रदान करत असते. सूचक पात्रे काल्पनिक असतात. नाट्यछटा हा नाटककारांनी प्रेक्षकांशी वा वाचकांशी केलेला संवाद असतो. त्यात वाचिक अभिनयाइतकंच कायिक (शारीरिक) अभिनयाचं महत्त्व असतं. आरोह, अवरोह, देहबोली ही नाट्यछटेची खरी बलस्थानं म्हणायला हवीत. नाट्यछटा अल्पाक्षरी, आटोपशीर पण परिणामाच्या दृष्टीने प्रभावकारी, प्रत्यंकारी असणं आवश्यक असतं. पन्नास एक ओळीत परिच्छेद रूपात लिहिलेली नाट्यछटा कधीकधी एकांकिकेप्रमाणे संवाद शैलीतही लिहिली जाते. अशा वेळी मात्र तीत दोन पात्रे अवतरतात.

वि.स.खांडेकरांनी वरील रचनाबंध लक्षात घेऊन 'गाढवाची गीता' अठरा अध्यायांत लिहिली. हे अठरा अध्याय म्हणजे अठरा नाट्यछटा होत. 'गाढवाची गीता' लिहून पूर्ण झाल्यावर वि.स.खांडेकरांनी १ एप्रिल, १९२५ रोजी 'गीतारहस्य' शीर्षकाने या गीतेस प्रस्तावना लिहिली आहे. ती या लेखनाची भूमिका स्पष्ट करणारी आहे. त्यानुसार खांडेकरांनी स्पष्ट केलं आहे की, या लेखनाचा रोख व्यक्ती नसून तत्त्व आहे. या सर्व नाट्यछटांतून खांडेकरांनी सुशिक्षितांची मोफत वाचण्याची वृत्ती, संपादक भूमिका, महागाई, भ्रष्टाचार, सावकारी, केशवपनासारख्या दुष्ट प्रथा, श्रमप्रतिष्ठा, अंधश्रद्धा, नशीब, म्हातारपण, सदाचार इत्यादी विषयांवर विचार व्यक्त करून पारंपरिकता, रूढी, प्रथा, दुष्ट प्रवृत्तींवर प्रहार केला आहे. या नाट्यछटा हास्य निर्माण करणाऱ्या ठरतात, ते खांडेकर तत्कालीन विसंगतीवर हल्लाबोल पद्धतीने टर उडवतात तेव्हा. या नाट्यछटांतील खांडेकरांची भाषा कोटीबाज, उपरोधिक असल्याने ते हसतखेळत, टोपी उडवत विसंगत आचार-विचारांची रेवडी उडवतात. आपल्या नाट्यछटांत खांडेकर एका गोष्टीसाठी अनेकानेक दृष्टान्तांचा, उदाहरणांचा भडिमार करतात. 'कवीचे बंड' सारखी नाट्यछटा या संदर्भात उदाहरण म्हणून सांगता येईल. 'गाढवाची गीता' मधील सर्वच नाट्यछटांत वि.स.खांडेकर वाक्प्रचार, म्हणी, सुभाषितं, काव्यपंक्ती यांचा उदारहस्ते प्रयोग करून आपणाला प्रेक्षकांना व वाचकांना जे सांगायचं आहे, ते प्रभावीपणे व्यक्त करतात. कधी निवेदनाद्वारे तर कधी संवादातून ते हितगुज करतात. या नाट्यछटा जशा हास्यकारक तशाच अंतर्मुख करणाऱ्याही आहेत. विनोद आणि विचारांचं हे संयुग समाजबदलाचं हत्यार म्हणून खांडेकर हे लेखन करतात. माणसास 'गाढव' बनवणारी परंपरा व विसंगती दूर करणारी ही गीता भगवद्गीतेप्रमाणे परिवर्तनाचा व नवतेचा आग्रह धरताना दिसते. त्यामुळे हे लेखन सहेतुक असलं तरी त्याचं साहित्यिक मूल्य तसूभरही उणं ठरत नाही.

'गाढवाची गीता' नंतर सन १९२८च्या प्रारंभी वि.स.खांडेकरांनी 'गाढवापुढे गीता' हे दोन अध्याय लिहिले खरे, पण ही गीता त्यांनी पूर्ण केली नाही. त्याबद्दल 'कल्पलता' (१९४५) या लघुनिबंध संग्रहाच्या प्रस्तावनेत वि.स.खांडेकरांनी लिहिलं आहे की, 'नाट्यछटा लिहितालिहिता हा वाङ्मयप्रकार कुशल कलावंताने नाजूकपणानेच हाताळला पाहिजे, साप्ताहिकाच्या (वैनतेय) धबडग्यात आपल्या हातून या गणपतीचा मारुती होण्याचा संभव आहे, ही गोष्ट माझ्या लक्षात येऊन चुकली होती. त्यामुळे तशीच लहर आल्याशिवाय नाट्यछटा लिहायची नाही, असं पुढे मी ठरवून टाकलं.' (पृ. ३) असं असलं, तरी खांडेकर विनोदी लेखन अधूनमधून सन १९७२पर्यंत लिहीत होते, हे त्यांच्या विनोदी साहित्याचा आढावा घेताना लक्षात आल्यावाचून राहत नाही.

'गाढवाची गीता'चे अठरा अध्याय एप्रिल, १९२५ला लिहून पूर्ण झाले. सन १९२५च्याच उत्तरार्धात वि.स.खांडेकरांनी 'गाजराची पुंगी' हे विनोदी लेखांचं सदर सुरू केलं. त्यामागे कोल्हटकर-केळकरांची लाभलेली प्रशस्ती हे जसं कारण होतं, तसं वाचकांची पसंतीही त्यास कारणीभूत होती. संगीतात सात सुरांचा एक सप्तक असतो, असं सन १९२५ आणि १९२६ला दोन सप्तकं लिहिल्याची नोंद आढळते. पहिला सप्तक पूर्ण उपलब्ध असून, दुसऱ्या सप्तकातला पाचवा सूरच उपलब्ध होऊ शकला आहे. तो इथे आवर्जून दिला आहे. 'गाजराची पुंगी' सदरात वि.स.खांडेकरांनी जे विनोदी लेख लिहिले आहेत, त्यात 'जोड्याचे आत्मवृत्त', 'मुंबईचा ऐरावत', 'साधुसंत विश्वविद्यालय', 'महात्मा गांधी की जय' उल्लेखनीय म्हणून नोंदवता येतील. 'जोड्याचे आत्मवृत्त' मध्ये पादत्राणासारख्या उपयुक्तच नव्हे तर जीवनात अनिवार्य असलेल्या साधनाचं अनन्यसाधारण महत्त्व असून त्याची आपण कशी उपेक्षा करतो यावर उपहासगर्भ प्रकाश टाकण्यात आला आहे. 'शिरस्त्राणाचा काळ सरून आता पादत्राणाचा काळ येऊन ठेपला आहे. शिरस्त्राणाशिवाय माणूस दिसेल पण पादत्राणाशिवाय आढळणे अवघड' असं बजावणारं हे आत्मवृत्त एकदा वाचलायलाच हवं. 'मुंबईचा ऐरावत' लेख मुंबापुरीची महती विशद करतो. लक्ष्मी आणि सरस्वती हातात घालून या महानगरीत फिरतात. कुबेरनगरी मुंबई म्हणजे जीवघेण्या शर्यतीचा रेसकोर्स कसा असतो ते हा लेख समजावतो. 'यत्र नार्यस्तु पूज्यन्ते' लेख स्त्री-पुरुष समानतेच्या पाऊलखुणा टिपणारा म्हणून लेखकाच्या निरीक्षणकौशल्याची प्रचिती देत स्त्री-प्राबल्य अधोरेखित करतो. या नि अशा अन्य विनोदी लेखांतून खांडेकर समाजबदल टिपतात, आपली निरीक्षणे नोंदवतात व वर्तमानावर भाष्यही करतात. सुसंगतीच्या कल्पनांना धक्का देत खांडेकर विसंगतीचे वर्णन करत हास्य निर्माण करतात. विनोद हा 'फॉर्म' नसून 'वृत्ती' आहे, असे एकदा पु.ल.देशपांडे म्हणाले होते. वि.स.खांडेकरांच्या समग्र लेखनात आणि वक्तृत्वात ही वृत्ती दिसून येते. खांडेकर चिमटे काढत वाचक, श्रोत्यांस नेहमी हसताहसता विचार

करायला भाग पाडताना दिसून येतात.

वरील विनोदी लेखन वि.स.खांडेकर यांनी विविध नियतकालिकांच्या सदरांतून क्रमश: लिहिलं. त्यांना पुढे-मागे ग्रंथरूप देण्याचा खांडेकरांचा विचार होता. (एका पानाची कहाणी - पृ.३१८). हे जरी खरं असलं, तरी याशिवाय स्फुट असे विनोदी लेख विविध नियतकालिकांत व अपवादाने दिवाळी अंकांत लिहिल्याचं दिसून येतं. 'प्रमोद' (सप्टेंबर, १९२२) मध्ये ' गप्प पहिली ', 'वैनतेय' साप्ताहिकांत 'वधूपरीक्षा' (९ नोव्हेंबर, १९२५), 'गृह्यसंस्कार' (३० एप्रिल व ७ मे, १९२९) सारखे लेख व 'अलमगीर' (दिवाळी) - १९७२मधील 'मिसळमहर्षीचा सत्कार समारंभ' या संदर्भात लक्षात घेण्यासारखे होत. यातून दिसून येतं की, वि.स.खांडेकरांनी स्वतंत्र असं विनोदी साहित्यलेखन प्रारंभापासून ते अखेरपर्यंत (१९१९ ते १९७२) केलं. शिवाय त्यांच्या 'द्वंद्व', 'जांभळीची शाळा तपासणी', 'एक श्लोक', 'हवापालट' सारख्या कथा, 'सरकारी पाहुणे', 'लग्न पाहावं करून' या पटकथा, 'तिसऱ्या वर्गाचा प्रवास', 'दोन चश्मे', 'निकाल द्या', 'साडे नऊ रुपये' सारखे लघुनिबंध खांडेकरांच्या विनोदी साहित्यलेखनाची उदाहरणे होत. या दृष्टीनेही त्यांच्या समग्र साहित्यात जागोजागी कोटी, टीका, हास्य इत्यादीतून नर्म विनोद आढळतो. हे सारे साहित्य वाचत असताना लक्षात येते की, विनोद हा त्यांच्या जीवन व लेखन वृत्तीचा अविभाज्य असा भाग होता. त्यांच्या भाषणातूनही विनोदाची सौम्य फैर झडली नाही, असं भाषण अपवाद. गमतीचं आणि गांभीर्याचं विलक्षण कलम त्यांच्या लेखनशैलीत आहे. अपेक्षाभंग, विसंगती, अहितकारी प्रथा-परंपरा ही त्यांच्या विनोदाची बीजं असत. त्यावर ते हसतहसत प्रहार करत. जीवनातील असह्य दु:ख सुसह्य करण्याच्या भावनेने ते आपल्या साहित्यात पेरणी करत. तो विनोद थंड असला, तरी अस्वस्थ करणारा नक्की होता. मानवी मूल्यरक्षणाची तळमळ खांडेकरांच्या विनोदामागे आढळते. त्यांचा विनोद हसून वाचकांना विसरता येत नाही. कारण क्षणिक मनोरंजन हे त्यांच्या विनोदाचे लक्ष्य कधीच नसे. दुष्टतेचा निरास हे त्यांच्या विनोदाचं साध्य दिसून येतं. असं असलं, तरी खांडेकरांचे विनोद हे दर्जा म्हणून पाहिले तर सामान्य असले, तरी उद्देशवर्ती असामान्यता कुणालाच विसरता वा दुर्लक्षिता येणार नाही.

'गाढवाची गीता' आणि 'गाजराची पुंगी'च्या संपादन, प्रकाशनाने वि.स.खांडेकरांची एक अपूर्ण इच्छा पूर्ण करता आली. त्यांचे विखुरलेले विनोदी साहित्य एकत्र करता आले, याचा आनंद आहे. वि.स.खांडेकरांच्या साहित्याचं व साहित्यकाराचं समग्र मूल्यांकन करण्याच्या धडपडीस यामुळे पूर्णत्व येण्यास साहाय्य होईल अशी मला आशा आहे.

दि. ४ नोव्हेंबर, २०१४ **– डॉ. सुनीलकुमार लवटे**

अंकुर दिन

अनुक्रमणिका

गाढवाची गीता

गाढवापुढे गीता

गाजराची पुंगी

गाढवाची गीता

गाढवाची गीता

गीतारहस्य (!)

१४-४-२५

कुठे 'वैनतेय' आणि कुठे 'गाढव' (कारण वैनतेय इंद्राच्या ऐरावतापेक्षाही उच्च व गाढव श्यामभटाच्या तट्टाणीपेक्षाही क्षुद्र आहे हे सांगायला एखादा प्राणिशास्त्रज्ञच पाहिजे असे नाही.) अशी स्थिती असतानाही हे जमीनअस्मानाचे अंतर डोळ्याआड करून, 'गाढवाच्या गीते'ला वैनतेयांत स्थळ दिल्याबद्दल माझे स्नेही रा. शिरोडकर व रा. सप्ते यांचा मी ऋणी आहे.

ज्ञानवृद्ध साहित्यसेवक व मार्मिक विनोदी लेखक या दोन्ही दृष्टीने वंद्य असे गुरुवर्य रा. श्रीपाद कृष्ण कोल्हटकर व रा. नरसिंह चिंतामण केळकर या उभयतांनी 'गीते'संबंधी अनुकूल मत प्रकट करून जे प्रोत्साहन दिले, त्यांचे मोल आभाराच्या शब्दांनी करता येणे शक्य नाही.

'गीते'मुळे कित्येकांच्या ओठांवर स्मित झळकले असेल, कित्येकांनी तिला पाहून नाके मुरडली असतील. या नासिकौष्टांच्या तीव्र अंतराची मीमांसा करीत बसण्यात हशील नाही. सदरहू लेखमाला कित्येकांना दिवाळी वाटली, तर कित्येकांना फाल्गुन मासाची सुधारून वाढवलेली आवृत्ती भासली. हे चातुर्मासाचे अंतर का पडते हे ज्याचे त्यानेच पाहिलेले बरे!

विनोदी लेखनाचा रोख व्यक्तीवर नसून तत्त्वावर असतो; पण 'खाई त्याला खवखवे' या न्यायाने एखाद्या अध्यायाने शेपटीवर पाय पडल्याइतका राग ज्यांना आला असेल, त्यांना हात जोडून 'शेपूट नाही तिथे शेपटीवर पायही नाही' हे सांगण्याखेरीज मी तरी काय करणार?

वर उल्लेखलेल्या साहित्यसेवकांखेरीज अनेक वाचकांनी परोक्ष-अपरोक्ष गीता आवडल्याचे मला कळवले आहे व वाचकवृंदाच्या प्रेमळ इच्छेला अनुसरूनच ती पुस्तकरूपाने प्रकाशित होण्याच्या मार्गाला लागली आहे. या आपुलकीच्या आवडीबद्दल मी वाचकांचा ऋणी आहे.

'गीता' लिहिली जात असताना अथपासून इतिपर्यंत तिच्यावर नजर ठेवणे व छापखान्याकरता हस्तलिखित प्रत तयार करणे ही कामे माझे पूर्वीचे विद्यार्थी व सध्याचे स्नेही रा.ज. के. राय यांनी केली आहेत, त्याबद्दल त्यांचे कितीही आभार मानले तरी ते थोडेच होतील.

ज्याच्या इमानी सोबतीत या गीतेचे अनेक अध्याय लिहिले गेले, त्या नामदेवाची -माझ्या कुत्र्याची -आठवण आज दुःखद झाली असली तरी ती न करणे कृतघ्नपणाचे होईल.

सदरहू लेखमालेत 'गाढव' आहे व 'गीता'ही आहे. हा विरोध नसून विरोधाभास आहे हे समंजस वाचकांच्या प्रत्ययाला येईल अशी आशा आहे.

सर्वांचा कृपाभिलाषी

वि.स. खांडेकर

ट्यू.ई. स्कूल, शिरोडे

१-४-१९२५

अध्याय १ ला

रसिक वर्गणीदार

कसचे वाचन न् कसले वाङ्मयप्रेम! तुकाराम पांडुरंगाचा तसा आपला मराठी भाषेचा मी एक भोळाभाबडा भक्त आहे. होय हे मनोरंजन माझेच! 'विस्तार', 'नवयुग', 'चित्रमय जगत', 'महाराष्ट्र साहित्य' सगळी माझीच. इतकी वर्तमानपत्रे न् मासिके कशी घेता म्हणता! अहो हौसेला मोल नाही! एक पान अधिक वाचायला पाहिजे, तर एक वेळ कमी जेवले पाहिजे! पोटाला चिमटा घेऊन घेतो ही मी मासिके, पण हे तुमचे आधुनिक कवी की नाही, भारी घाणेरडे बोवा! मी जर आज गव्हर्नर असतो, तर पांढऱ्यावर काळे करणाऱ्या कवींना काळ्या पाण्याची शिक्षा देऊन चांगले यांचे डोळे पांढरे केले असते! एक म्हणतो 'रडोत रडतील रांडा पोरे!' तर दुसरा ओरडतो 'प्रिये! प्रिये! प्रिये!' काय हो गणपतराव! या! या! बसा! काय तुमचे म - नो - रं - ज - न पाहिजे म्हणता. अहो मी समजलो हा माझाच अंक! म्हणून तर तुमच्या घरून आणला!

काय म्हणता 'नवयुग' मागितले आहे गोपाळरावांनी? गोपाळरावांच्या बापानेच वार्षिक वर्गणी भरली असेल की नाही? (गणपतराव 'नवयुग' उघडून आतील पृष्ठावर गोपाळरावांचे व त्याच्या बापाचे नाव दाखवतात) चुकलो बोवा खरा, पण आज हा असा घोटाळा काय झाला! मी या पाहुण्यांना सांगत होतो सर्व मासिके माझी म्हणून. माझे अंक जाऊन हे दुसरे कसे इथे आले! काय भूतचेष्टा आहे! हे पहा पाहुणेसाहेब, मी सर्वांचा वर्गणीदार आहे! तुम्ही हवी तर वर्गणीदारांची नोंदबुके काढून पहा त्या मासिकांची... काय म्हणता...? तुम्हीच या मासिकांचे इथले एजंट आहा! मग माझे नाव असेलच तुमच्याकडे... हे खरेच विसरलो... मी स्वत:च्या नावाने नाही मासिके मागवीत. मला की नाही स्वत:च्या नावाचा गाजावाजा बिलकूल नाही आवडत... बरे या तर, मलाही पोस्टात जायचे आहे. 'नव्या काळा' ची व्ही.पी. आली आहे, ती घ्यायची आहे. 'क्रॉनिकल'ची मनिऑर्डर करायची आहे. (एजंट मंद स्मित करत जातात. मराठी भाषेचे सदरहू तुकाराम, घर फोडत असताना सापडलेल्या चोरासारखा चेहरा करून उभे राहतात.)

◆

अध्याय २रा

दया धरम का मूल है

काय पहा मगरूर झाले आहेत लोक! चारीचा पेंडका पाच पैशाला मागितला तर ढुंकूनदेखील न बघता चालते झाले. चारीला जणू काय सोनेच लागले आहे! माझ्या बारशादिवशी चारीचे पेंडके घेतले होते पैशाला तीन! म्हणे महागाई... महागाई झाली म्हणून गवताच्या काडीला काही सोन्याची गाडी द्यायची आहे!

काय रे सोम्या, खंड घालणार केव्हा! काय म्हणतोस अडीच कुडवांनी मोडून घ्या! बराच हिशेबी दिसतोस की रे! कुठे १४ शेरांचा ऐरावत आणि कुठे अडीच कुडवांचे हरिदासी तट्टू! नवटांग चिवटांक हवे तर सोडीन! छे! छे! पण तुम्ही लोक हराम! मऊ सापडले की कोपराने खणणार! महागाई तर मी म्हणते आहे. अडीच कुडवांनी मोडल्यावर माझे बारा वाजायला काही वेळ नाही. काय म्हणतोस, कर्तासवरता मुलगा गेला. फार उत्तम! आचार्यांनी म्हटलेच आहे की 'पुत्रादपि धनभाजां भीतिः' ते काही नाही, मुड्या उद्या दुपारच्या आत इथे नाही तर तू कोर्टात...

काय म्हणता गवळीबोवा! तुम्ही गोपाळकृष्णाचे वंशज! काय हो दुधात पाणी घालावे असे कृष्णानेच सांगितले आहे ना?... काय म्हणतोस, रतिबाच्या पैशासाठी आलास! पैशाचा रतीब केला आहेस सुरू! तुला काय कमी रे? पाण्यासारखे दूध द्यावे आणि पाण्यासारखा पैसा घ्यावा! किती महिन्याचे पैसे द्यायचे आहेत? अकरा? अकराच ना! काही हरकत नाही. वर्ष काही झाले नाही. एकदमच हिशेब देईन... म्हशीला हरभरे नाहीत म्हणतोस! वकील उत्तम झाला असतास बोवा! जणू काही हरभरे म्हशीला घालतच असशील! हिशेबाच्या वेळी म्हशीच्या हरभऱ्याची सबब आणि तिला वाटाण्याच्या अक्षता! मी काही बोंडल्याने दूध—दूध कसले म्हणा; ज्याला दूध हा किताब कृपावंत होऊन तुम्ही देता ते पाणी—पीत नाही.

काय म्हणतोस पाठीवर मारा, पोटावर मारू नका! अरे, या हिवतापाने तुझे पोट मिळाले आहे पाठीला, त्यामुळे मी पाठीवर मारले तर ते तुझ्या पोटावर लागत असेल! काय हिवताप हा! मलेरिया का मेलेरिया! गोरगरिबांचा काळ झाला आहे...

या सखारामपंत, तुमच्या कागदाची मुदत आजच संपते ना? असे तोंड आंबट का करता? चिंच सवंग सुकळ झाली आहे वाटते?... काय पुटपुटता? व्याज

सोडून सोडवा मला... वा, शहाणेच तुम्ही! हत्ती टाकून शेपटावरच संतुष्ट व्हायला सांगता! अहो, मूळ रक्कम पाच रुपये आणि व्याज ७६ रु. ११ आ. १०॥ पै.! केवळ दया म्हणून - कारण, कबिराने म्हटलेच आहे की 'दया धरम का मूल है' - वरच्या पै फार झाले तर नाही घेणार! पण ८१ रु. ११ आणे आज रोख आलेच पाहिजेत... घरच्या कच्याबच्च्यांकडे पहा म्हणता! मला काय करायचंय! मला काही लग्न करायचे नाही की दत्तक घ्यायचा नाही. आणि मागून रडत बसता ती ही कच्ची बच्ची पक्की करूनच का आणत नाही? अहो आहात कुठे! पोरं पैशाला पासरी मिळतील... ते काही नाही. आज माझ्या हातात पैसे आले तर बरे, नाहीतर उद्या घरावर जप्ती. चला, आता माझे आन्हिक आहे. गीतेचा पाठ आहे. उदकशांत आहे. हरे राम हरे राम...

ब्रह्मार्पणं ब्रह्महविर्ब्रह्माग्नौब्रह्मणा हुतम् ।
ब्रह्मैव तेन गंतव्यं ब्रह्मकर्मसमाधिना ।।

◆

अध्याय ३रा

मॅट्रिक मुलगा

अहाहा! काय काव्य आहे! फिरुनि जन्मावे परि पहिले चुंबन घ्यावे! एकदा! पण हे चुंबन कोणाचे!... म्हशीचे... काय म्हणता बाबा? म्हशीचे शेण भरू! ज्या हातांनी मुंबईतील भव्य मंडपात जगप्रसिद्ध आंग्ल भाषेत 'स्वच्छते'वर निबंध लिहिला त्या हातांनी शेण भरू? (हळूच) ही जुनी मंडळी म्हणजे शेणातले किडेच! कुणाला काय काम सांगावे याची अक्कलच नाही. मॅट्रिक झालेला मी मुलगा आणि मला शेण भरायला सांगतात (मोठ्याने) गडी ठेवला तर काय होईल? मी नुकतेच हाताला अत्तर लावले आहे, ते काय शेणात हात बुडविण्याकरता?... आली दुसरी ब्याद तिकडे... बाबांची सिंहगर्जना थांबली, तो इकडे ही आईची वाघाची आरोळी उठली... काय आई?... काय? बाजारात जाऊन भाजी आणू? मॅट्रिक मुलगा म्हणजे यांना वाटते तरी काय? हमाल, की मोलकरीण, की गडी. 'मुले किती' तर भाजीपुरती, असला यांचा व्यवहार! बाजारात जाऊन भाजी आणण्यापेक्षा खाणावळीत जेवलेले काय वाईट? त्या धक्काबुक्कीत माझी कॉलर जाईल मोडून... काय म्हणतेस? दुसरे कोणी नाही. जातो बापडा, पण भाजी मी नाही हातातून स्वत: आणणार! मिरच्यांनी माझे हात भगभगतील, नाहीतर आळवाने त्यांना खाज सुटेल. काय पुटपुटतेस 'खायला काळ न् भुईला...!' वा! वा! असे मी खातो तरी काय! सकाळपासून संध्याकाळपर्यंत सात-आठ वेळा चहा, चारदोन लाडू, (ते गळ्याखाली उतरणार नाहीत, म्हणून प्रत्येकाला एक एक चकलीरूपी सायकल घ्यावी लागते) कुठे मूठभर शेव, घासभर भुईमुगाचे दाणे, अन् दुवक्ता जेवण, हे काय ते माझे खाणे! पण तुम्हाला मी नकोच झालो आहे. म्हणे खायला काळ (हळू) थांब म्हणावे! माझ्या या अर्जाचे उत्तर येऊन त्या सुदाम जहागिरदाराचा कारभारी झालो की दाखवितो तुम्हाला इंगा... काय रे हऱ्या, बाड घेऊन आला आहेस ते? काय म्हणतोस, गणित अडले आहे? सबंध गणित अडले तर मी लेका काय करू? आकाश फाटले तर त्याला ठिगळ कोण लावणार? काय पुटपुटतो आहेस 'अडला हरी न्...' वा बरेच कान लांबले तुझे... मला नाही आता वेळ तुला सांगायला... त्या राजवाड्यांकडे पत्ते खेळायला मला जायचे आहे... काय म्हणतोस, अगदी सोपे

आहे. अरे अकलेच्या कांद्या, ते सोपे आहे, तर मला विचारायला आलास कशाला? बघू काय आहे ते... एक चोर चोरी करून... शांतम् पापम्! हऱ्या, अरे हे उदाहरण घेऊन तू पोलिसाकडे जा! मी मॅट्रिक झालो आहे. अरे, चोरी झाली आहे पहा उदाहरणात (स्वगत) इथे कुणाला येणार आहे म्हणा हे उदाहरण, पण मी मॅट्रिक कसा झालो ही 'अंदर की बात राम जाने!' (मोठ्याने) अरे हऱ्या, बाहेर कोण ओरडले बघ जा! बहुधा माझ्या अर्जाचे उत्तरच आले असेल. (हरी एक पत्र घेऊन येतो) आईला म्हणावे हा काळ चालला, आता तुमच्या घरच्या भूमीचा भारही हलका होईल... बस्स! पहिल्या पगारात सिगारेट्स, एक सोन्याचे घड्याळ न् हजामतीचे सामान इतके घ्यायचे... (पत्र काढून वाचतो)...

आम्हाला २० रु.वर एक कारकून पाहिजे आहे. आपली इच्छा असल्यास यावे. जहागिरीचा कारभार आपल्यासारखी शेंबडी मॅट्रिके काय करणार? आपला अर्ज म्हणजे लहान तोंडी मोठा घासच होता. कारकुनीची कामे गोठ्याची देखरेख, बाजारातून भाजी आणणे व आमच्या लहान चिरंजीवांना अंकगणित शिकवणे ही आहेत. इच्छा असल्यास यावे, नाहीतर मॅट्रिक काय मुसळधार कोसळत आहेत.

◆

अध्याय ४था

स्वयंपाक्याचा संपादक

नमस्कार लुकडे मास्तर! असे टवकारून काय बघता? डोळ्यावर पैशाचा धूर आला असेल म्हणावे, तर वीस रुपड्यांच्या मास्तरकीवर जन्मभर रखडत आहा! काय, अजून नाही ओळख पटली? अहो, तुमच्या गोंद्याच्या मुंजीत बुंदी गाळायला मलाच नव्हते का बोलावलेत? असे तोंडात अंगठा घालून काय चोखताय! तुमचे तर पांढऱ्यावर काळे करता करता काळ्याचे पांढरे झाले!...

...हा हा हा! अस्मादिकाच्या पोशाखाने गारूड केले वाटते; प्रत्यक्ष विष्णूला मिळणार नाही असला पोशाख पाहिल्यावर बघणारा गरुड व्हायचाच. एक नूर आदमी न् दस नूर कपडा!... काय? मला नाऱ्या म्हणून हाक मारता? अहो, बेअब्रूचा खटला होईल तुमच्यावर! मी आता नारायण-राव, पंत साहेब - श्रीयुत झालो आहे. पूर्वी चुलीपाशी झारा घेणारा नाऱ्या आता संपादकीय खुर्चीवर फाउंटन पेन घेऊन बसला आहे! काय समजलात! सध्याही मी साहित्य तयार करतो, पण ते डोक्यावर पगडी, डोळ्यावर चश्मा, खाकेत पुस्तके न् पायात जोडा अशा थाटाने! अहो, पूर्वी साहित्याचा आचारी म्हणून मला हिंडावे लागे; पण आता मीच साहित्याचार्य झालो असून, स्वत:च्या कविता बायकोच्या नावावर छापून वाङ्मयसेवा करणारे हरीचे लाल माझ्या घराचे उंबरे झिजवत आहेत. खरोखर सरस्वतीसारखे दुसरे दैवत नाही! माझ्या बासुंदीपेक्षा 'इष्काचा घुटका' या कादंबरीवरच ज्यास्ती उड्या पडत आहेत. 'प्रेमाचा चहा' ही माझी गोष्ट लोक इतक्या मिटक्या मारीत वाचतात, की माझा पूर्वीचा चहा बिनसाखरेचा असे की काय अशी शंका येऊ लागली आहे. नव्या वर्षी तर कितीतरी सुधारणा करणार आहे मी. पहिल्याच अंकाची योजना पहा ना! 'लंकेची पार्वती' हे दर्शनी चित्र! 'चहाचुंबन' ही विनोदी कविता! 'तिरपा भांग' ही गोष्ट! चहाचुंबनातल्या या ओळी ऐका हं! फार गोड!

पाळण्यात पेल्याच्या या ।
चहा बाळ चुंबुनि निजला ।।
धावले स्वर्ग सोडोनी ।
देव तया पाहायाला ।।

काय पुरे म्हणता! अगदी अरसिक आहात का! तुम्ही मेंढरेच हाकावीत! गाढवाला गुळाची आणि तुम्हाला चहाचुंबनाची कुठून चव असणार?... असे रागावू नका हं! तुम्हाला आपले ट्रेड-सिक्रेट सांगतो... मुंबईत आलो आश्रम काढायला, म्हणजे तिचा नव्हे हं! आपला भोजन-भाईंचा! मला लवकरच दिसले, की एखादा 'चहाश्रम' काढून चूल फुंकण्यापेक्षा 'स्मित-हशा-गंमत' नावाचे एखादे वर्तमान काढलेले उत्तम! मी मुळाक्षरे लहानपणीच शिकलो होतो; त्यामुळे अक्षरे काढून लोकांच्या डोळ्यात धूळ टाकणे काही कठीण नव्हते! प्रत्येक पानावर एखादे अचकटविचकट बायकी चित्र, अगर बायकी गोष्ट, की राष्ट्रीय सभेला प्रेक्षक जमत नाहीत इतके वर्गणीदार मिळतात. स्त्री-पुरुषांच्या गोष्टी, चुंबन, आलिंगन, शृंगारिक चित्रे इत्यादी जानी दोस्त इतस्तत: पेरले म्हणजे वर्गणीदारांचे पीक हा हा वाढते! 'सुभाषितेन गीतेन युवतीनां च लीलया' यातील तिसरे सदर अक्षरश: खरे आहे; आणि हे सर्व करायचे सभ्यपणाच्या नावाखाली!

काय आले लक्षात? गटारगप्पांकडे लोकांचा ओढा असतो; मग गटारातील घाण चव्हाट्यावर मांडून अत्तराचे दिवे दिवसा लावता येत आहेत, ते सोडा का? बाकी हे षट्कर्णी नाही करायचे हं! जाहीर रीतीने विचारले तर 'तिरपा भांग' ही गोष्ट समाजसुधारणेसाठी व 'चहाचुंबन' ही कविता चहाचे व्यसन सुटावे म्हणूनच लिहिली आहे. पहा मास्तर, जन्मभर वीस एके वीस करता आहा आणि कालचा हा नाऱ्या आचारी नारायणराव संपादक होऊन तव्यावरल्या पोळ्यांऐवजी पुस्तकाची पाने परतत आहे... काढा तुम्ही एखादे वर्तमानपत्र... मजकुराची अडचण तुम्हाला मुळीच नाही भासणार! मी सव्यसाची लेखक आहे ना? 'मेतकूट' हे माझे नवरसपरिपूर्ण नाटक, 'चकल्यांचा चक्काचूर' ही माझी अंगावर रोमांच उभे करणारी ऐतिहासिक कविता, 'गटारयंत्र' हा माझा नवा शास्त्रीय शोध आणि 'हातावर तुरी' ही सामाजिक कादंबरी सर्व तुम्हालाच देईन! म्हणा 'सा मां पातु सरस्वती भगवती नि:शेषजाड्याऽ पहा' (मास्तर 'नि:शेष लज्जा पहा' असे पुटपुटतो.)

◆

अध्याय ५वा

ताईत, गंडे अँड को. अन्‌लिमिटेड

आपली काय इच्छा आहे? काय म्हणता? परीक्षा उत्तीर्ण व्हावी एवढीच ना? हा आमचा 'महाकल्पवृक्ष' ताईत घ्या आणि निश्चिंत व्हा. अहो, हा ताईत म्हणजे प्रतिपरमेश्वरच आहे. परवा एका मुक्याने गळ्यात घातला मात्र, तोच त्याला वाचा फुटली! अगदी अलीकडची गोष्ट! एक मूल पाण्यात पडून बुडून मेले; प्रेत वर काढताच ताईत बांधला गळ्यात! मग काय विचारता हो चमत्कार! देवाची करणी न् नारळात पाणी! ते मूल ताडकन उठले न् मोटारीसारखे धावू लागले. २७ मैलांची पळण्याची शर्यत असती तरी त्याने ती जिंकली असती!... पहिल्या वर्गात पास व्हायचे असल्यास हा १५ रु.चा 'सुवर्ण कल्पवृक्ष', दुसरा वर्ग पाहिजे असल्यास हा १०रु.चा 'ताम्रकल्पवृक्ष न् पोटापुरता तिसरा वर्ग पैदा करायचा असल्यास हा 'निकलकल्पवृक्ष'... हसू नका असे! जगच त्रिविध आहे, त्याला काय करता?... (ताईत दाखवून) हे मोठे उग्र दैवत आहे हं! काय म्हणता? १५ रु.च्या ताइताने पहिला वर्ग मिळू लागला तर शाळा न् मास्तर हवेत कशाला? इथेच तर चुकता. अहो, अफजलखानाला मारण्याच्या वेळी शिवाजी वाघनखे लपवून घेऊन गेला होता, असे इतिहासात लिहिले आहे. साफ खोटे ते! कुठली वाघनखे न् कुठले काय! हा सुवर्णकल्पवृक्ष ताईतच नेला होता लपवून झाले! पानिपतावर जाताना भाऊसाहेबांनी एक लाख ताईत जर खरेदी केले असते तर काय बिशाद होती अहमदशहा विंचूरकराची? (स्वगत) छे! विंचूरकर नव्हे तो!... (प्रकट) काय म्हणता, निकलकल्पवृक्ष देऊ एक ...घ्या.

अहो, ही 'कवंडाळार्कसुधा' अजून देवांना माहीत नाही म्हणून! नाहीतर ही दाटी झाली असती त्यांची माझ्या या दुकानात - नव्हे - अश्विनीकुमार धन्वंतरी मृत्युंजय चिकित्सा शाळेत! प्रत्येकाला दररोज तेहेतीस कोटीचा खप सुरू झाल्यावर मग थेंब मिळणार नाही बघायला तुम्हाला! तुमच्या आईच्या काय पोटात दुखते म्हणता? करा कवंडाळार्कसुधा सुरू! बायकोच्या काय पाठीत भरले आहे? ओता कवंडाळार्कसुधा! मुलीला काय शौचालाच झाले नाही तीन दिवसांत, न् मुलाला तीन दिवस सारखे ढाळ होत आहेत. करी मारा 'कवंडाळार्कसुधे'चा! बाटलीची किंमत काही फार नाही.

अवघी ३ रु.!...

तुम्हाला काही पौष्टिक औषध पाहिजे वाटते? हा 'कपीश्वर' पाक घ्या ना! पाक घशाच्या खाली उतरला की छाती रुंद होऊ लागते! एका क्षयाच्या रोग्याने तीन दिवस घेतला न् चौथे दिवशी फडात जाऊन कुस्ती मारली! कपीश्वर! नाव तरी कसे आहे! मारुती हाच पाक खात असला पाहिजे अशी माझी खात्री आहे. एक डबा तरी घेऊन पहा! चहाचा समुद्र सहज तरून जाल! बहुमोल पण अल्पगुणी (स्वगत) छे उलटे झाले हे! (प्रकट) किंमत १॥ रु.!...

आजची सकाळ काही वांझोटी नाही. पाच न् तीन आठ न् दीड साडेनऊ. चिरडीला साडेनऊ एम. ए.ला. तरी कुठे मिळत आहेत? बाकी 'कल्पवृक्ष' परीक्षेत उन्मळून पडणार, 'कवंडाळार्कसुधा' विषाहून कडू लागणार न् कपीश्वराच्या शक्तीऐवजी शेपूट मात्र या शहाण्याच्या पदरी पडणार. पण करणार काय? 'आलिया भोगासी असावे सादर' 'दुनिया झुकती है' हेच खरे! अजून 'स्वराज्य-दोरा' म्हणजे स्वराज्य चुटकीसरशी मिळवून देणारा दोरा, 'हुंडागंडा' ऊर्फ हुंड्यावाचून मुलीला नवरा मिळवून देणारा गंडा इत्यादी रामबाण सज्ज करायचेच आहेत. पैसा पाहिजे ना? मग पुस्तके घोकून हाडाची काडे कशाला केली पाहिजेत? ताइतांचा एक कारखाना उघडला की बस्स!

◆

अध्याय ६वा

लॉटरी की जय

काय पुटपुटते आहेस? त्या मृत्युंजय डॉक्टरला तरी पोरगी दाखववावी! नावाचा मृत्युंजय! 'नाव सोनूबाई अन् हाती कथलाचा वाळा!' हा मृत्युंजय असता तर परवा विहिरीत बुडून मेलेल्या आपल्या बायकोला तारलं असतं की नाही? चांगले त्या साळकाईचे तीर्थ आणतो. मुलीला ते द्यावे. त्याने गुण पडत नसला तर माळकाईचे द्यावे... काय म्हणालीस? भारी चिकट स्वभाव! हंड्यात घालून गोंद करून तरी विक म्हणजे मृत्युंजयाची फी देता येईल... म्हणे औषधपाणी! माझ्याजवळ नाही औषधाला पैसा न् यांना पाहिजे पाण्यासारखा पैसा ओतायला!... अरे छोकऱ्या, चार नंबर आण पाहू! कुठली लॉटरी म्हणतोस ही? गोव्याची! परवा मी ते 'गोमांतक' काव्य वाच-वाचले! अगदीच भिकार! लॉटरीचे वर्णन नाही की तिकिटावर उपमा, उत्प्रेक्षा नाहीत. या लोकांना लागलंय खूळ! अमके वर्तमानपत्र म्हणे चांगले निघते! कधी त्यात 'लॉटरीचे फायदे' हा अग्रलेख आला असेल तर रामाचे नाव! तसेच हे हे बेटे अलीकडचे कवी! मारे शिवाजीच्या वेळच्या नावाने रडतात; पण चाळीस हजाराचे बक्षीस आलेल्या वीरावर लिहितील तर यांचे पितर स्वर्गातून ढळतील अगदी... हे घे चार रुपये. पोचले ना?... झाला तुझ्या अंगाचा तिळपापड! ती लॉटरी अगदी सवत झाली वाटते? अग लॉट् म्हणजे बडेसाहेब यांची री ओढणारी ती लॉटरी. कलियुगात हिच्यासारखे जागते दैवत नाही. तो पांड्या चहावाला; दुपारची भ्रांत होती त्याला. आता लाडवांच्या राशीवर रात्रंदिवस लोळतो आहे. लॉटरीच्या कृपेने! यक्षिणीची कांडी हो! एकदा लाट येऊ द्या मोठी म्हणजे तुझी टकळी बंद होईल... बस्स, बस्स, पुरे आपले शहाणपण. बायकांनी शास्त्रकर्त्या ऋषीचा आव आणला तरी चुलीचे होमकुंड, पोतेऱ्यांचे वल्कल अन् शिरपुटांच्या समिधा यापलीकडे त्यांची गती नाही. म्हणे जुगार न् लॉटरी सारखीच! मग राक्षस न् देव सारखेच होतील... म्हणे आजपर्यंत वाटलेले पैसे किती उगवले? लॉटरीचा नंबर म्हणजे काय सूर्य की तो अगदी पंचांगातल्या वेळाप्रमाणे वर आलाच पाहिजे?... या बसा; काय म्हणता, एक व्यायामशाळा काढणार आहात की काय? माझे ऐका; व्यायमशाळेऐवजी एक लॉटरी काढा; मुलांना पावतीबुकांचे मुद्गल फिरवू द्या.

सिंगल बाराऐवजी एक लाखाचा बक्षिसाचा बार उडवून द्या म्हणजे झाले! अहो, लॉटरीत तीर्थ न् स्वार्थ दोन्ही साधतील! नाहीतर तुमची व्यायामशाळा! निढळाचा घाम गाळायचा आणि तोंड वासून वरचा रस्ता सुधारायचा. मला तर असे वाटते, की कौन्सिलचे सभासद निवडण्याचा हक्क दहा हजार लॉटरीची तिकिटे ज्याच्यापाशी असतील त्यालाच द्यावा... अहो, विष खायला पैसे नाही तर तुमच्या हौद्यातल्या साठमारीला न् मल्लखांबावरल्या माकडचेष्टांना कुठून देणे?... काय, तुम्ही पणजीला जात आहा? थांबा; या दहा रुपयांची लॉटरीची तिकिटं घ्या! कोणतीही घ्या. बजरंग बली त्या तिकिटाला बक्षीस देईलच!

◆

अध्याय ७वा

ओढाळ गुरू

मन हे ओढाळ गुरू... हं सांग पाहू याचा अर्थ... गुरू म्हणजे काय?... काय म्हणतोस फत्तरा, गुरू म्हणजे मास्तर... नाही तर जनावराची जीभ काढून हातावर ठेवीन! मूर्ख, बेअकली, रानटी, शुंभ! अरे अपरीतल्या अण्ण्या, नीट म्हण 'शिव्या कोणा देऊ नये.' असे रडत रडत काय म्हणतोस? अगदी आई मेली वाटते आजच! म्हण 'शिव्या कोणा देऊ नये'... काय रे अष्टपुत्र्या, उद्या सरस्वतीपूजन न् अजून तुझा नारळ कसा नाही आला? अरे नारळावाचून देव कधी प्रसन्न झाला आहे कुणाला? हिरण्यकशिपूला ब्रह्मदेव प्रसन्न झाला, तेव्हा त्याच्याजवळ नारळाच्या गोणीच्या गोणी होत्या, असे नरसिंह-पुराणात लिहिले आहे... तोंडातल्या तोंडात काय पुटपुटतो आहेस?... काय, आई काय म्हणते? नारळ काय मास्तराच्या कपाळावर का फोडायचा आहे?... अरे, कपाळफुटक्या, जमलेल्या नारळांची शिरवणी मी इथेच नाही का रे वाटीत? (मास्तरांच्या मागाहून 'दोनांची इथे व दोनशेची घरी' असे शब्द ऐकू येतात; मास्तर नरसिंहावतार धारण करून मागे बघतात; पण हिरण्यकशिपू न सापडल्यामुळे नाइलाजाने बौद्धावतार घेतात.) कृतघ्न! कर्मनष्ट! हं, नीट म्हण अण्ण्या, 'शिव्या कोणा देऊ नये'... काय रे म्हाताऱ्या, शाळेतून का आलास? अरे मी तुझा बाप मराठी मास्तर असताना तू इंग्रजी शाळा चुकवतोस?... काय मागतात मास्तर! व्यायामशाळेची फी! मास्तरांच्या बापाचे देणे आहे वाटते! जा विचार जा त्यांना की व्यायाम करताना माझा हातपाय मोडला तर मला पोसाल ना म्हणून? काय विचित्र आहेत हे शाळेतले मास्तर! मुलांना येनकेन प्रकारेण दंड करून खिसा तुडुंब भरायचा सोडला न् म्हणे दंड काढा! कुठे गाण्याच्या बैठका झाल्या तर शुक्राचार्यांचा आव आणून द्यायलाही तयार नाहीत आणि या पोरांच्या मागे बैठकांचा लकडा! नसती ढोंगे न् वेडे! जा, तुझ्या मास्तराला जाऊन सांग की तुझे हे मारुतीचे शेपूट - ही व्यायामशाळेची फी - आमच्यामागे लावू नकोस म्हणून! (मुलांकडे वळून) उद्या सर्वांनी नारळ आणायचे हं! शिवाय दर शनिवारी शाळेत हनुमंताच्या नावाने भजन करायचे आहे हो! तोच आम्हाला शक्ती देणार! तेव्हा दर शनिवारी प्रत्येकाने एक एक पैसा आणला पाहिजे हं!... काय रे पिऱ्या, असा घामाघूम का?

व्यायामशाळेत नव्हता ना गेलास!... काय म्हणतोस, इन्स्पेक्टर साहेब आताच येत आहेत? आता! आता कसे करू? बा देवा बहिरोबा, या प्रसंगातून सहीसलामत पार पाडशील तर एक केळ्याचा घड न् पाच शेर साखर तुला पोचवीन... अरे बाप रे! माझ्या डोक्यावर तर खादीची टोपी आहे. रुमाल आणायच्या आधीच साहेब आले तर! अरे अण्ण्या इकडे ये! ही माझी टोपी घे तुला न् तुझी दे मला! (मास्तरांचा मुगुट अपरीतल्या अण्ण्याच्या डोक्यावर विराजमान होतो.) अरे गोंद्या, घरी जाऊन माझा जरीकाठी रुमाल मागितला आहे म्हणून सांग! कुणाला म्हणतोस? अरे, तिला... असा शुंभासारखा उभा काय रे! कुणाकडे मागू म्हणतोस? अरे तिच्याकडे? 'ती' हे सर्वनाम अजून समजत नाही चौथी यत्ता झाली तरी? न् तुपाचा बुडकुलाही तयार ठेवायला सांगितला आहे म्हणावे... या काकासाहेब... कसली वर्गणी म्हणता? त्या फणसे हरिदासाची? तो तर सरकाराविषयी नाही नाही ते बोलतो; मग यासी वर्गणी कशी द्यावी? आम्ही पडलो राजनिष्ठ सरकारी नोकर!... मग कीर्तने कशी ऐकली म्हणता? अहो कानात न् हातात जमीनअस्मानाचे अंतर आहे! आम्ही वर्गणी दिली तर त्याची कीर्तने करवण्यात आमचा हात आहे असे होईल ना? अहो, कानगोष्टी निराळ्या न् हातगुण निराळा... काहीतरी कविता केल्या. वाचून इन्स्पेक्टर साहेब खूश होणार नाहीत! बसू याच तर कविता करायला!

'ग्रासी मास्तरलोका' छे! काव्यात कमल शब्द आल्यावाचून त्याला काव्य कोण म्हणेल? 'ग्रासी मास्तर कमला मलेरिया, तू किरायती काढा । हा हन्त हाय हर हर । तरि साहेब प्रमोशने काढा ॥' काढा न् काढा! यमक असे जुळवलेस की ते पाहून मोरोपंताने आत्महत्याच करावी! बरे, आता स्वागतपर कोणते पद म्हणावे बरे? 'मला मदन भासे हा' की 'तू टाक चिरुनि ही मान?' त्यापेक्षा 'धष्टपुष्ट नष्ट नवरडा' हे अधिक जोरदार वठेल नाही? बघू या काय जमते ते! हं! त्या कवितेचा अर्थ राहिला तिथेच!... मन हे ओढाळ गुरू...

◆

अध्याय ८वा

आजीबाईंची काशीयात्रा

बाई, बाई, बाई शर्थ झाली या कलियुगाची! नाही नाही ते वेडे चार न् थेर! चांगले गावकर आम्ही! काल दारात कलावंतिणीचा मांड आला. चांगले जावे, बसावे, गाणे ऐकावे, कुळाचाराप्रमाणे दोन रुपये ताटात घालावे, ते दिले कारट्याने सोडून, न् लागला तंडायला. म्हणे, ती विधवांची शाळा निघाली आहे, तिला दिलेले काय वाईट? अखंड सौभाग्यवती सोडून विधवांना पैसे देणार! दिवटेंच बाळ की नाही! यांना कलावंतिणीचे नाचणे नको, पण तसल्या शाळांभोवती कसे नाचतात तुंबरुसारखे! सगळ्या गावात आज हसे झाले असेल आमच्या घराचे! आज पन्नास वर्षे मी नावलौकिक राखला न् काल त्या कलावंतिणींना या कारट्याने रिक्त हस्ताने पाठवून त्याला काळे फासले! त्या पांढऱ्या पायांच्या विधवांच्या शाळा! पण म्हणावे गोरीगोमटी न् कपाळकरंटी!... तुम्ही म्हणाला ठमाकाकू ते काही खोटे नाही! या पिढीत धर्मच उरला नाही! ना काशी, ना पंढरी!... कुठे भीमाचे घमेले न् कुठे सुदाम्याची तामली!... पुण्याईवाचून कुठे काशीयात्रा घडत असते! आज इतकी वर्षे झाली, पण ती काशीची बोरे अजून डोळ्यापुढे दिसत आहेत... काय म्हणता विश्वेश्वराचे देऊळ केवढेसे आहे? अहो, तिकडे तो गुलाबजामु मिळतो त्यापुढे तुमचे श्रीखंड न् बासुंदी सारी रद्द!... नुसती काशीच नाही पाहिली मी! येताना नाशिकलाही उतरले होते. काय ते नाशकाचे अळू न् घेवड्याच्या शेंगा! अळवाचे पान कसे पोळीसारखे न् शेंगा अगदी खाजासारख्या! अहो, भाजी होईपर्यंत दम निघत नसे! तोंडाला पाणी सुटे न् पोटात आग उठे! काय म्हणता, गोदेचे स्नान केले का? हो, अगदी नाशिकचा तांब्या नवा घेतला होता, त्यानेच केले. तुम्हाला दाखविते तो तांब्या हं! नाशिकची भांडी किती चांगली! मी नाशिकहून आल्यावर सहा महिने तरी मला ती भांडीच स्वप्नात दिसत. मग पूर्ण ऋणानुबंध म्हणा नाहीतर अदृष्ट म्हणा! जीव भांड्यात पडला म्हणजे समाधान होते म्हणतात. मला वाटते ती नाशिकचीच भांडी असावीत!... पंढरी? पंढरीला तर मी चार-पाच वेळा गेले आहे! मधे सातारला उतरले होते. तिथले पेढे, लिंबू, गोव्याचे पेरू, न् पुण्याकडचे अंजीर इकडे दृष्टीलादेखील पडायचे नाहीत हं! अजून नुसती आठवण झाली की पोट कसे भरून

येते... काय म्हणता पेरू न् अंजीर नकोत. विठोबा कसा आहे तो सांगा! अहो, आधी पोटोबा न् मग विठोबा! मला किनई कटीवर हात ठेवणाऱ्या विठोबापेक्षा मोदक खाणारा गणपतीच अधिक आवडतो! तुम्हाला गाणी येतात का ठमाकाकू? मला बघा एकच येते न् ते कृष्णाने दूध, दही चोरून खाल्ल्याचे! भारी गोड गाणे ते!... तुम्हीही बऱ्या दिसता की हो! म्हणे 'राम राम' म्हणत बसावे, खाण्याच्या गोष्टी कशाला? अहो पण 'राम राम' म्हणायला तरी अवसान लागते, ते काही उपाशी राहून यायचे नाही. जपमाळेऐवजी कुडवपायलीची माळ, देव्हाऱ्याऐवजी चूल, न् फुलाच्या परडीच्या जागी मीठपिठांचे डबे हीच माझी देवपूजा! बाकी मी आता पिकले पान झाले! केव्हा राम म्हणेन याचा नेम नाही! सुरती बर्फी न् सोलापुरी चिवडा अजून खाल्ला नाही. तो मिळाला की मग माझी काही इच्छा नाही... या हं! पेढे-बर्फी, छे! चुकले, राम राम! पहा!... देवा म्हटले तर मेवा होते.

◆

अध्याय १वा

नाटकवाला

'हा हा हा! पटली का ओळख लंगोटियार? असा पीटमध्ये काय बसला आहेस, चल खुर्चीवर, नाहीतर पडद्यात. नाटकाचा खरा रंग पाहायचा तर असला ड्रॉपचा आडपडदा उपयोगी नाही बुवा! चल आत, म्हणजे तुला विडी ओढत बसलेली सुभद्रा, मुसळाऐवजी केरसुणी घेऊन स्टेज झाडणारा बळराम, ज्याच्या हातातले चक्र डोक्यात शिरले आहे असा कृष्ण, व्हिस्कीची बाटली फोडत असलेले गर्गाचार्य इत्यादी मंडळी दाखवितो... पीटाचे तिकीट घेऊन खुर्चीवर कसा बसू म्हणतोस? अजागळ रे अजागळ! तू कंपनीच्या ताटात चार आणे तरी टाकले आहेस, पण या खुर्चीवरल्या सगळ्या पगड्या न् रुमाल पदरची पै न सारता थेटरात शिरले आहेत. दुसरे दिवशी सकाळी संपादकीय खुर्चीवर बसून कंपनीचा लचका तोडू नये म्हणून कित्येकांच्या तोंडात नाटकाचे पास कोंबावे लागतात; तर कित्येक पोलिसाचा काळा डगला दाखवून मॅनेजरला भिववितात व आत घुसतात! तो शेवटच्या खुर्चीवरला पगडीवाला पाहा! पोलीस अंमलदाराच्या भावी कुटुंबाच्या सावत्र आईच्या दत्तक मावस भावाचा चुलत चुलता म्हणून स्वारीने मोफत खुर्ची बळकावली आहे! नाटकाच्या या अन्नछत्रात तुझ्यासारख्या माझ्या जानी दोस्ताने का रे उपाशी राहावे?... तू बुवा फार भिडस्त झालास! अरे, अस्मादिक म्हणजे काही लहानसहान प्रस्थ नाही इथे! (लंगोटियार 'आ' करतात!) तोंडाच्या ज्वालामुखीचा स्फोट कशाला करतोस? अरे, पूर्वी मी नुसते पडदे ओढत असे; आता पडदे पाडतो. पूर्वीप्रमाणे मी आताही पात्रे रंगवतो; पण तो रंग नाटक संपताच कुणी पुसत नाही. पुस्तकाच्या रूपाने जगात तो नेहमीच रंगपंचमी करतो. (लंगोटियारांच्या 'आ'ची दरी सहारा वाळवंटाइतकी लांबलचक होऊ शकते.)... बावळट रे बावळट! अरे, मी कंपनीचा नाटककार झालो आहे आता! नाटककार कसला, नाटकवालाच म्हण! कार म्हणजे करणारा; मी नाटके करीत बसत नाही मुळीच! हा हा म्हणता हातून लिहून होतात! बोलविता धनी वेगळाची!... नाटकवाला कसा झालो म्हणतोस? येथे येऊन रसाचे दुकान घातले; पण तिजोरी कोरडी! दागिन्यांचे दुकान थाटले तो नफा इतका की बायकोचे मणि-मंगळसूत्र विकायची पाळी आली! मग पात्रांचा

विक्रय, भांडी विकणं हं - नाटकवाला झाल्यापासून उच्च दर्जाची भाषाच तोंडाला लागली आहे... गुरू केला. पण गिऱ्हाइकांमध्ये एक एक पात्र असे भेटले की, चार दिवसांत मी सत्पात्र भिकारी झालो! तेव्हा मीही असा विचार केला की घ्यावी लेखणी न् लिहावी नाटके... लहान तोंडी मोठा घास! छे! अरे मी नाटके लिहिणे म्हणजे मोठ्या तोंडी लहान घास घेतल्यासारखे आहे! शिक्षण काय घेऊन जाळायचे! शेक्सपीअर कुठे एम. ए. झाला होता? माझी अशी खात्री आहे की सवाई कालिदास व्हायला बिनयत्तेपुढे शिक्षणच उपयोगी नाही! शिक्षणाची बेडी पायात पडल्यावर कवीची स्फूर्ती भराऱ्या मारणार कशी? अरे, रसांत मी एकदा थोडे पाणी घातले, तो लागले गिऱ्हाईक ओरडायला; पण येथे शृंगारात बीभत्स कालवला तरी हूं की चू न करता बघतात व वरती संमतिदर्शक टाळ्या पिटतात! दागिन्यांच्या दुकानात एक चोरीचा दागिना एकदा विकत घेतला; ते प्रकरण इतके अंगावर शेकले की थोडक्यात तुरुंग चुकला! पण नाटकात वाटेल त्या कवीच्या वाटेल त्या अलंकारांची चोरी केली, तरी नाटक बघायला आलेले हायकोर्टाचे जजदेखील ब्र काढणार नाहीत. उलट महाराष्ट्राचा शेले अगर शेक्सपीअर म्हणून पाठच थोपटतील! हीच स्थिती पात्रांची! नाटककारानं वाचकाच्या पदरात कितीही पात्रे घातली, तरी धंद्याला बूड नाही! अरे नव्या नाटकात तर मी सहस्र पात्रे घालणार आहे. सहस्रभोजनच म्हणेनास! अहाहा! किती गंभीर दिसेल तो देखावा!... माझे एकही नाटक तुला माहीत नाही! मग मराठी बोलून तू आपली जीभ विटाळतोस! साग्र-संगीत 'रंगेल राघोभरारीने अहमदशहा अबदालीचा घेतलेला सुंदर व सात्त्विक सूड' या माझ्या लोकमान्य नाटकाचे नाव तू कधीच ऐकले नाहीस? (लंगोटियारची मान नन्ना म्हणते) मग तू जन्मापासून बहिराच असला पाहिजेस! 'रावण', 'गोपाळकाला', 'नरसिंह की जमदग्नी', 'कांद्याच्या भाजीसाठी कृष्ण-रुक्मिणीचा कलह' - हे संगीत आहे हं - 'विराटांचे स्वयंपाकघर', 'शूर्पणखेची वेणीफणी' यात शृंगार ओसंडून चालला आहे इत्यादी नाटके तू वाचली नाहीस? आजच हिंदुस्थानात आलास वाटते?... 'अफजलखानाचे भूत', 'शिवाजीचा गुडघी रोग' - हे गद्यपद्यात्मक आहे - 'धाकट्या बाजीरावाने स्थापलेले स्वराज्य' ही ऐतिहासिक नाटके जर कुणी इंग्रजीत उतरील, तर नोबेल प्राइझ माझेच आहे!

'बाप की नातू', 'ब्राह्मणाची शेंडी', 'अष्टवर्षा भवेत् कन्या', 'इराण्याच्या चहात धर्म बुडाला हो बुडाला!' या सामाजिक नाटकांनी नुसती खळबळ उडवून दिली आहे... पदे कशी करतो आम्ही? चालीप्रमाणे पदे नाही करीत मी; तर पदाप्रमाणे चाली करतो. नाटकात जितकी गैरचालीची पात्रे जास्त तितके ते अधिक लोकप्रिय! मग हाच न्याय पदांना लावला म्हणून बिघडले कोठे? हे माझे नवे पद ऐक हं! 'हे सुंदरि तव बापाने मग! पाठित काठ्या घालुनि दिधले हाकुनि एकदम'! हे पद

‘स्वकुलतारक सुता’ या चालीवर मी लिहिले, पण आमच्या नटवर्यांनी त्याला चाल लाविली ‘अवचित गेले’ ची... हसतोस काय असा सर्कशीतल्या विदूषकासारखा! अरे, विनोदात तर माझा हात धरणारा कोणीच नाही. माझ्या ‘बाप दाखीव नाही तर श्राद्ध कर’ या संगीत नाटकात ‘आई, श्राद्धाला पाच भट का गं सांगतात? बापागणिक भट होय गं?’ ही बाब्याची सुंदर कोटी श्राद्धान्नाच्या ढेकराने सुगंधित होऊन आली की लोकांच्या हसून मुरकुंड्या वळतात. कोल्हटकर, गडकऱ्यांचे विनोदी नाणे माझ्या या अस्सल टांकसाळीमुळे बाजारात चालेनासे झाले आहे. आहेस कुठे?... काय म्हणतोस? थेटरातच आहे! न् अकलेच्या कांद्या, माझ्या नाटकांना गटारांची उपमा देतोस! अरे, पीटमध्ये बसणारा शिंगशेपटावाचूनच पशू तू! तुला काव्यरस कसला समजणार! मुलखाचा अरसिक! आपला बाळपणचा मित्र म्हणून जवळ आलो, पण तू पडलास चांभाराचा देव! इतका वेळ तुला रसिक बनविण्यात व्यर्थ घालवला. ‘हातातोंडाची लढाई’ या शृंगारिक नाटकाचे दोन अंक तरी लिहून झाले असते! असंगाशी संग आणि प्राणाशी गाठ! (लंगोटियार ‘अगदी खरे’ म्हणून हसतो; नाटककार त्याच दिवशी सकाळी लिहायला घेतलेले नाटक पुरे करण्याकरता जातात.)

◆

अध्याय १०वा

'मोफत' खान

काय रे, चिवडा कसा शेर? काय म्हणतोस सव्वा रुपया? इकडे सव्वा रुपया द्यावा व तुझ्यासारखा शेराला सव्वा शेर भेटला की पुड्यातील शेराचा खुशाल पाऊण शेर घ्यावा! बरे, एक पाव शेव दे. मी या माडीवरील मोफत वाचनालयात जाऊन येतो हं... काय हो सद्गृहस्थ, हे काही वाचनालय आहे की गुरांचा गोठा आहे? मोठेपणा मिळवण्याची टूम काढली आहे वाटते? काय म्हणता, पैशांची टंचाई आहे? नवल आहे बोवा. 'आपल्यासारिखे करिती तत्काळ'! तुम्ही मोफत वाचनालयवाले इतरांनाही मोफत करता. (सद्गृहस्थ 'उदाहरणार्थ आपण', 'अन्नछत्री जेवून मिरपूड मागणे' इत्यादी पुटपुटतो, पण मोफतखान या वेळी बहिरेपणाचे सफाईदार सोंग आणतात)... काय हो, तुमच्या या टेबलावर 'सौंदर्या'चा वसंत अंक कसा नाही? फाजील शृंगारिक चित्रे असतात म्हणता? मोठे शुक्राचार्यच दिसता की नाही? तो 'सौंदर्य'वाला तर लिहितो की, मी बायकांचे फोटो छापून देशसेवा करतो म्हणून. एकेका स्त्रीच्या चित्रामागे पन्नास पन्नास वर्गणीदार मिळतात त्याला. आहा कुठे? आणि लेखतरी किती छान! नुसती नावे ऐकाल तर मिटक्या माराल! (सद्गृहस्थ वाचनालयाच्या मदतीची पेटी पुढे ठेवतात) काय मदत! मग हे मोफत वाचनालय कसले? माझ्यापाशी पैदेखील नाही खिशात. बरे आहात की हो 'वरुनि धुवट सोवळे?' मोफत वाचनालय म्हणजे तिथे पैशाचे अगदी नाव काढता उपयोगी नाही... अहो, ही लक्ष्मी म्हणजे 'लक्ष्मीसम चंचल या-' (स्वगत) छे घसरलेच हे! (चिवडेवाला येतो) काय चिवडेबहाद्दर, बरा आहे ना चिवडा? का खाणाऱ्याच्या जन्माचा चिवडा करण्याइतका खंबीर आहे? पैसे किती? पाच आणे? कमिशन नाही काही? पैसे आहेत का बघतो हं! मघाशी पैदेखील नव्हती! (खिसे चाचपून) म्हणतात ना देवाची करणी न् नारळात पाणी! राजापूरला गंगा येते तसे अचूक पाच आणे खिशात आले! (सद्गृहस्थ गंगेत बुडून मरत असल्याचा हावभाव करतात) - पण तुम्ही पुडी नाही, नीट गुंडाळली बोवा! काही हरकत नाही; हे आहेच मोफत वाचनालय! घ्या तो 'नारूर समाचार!' काय म्हणता, वर्तमानपत्रे वाचण्यासाठी आहेत, अगदी खरे आणि चिवडा वर्तमानपत्रासाठी आहे. हा चिवडा काही कमी

तैलबुद्धी आहे असे समजता?... (खाली येऊन) घरी ते धाकटे पोरटे तळमळते आहे. 'मोफत दवाखाना' नाही कुठे या गावी दिसत? (समोरून एक पगडीवाले गृहस्थ येतात) नमो नमः! येथील इंग्रजी शाळेचे मेहरबान हेडमास्तर आपणच ना? माझा थोरला मुलगा शाळेत पाठवायचा आहे. काय म्हणता, फी सर्टिफिकेट घेऊन येऊ?... मी म्हटले शाळा मोफत असेल! विकतच्या शाळा काय हो गल्लोगल्ली पडल्या आहेत. हिंदुस्थानला स्वराज्यापेक्षा मोफत शाळाच पाहिजेत... काय भिकार गाव आहे हे! 'मोफत' वाचनालयाखेरीज काहीच मोफत नाही. हमालाला सामान ने म्हटले म्हणजे तो हमाली मागतो, दुकानदार म्हणतो पैसे टाका न् मग माल उचला! कलीचा प्रभाव बरे! ही देवळे तरी अजून मोफत राहिली आहेत हे भाग्यच!

हेचि दान देगा देवा । खाणावळी मोफत व्हाव्या ।

◆

अध्याय ११वा

सर्वसाक्षी

करंजी चोरून खाल्लीस की नाही? बोल! अरे धर्म कंठघोष करीत आहे 'सत्यम् वद' म्हणून न् तू करंजी पोटात घालून पुन्हा खाका वर करतोस! अशानेच रे बाबा धर्म बुडाला न् राज्य गेले!... काय म्हणतोस 'खाल्ली, पण चोरून नाही; चोरून खाल्ली नसशील तर खाऊन चोरली असशील! जीभ कापून टाकीन पुन्हा खोटे बोललास तर! घे ते नीतिशास्त्र आणि घोक श्लोक. 'सत्य सदा बोलावे' सांगे गुरू आणि आपुला बाप'... या तिंबूनाना, बसा; संध्या चालली आहे माझी. 'ऋतंच सत्यंच'... तुम्ही दत्तक घेतला तो घेतला नाही असे कोर्टात ठरले पाहिजे म्हणता? नीट म्हण बाळा 'मुखी सत्य, स्वच्छाचरण विलसे, शौर्यहि भुजे'... तुमच्या मांडीवर मुलगा बसलेला या डोळ्यांनी पाहिला न् आता या शंभर रुपड्यांसाठी त्याच्या हक्काकडे डोळेझाक करू? माझ्या डोळ्यांच्या खाचा झाल्या तर या टिकल्यांनी त्या काय भरून येतील? खोटा साक्षीदार म्हणून तोंड एकदा काळे झाले की मग पांढऱ्या टिकल्यांनी काही ते उजळ होत नाही. बाळ्या सावकाश म्हण 'जळो ते की लोकी त्यजुनि निज - सच्छील फिरणे' (दत्तक बाप पांढऱ्या रुपड्यांच्या पुरचुंडीला पाठिंबा देण्याकरिता शंभराची एक नोट हळूच पुढे करतो; सर्वसाक्षी तोंडाने 'जळो ते की लोकी' म्हणत तिचा स्वीकार करतात व किलकिल्या डोळ्यांनी तिचे परीक्षण करतात.) हा, हा, हे पहा दत्तोपंत, यमराज ज्या वेळी तापलेल्या तव्यावर उभा करील त्या वेळी हा कागद पायाखाली घालून त्याचे चटके थोडेच चुकविता येतील. अहो, असले शेदोनशे कागद हातात असले तर काहीतरी पायांची धडगत! 'भल्याविण असे असिव्रत करू शके कोणता.' (दत्तोपंतांच्या खिशाच्या बिळातून शंभर रुपयांचा आणखी एक उंदीर उडी मारतो व सर्वसाक्षीच्या झाकल्या मुठीत शिरतो.) बाळ्या, तुझे लक्ष श्लोकाकडे नाही हं! अरे, किती सुंदर आहे हे नीतिशतक, अरे, ज्याला तोंडपाठ येईल तो धर्ममार्तंड! म्हण नीट 'सन्मार्ग टाकूनि भले न जाती.' तुमचा तो दत्तक मुलगा भारीच वाईट न् कर्मनष्ट हं! केस राखले आहेत शिखानष्टानं न् बेटा त्या 'सुदामवैभयां'त मनुस्मृतीवर लेख लिहितो आहे म्हणे! केस राखलेल्याच्या डोक्यात मनुस्मृती कशी शिरणार? शिवाय तो ज्या खाणावळीत जेवतो तिचा

मालक न् मी बडे दोस्त आहो. मुंबईला एकाच चहावाल्याकडे होतो. तो वाढपी न् मी कारकून. तीन वर्षांच्या आत मालकाचे दिवाळे निघाले न् या बेट्याने इथे 'श्री वेतोबा प्रसन्न संगीत अन्नपूर्णा मंदिर' काढले! तुमचे चिरंजीव त्याच मंदिरात जातात. तो मालक सांगत होता, अगदीच माणसांतून उठला आहे तो मुलगा म्हणून (स्वगत) तो अन्नपूर्णावाला आणि मी, यांचा मुलगा जन्माला यायच्या आधीपासून एकमेकांशी बोलत नाही हे याला माहीत नसले म्हणजे मिळवले. बाळ्या, किती घाई करतोस रे? 'आयुष्य भिन्न-घट-नीर सरे तसे हे। पापे तथापि जन आचरतात पाहे।।'... ही तीनशेची फुलाची पाकळी ठेवूच! अहो, असल्या पाकळ्या काय, पण पुष्पगुच्छ तुम्ही दिले तरी मी खोटा ब्र काढणार नाही. पण तुमचा दत्तक मात्र खोटा ठरेल अशी साक्ष मी देईन. कारण दत्तक झालाच नाही मुळी! अहो, ज्या दिवशी आपण इथे दत्तक झालो असे तो म्हणत असेल त्या दिवशी तुम्ही न् मी मुंबईत होतो असा पुरावा मी देईन. इंद्रजिताने मेल्यावर आपला हात बायकोकडे पाठवून दिला होता तशी तुम्ही मुंबईहून मांडी तर लावून दिली होती, असे तर कोर्ट म्हणणार नाही ना? अहो, दत्तकांच्या बाबतीत माझा आहे हातखंडा! 'दत्तक मेकरच' म्हणानात मला! ब्रह्मदेवाने एखाद्याला तुमच्या पोटी जन्माला घातले असले, तरी जिभेच्या साहाय्याने त्याचा वारसा काढून पोटावर पाय कसा द्यावा ही गुरुकिल्ली मलाच माहीत आहे!... फसवणूक! छे! छे! मी तुम्हाला मुळीच तोंडघशी पाडणार नाही. (नोटा असलेली मूठ दाखवत) हा बेलभंडार उचलला आहे ना? पण हा नुसता नव्हे हं! काम फत्ते झाल्यावर कमीत कमी कृष्णाच्या स्त्रिया नाहीतर सहस्रार्जुनाचे हात पाहिजेत... केवढा घास म्हणता? बघा बोवा; इंद्राचे डोळे देववतील तर हे काम हाती-तोंडी म्हणानात, घेतो, नाहीतर तुमचा मार्ग तुम्हाला मोकळा आहे... त्याची काळजी करू नका तुम्ही. अहो, आजपर्यंत कमीतकमी ५००० दाव्यांत न् खटल्यांत साक्षीदारांचा पिंजरा गाठला आहे; पण साक्ष म्हणजे रामबाण! भटांच्या अक्षतांनी जी बायको ठरते, तिच्या हक्काला वाटाण्याच्या अक्षता मी कितीतरी वेळा लावल्या आहेत. अहो, एखाद्या वैद्याचा हातगुण असतो तसा माझा हा जिव्हागुण आहे. अपेश म्हणून कधी नाही! नुसत्या तोंडच्या वाफेने पराचे मी किती पारवे केले आहेत. तुम्ही आता येथे आला आहा ना? तुमच्यावर चोरी बसल्या बैठकीला घालून दाखवीन! घालणार नाही म्हणा! अहो, साक्षीदार म्हणजे जगाचा राजा आहे. प्रत्येकाची मान त्याच्या हातात आहे. बरे आहे, चला तुम्ही, मी माझे आन्हिक संपवितो. लोक कर्मठ म्हणतात पण म्हटलेच आहे नाही –

'बांधवा विमुखा यान्ति
धर्मरतमनुगच्छति'

अगदी नि:शंक चला! हा दत्तक खोटा ठरला हे ब्रह्मवाक्य! दुसरा घ्यायचा असला तर त्या तयारीला लागा!... बाळ्या, पुन्हा करंजी चोरलीस तर या हाताने (दत्तक खोटा ठरवण्यासाठी घेतलेले पैसे ज्यात आहेत त्या) मरेमरेतो मारीन! म्हण श्लोक —

वानोत निंदोत सुनीतिमंत ।
जळी असो वा कमलागृहांत ।
हो मृत्यु आजीच घडो युगांती ।
सन्मार्ग टाकूनि भले न जाती ।।

◆

अध्याय १२वा

सवाई रामशास्त्री

'लोभः पापस्य कारणम्' किती सत्य वचन आहे हे!... काय म्हणतोस? ढमढेरे आले आहेत? त्या चाळीस हजाराच्या दाव्यातील प्रतिवादी वाटते? अरे अकलेच्या कांद्या, मी खासगी रीतीने कधीही कुणाही पक्षकाराची गाठ घेत नाही हे तुझ्या बटाटे भरलेल्या डोक्यात शिरणार कधी? एकवेळ पंढरीचा वारकरी महा एकादशीला कांदेभातावर ताव मारील, चहा पिऊ नका म्हणून घसा कोरडा करणारा दे. भ. चहानेच घशाला ओलावा आणण्याचे आपले व्रत सोडील; पण हा लाचोपंत लुचपते पक्षकारांचे तोंड म्हणून घरी पाहणार नाही हे चित्रगुप्तालादेखील माहीत आहे. दारात आलेल्या मनुष्याला परतून लावले तर अतिथी धर्म बुडतो, याला घरात घेतले तर माझ्या रामशास्त्रीपणाला बट्टा येतो. करणार काय? 'सर्वनाशे समुत्पन्ने अर्धं त्यजति पण्डितः' दुपारी दारात आलेला पाहुणा म्हणजे साक्षात ईश्वर! तेव्हा विशेष असिधाराव्रत मी जरा बोथट करतो झाले. जा घेऊन ये त्यांना आत... बसा ढमढेरे. मी कधी कुणाची काडीदेखील घेत नाही. थांबा हं, विडीचा झुरका ओढल्याखेरीज बोलण्याला रंग चढत नाही. (ढमढेरे सिगारेट पुढे करतो. लाचोपंत काड्याची पेटी शोधण्याचा आव आणतात) तुमचीच काडी द्या बोवा! बिडी देऊन काडी दिली नाही तर त्या दानाचे पुण्यच मिळत नाही म्हणा ना! काडीवाचून विडी म्हणजे गायवासराची ताटातूट! आपल्या शास्त्रातच सांगितले आहे नाही का 'यस्य बिडी तस्य काडी! (ढमढेरे 'यस्य काडी तस्य गाडी' आणि 'यस्य गाडी तस्य माडी' ही सूत्रेही धर्मशास्त्रात असतील या भीतीने मांजराच्या पंज्यातील उंदरासारखा चेहरा करतात. लाचोपंत डोळ्यावर चांगला धूर येण्याइतका सिगारेटांना उदार आश्रय देतात) तेव्हा ढमढेरे, मी कुणाची काडीही घेत नाही हे लक्षात आणून बोला हं! न्यायदेवतेला दयामाया काही नाही... काय रे सटव्या, काय म्हणतोस? त्या दाव्याचा निकाल तुझ्यासारखा झाला नाही? मी तुला अवघ्या दोन खंडी तुरी द्यायला सांगितले. त्या तरी मला कुठे पाहिजे होत्या. नरसोबाच्या वाडीला ब्राह्मणभोजनासाठीच मी पाठवून देणार होतो, तर तू माझ्या हातावरच तुरी दिल्यास! मी तरी काय करू? घरात वाटाणे होते शिल्लक, त्याच्या अक्षता लावल्या तुझ्या दाव्याला. पाहिलेत ढमढेरे, या माणसांना देव नको न् धर्म नको; मग दाव्याचे निकाल तरी यांच्यासारखे व्हावे कसे? अहो बीज तसे फल. अहो, वकिलांची अंतःकरणे मऊ करायला लोणी,

साक्षीदारांची तोंडे बंद करायला उंची कुलपं, आपली लंगडी बाजू सावरण्याकरता एखादी सोन्याची काठी, काही खोट्यानाट्या गोष्टी आल्या तर त्यांच्यावर पांघरूण घालण्याकरता काश्मिरी शाली, भिंतीलादेखील कान असतात. त्यात घालायला सोन्यारुप्याची तुळशीपत्रे इत्यादी गोष्टी जर यांनी दिल्या नाहीत तर आम्हीतरी काय रडणार?... काय आवडाबाई, काय म्हणणे आहे तुझे?... तू पाच रुपये दिले होतेस न् निकाल तुझ्यासारखा झाला नाही? अगदी वेडी! अगं, न्यायाचा धारवाडी काटा जिकडे वजन जास्त तिकडे झुकतो. तू पाच रुपये दिलेस पण तुझ्या दिराने दुसरे दिवशी आणून दिले पंचवीस! मी सगळा कब्जा पुन्हा चाळून पाहिला तो त्याचे म्हणणे तुझ्या पाचपट खरे आहे, असे आढळून आले. मग काय करणार? खऱ्याकडे डोळेझाक तर करता येत नाही ना? जा बाई, आल्या वाटेने परत जा. न्यायाधीशाला स्त्री-पुरुष, गरीब-श्रीमंत, हे पाहायचे नसते. त्याचे लक्ष पक्षकाराच्या तोंडाकडे नसून स्वतःच्या हाताकडे असते. (ढमढेऱ्यांकडे वळून) पाहिलेत पाहुणे, मी किती निःपक्षपाती आहे तो! न्याय देताना माझे वर्तन 'रामाय स्वस्ति, रावणाय स्वस्ति!' (स्वगत) छे! यात चुकते आहे काही! (प्रगत) इंद्राय स्वाहा, तक्षकाय स्वाहा असे असते. (ढमढेरे हसतात) माझे बोलणे संस्कृतप्रचुर असल्यामुळे तुम्हाला समजायचे नाही. बरे जाऊ दे ही चर्पटपंजरी. काय योजून आलात आज?... काय म्हणता, माझा फोटो पाहिजे? अहो, मी नायिकेची कामे चांगली करतो, का लांबलचक व्याख्याने देतो, का तुरुंगाच्या कैद्यांना रामरक्षा शिकवतो, हे एखादा मुकादेखील सांगेल. (ढमढेरे हळूच करंगुळी वर करतो) एखादा लहानसा मुद्दा तुमच्या बाजूने असेल; पण (ढमढेऱ्यांच्या करंगुळीला आणखी दोन बोटांचे साहाय्य मिळते) तुमची बाजू बरीच खरी आहे; पण लोक 'मूर्ख न्यायाधीश' म्हणून माझ्याकडे बोटे दाखवतील असा निकाल मी कशाला देऊ बरे? (ढमढेऱ्यांची पाची बोटे खडी होतात. ही खडी ताजीम मिळताच लाचोपंतांच्या स्मशानवत चेहऱ्यात सरण पेटल्याचा भास होतो) तुमचा सत्पक्ष आहे हे तुमचा कब्जा न वाचताच कोणीही सांगेल. अगदी काळजी करू नका तुम्ही... पुरावाबिरावा म्हणता? वाटेल तो असेल! 'विषमप्यमृत्तं क्वचित् भवेदमृतं वा विषमीश्वरेच्छया,' अहो, 'लक्ष्मींपतेर्मंगलम्' हेच खरे!... कसे ठीक बोललात. न्यायदेवतेची भेट रिक्त हस्ताने घेणे 'पत्रं पुष्पं फलं तोयं' तरी पाहिजेच. पत्र म्हणजे पिंपळपान, पुष्प म्हणजे डोईतील गुलाबाचे फूल आणि तोय म्हणजे मोत्याचे पाणी हे मात्र विसरू नका हं. कायद्यात शब्दांचा कीस पडतो तो असा! या आता! पण पाच बोटे ध्यानात असू द्यात... कसचा रामशास्त्री! रामशास्त्र्यात राम होता तो वनवासातला न् माझ्यात आहे तो अयोध्येच्या सिंहासनावर बसलेला इतकाच फरक (ढमढेरे 'रावणशास्त्री' म्हणून पुटपुटत न्यायदेवतेपुढे हात जोडतात व पळता पाय काढतात.)

◆

अध्याय १३वा

तिमाजींची देशभक्ती

काय पिरपिरतो आहे कारटा? तुपावाचून उंडी उतरत नाही वाटते घशाखाली! हे पहा पाहुणे, परवपरवापर्यंत सचैल स्नान करण्याइतके तूप मी आणीत असे. दररोज दहा वारशी मेले असते तरी त्यांच्या नावाने न्हाऊन मोकळे होण्याइतके तूप आमच्या घरी होते. पण देवाजवळ ती कुब्जा राहते की नाही, तिने परवा रात्री बाजारातून तूप आणले खायला आणि काल पहाटे गेली निजधामाला! तुपाच्या थेंबासाठी बाराव्याच्या वड्यांचा केवढा खर्च झाला पहा! ही गोष्ट ऐकल्यापासून मी तूप आणणे सोडून तर दिलेच. पण बाराखड्यांतील 'तू' आणि 'प' हे शब्ददेखील तोंडावाटे काढण्याची मुलांना बंदी केली आहे. हो, म्हणता म्हणता त्यातले विष आवंढ्यासरशी पोटात गेले तर! (कारटा 'बत्तीस पावसाळे झाले, पण तुपाचा थेंब पाहिला असेल तर शपथ' असे बडबडतो. तिमाजी 'त्याला भ्रम झाला आहे' असे रोगनिदान करतात. त्यांची बायको 'भुताने झपाटले माझ्या बाळ्याला' अशी चिकित्सा करते) कसले आले आहे भूत! ही ब्रह्मगाठ दाखविली की (बंडीचे बंद सोडून जानवे शोधू लागतात. प्रथमतः पोलीसच्या व नंतर डिटेक्टिव्हच्या दृष्टीने तपास होतो; पण जानवे बिलंदर गठ्ठीचोराप्रमाणे दाद देत नाही. इतक्यात पैशाची पुरचुंडी साखरेच्या पुडीसारखी दिसावी म्हणून काल जानवे गुंडाळून ती कपाटात ठेवल्याचे स्मरते. पैसा हा प्राण असल्यामुळेच जानव्याची उन्नती करण्याचा हा त्यांनी प्रयत्न केला असावा.) म्हणे वारे येते न् तूप मागते. घी देख्या पण बडगा तो नहीं देखा! तूप मागणारे भूत बड्या भिक्षुकांचेच असले पाहिजे. काय कारटा आहे पाहा. देशात सहा कोटी लोकांना एकवेळ पेजेचे पाणी मिळत नाही न् याला पाहिजे तूप! (भोकांच्या डोळ्यामुळे सहस्राक्ष झालेला पंचा नेसून लबाड येतो) काय रे लबाडा, तुला धोतरे घेतली पाहिजेत नाही? (खाणावळीत चांगले तूप, दुकानदारापाशी खरे माप, वरिष्ठांचे बिनशिवीचे भाषण ही सर्व एकदम मिळाल्याइतका लबाडाला आनंद होतो.) पण ती तलम मलमल नको बोवा!... असा काय बाप मेल्यासारखा चेहरा करतोस. माझी नाडी तर ठीक आहे! पोटऱ्यांना हवा मिळाली म्हणजे मनुष्य सुदृढ होतो, असे गणेश दैवज्ञानेच - (पाहुण्यांकडे वळून) या अभागी भारतमातेचे मुख

याच धन्वंतरीशिरोमणीने उज्ज्वल केले आहे हं - म्हटले आहे. पण तू पडलास विग्रेंजी शिकणारा! साहेबी टोपी दिसल्यावाचून तुझे डोके वाकणार नाही न् बूट पाहिल्यावाचून तुझे पाऊल पुढे पडायचे नाही! प्रत्यक्ष किचनेर साहेब आपल्या न्यू यॉर्कमधील सर्मनमध्ये असेच म्हणतात. अरे, आजानुबाहू देशी पंचाची सर पायघोळ परदेशी धोतराला कशी येणार? (पाहुण्यांना उद्देशून) मी या मुलांना चहाबिहा काही देत नाही. चहाचा घोट घशाखाली गेला की मुलाच्या छातीची हाडे दिसू लागतात... मुले दररोज दूध पितात काय? छे! छे! दूध पचले नाही तर? अहो, अपचनातून तर रोग निर्माण होतात. (एक नोकर चिठ्ठी घेऊन येतो. ती वाचून मोहरांचा पुरलेला हंडा सापडल्यासारखी मुद्रा करून) अवश्य येतो म्हणावे, चहाचे आधण चुलीवर चढायच्या आधी अस्मादिकांची स्वारी हजर आहे म्हणून रावसाहेबांना सांग. (पाहुणा हे सावज असून त्यावर नेम मारायचा आहे, अशा दृष्टीने) चहापार्टीचे आमंत्रण आहे. भारी सज्जन इसम आहे हा! सहकुटुंब सहपरिवार बोलावले आहे चहापार्टीला! या मुलांना घेऊन गेलेच पाहिजे, नाहीतर 'पार्टी' कसली होणार? मी नाहीच म्हणणार होतो. पण दुसऱ्याला नकार देणे माझ्या अगदी जिवावर येते. अहो काही झाले तरी हे आपलेच देशबांधव नाही? (एक म्हार येतो) पिऱ्या, तू दररोज एक एक पाऊल पुढे येऊ लागलास हं! अशा प्रगतीने महिनाभरात स्वयंपाकघरातच बस्तान ठोकशील! 'सर मागे! अरे तुकोबा म्हणतातच ना, 'नीचपण बरवे देवा।' मग तू कशाला पुढे पुढे यायला धडपडतो आहेस?... विभूती मंत्रून पाहिजे म्हणतोस? एक वाघाचा डोळा पाहिजे! डोळे कशाला मिचकावतोस? पोस्टकार्ड अगर एकादष्णा यांनी हे काम भागायचे नाही... छे! छे! उधारीची बात नाही. अरे, उद्याचा भरवसा कुणी द्यावा! डाव्या हातावर रुपया पडला की उजव्या हाताने विभूती दिलीच म्हणून समज! यंत्र आहे बाबा ते... पैसा कशाला पाहिजे म्हणतोस? वा रे दीड शहाण्या, मंत्र्याला काही पोट नाहीच वाटते. मंत्र्याच्या बायकापोरांनी काय उपाशी मरावे? लग्नकार्ये, मर्तिक, सर्व काही मंत्र्याच्या घरीदेखील आहे... जा. विष खायला पैसा नसेल, पण विहिरीत उडी टाकायला तर जकात द्यावी लागत नाही ना?

(पाहुण्याकडे मोर्चा वळवून) काय आमच्या या सुवर्णभूमीची स्थिती ही! रात्रंदिवस माझ्या डोळ्यापुढे सुवर्णभूमी दिसते हं! खाणे-पिणे, कपडेलत्ते या सगळ्यात मी स्वप्नातदेखील चैन करणार नाही. इंग्रजी शिक्षण हीदेखील एक चैन आहे, म्हणूनच माझ्या थोरल्या मुलाला मी तिसरीच्या पुढे जाऊच दिला नाही! अहो, आजच्या पिढीने चैन बिलकूल करता उपयोगी नाही. मातृभूमीकडे पाहिले पाहिजे. (तिमाजी जमिनीत पुरलेला हंडा पाहायला जातात. पाहुणे मातृभूमीकडे पाहत बसतात.)

◆

अध्याय १४वा

कवीचे बंड

आधी बुद्धी जाते न् मग भांडवल जाते म्हणतात, ते काही खोटे नाही. कुठून मला अवदसा आठवली आणि या 'फाल्गुन' मासिकाचा संपादक झालो! दिवसा तर घराबाहेर पडण्याची सोय नाही. वाटमाऱ्याप्रमाणे कवी अगदी दबा धरून बसलेले असतात. फरक एवढाच, की वाटमारे खिशातले नोटांचे कागद लांबवून खिसे हलके करतात आणि वाल्या कोळ्याचे हे साळसूद वंशज खिशात कागद कोंबून ते जड करतात. दिवाळे काढणाऱ्या सावकारालादेखील घराबाहेर पडण्याची संपादकाइतकी चोरी होत नसेल. (बाहेर पाहून) अगदी करकरीत तिन्हीसांज झाली. आता काही तोंडाला तोंड दिसायचे नाही. संपादकाने बुरखा घेण्याची पद्धत असती तर काय बहार झाली असती. (कोपऱ्यातील काठी व छत्री घेतो)... तिन्हीसांजा छत्री कशाला म्हणतेस? एखादा कविभास्कर पाठलाग करत आला तर असू दे जिवाच्या आकांताला आधार! कविवृषभ आला तर काठी आहेच. मुकुटाने राजा न् पगडीने संपादक ओळखता येतो. तेव्हा पगडीच्याऐवजी ही खादी टोपी घालावी हेच बरे! माते खादी टोपी, पुत्राचे रक्षण करण्यास तूच समर्थ आहेस. कवींच्या बाडांच्या बांबगोळ्यातून जर तुझ्या कृपेने वाचलो, तर 'आई थोर तुझे उपकार' हे पद तुझ्या फोटोसकट पुढील अंकात छापीन. घ्यावे देवाचे नाव न् जावे बाजारात झाले. 'शिरो मे राघव: पातु...सक्थिनी हनुमत्प्रभु:' (रस्त्याने चालू लागतो तोच एक मुलगा हातात हँडबिल देऊन जातो.) कसला ग्रंथ आहे हा! सर्कसची संगीत जाहिरात. बहुतेक बँडच्या चालीवरच वाचायची असेल! बाई, आल्या वाटेने जा. (जाहिरात फेकून देतो; दोन पावले पुढे जाताच दचकतो) 'कंदील' कवीच वाटतो तो! कवी हा डिटेक्टिव्ह आणि संपादक म्हणजे राजद्रोही इसम असला तर कोशात अर्थ नाही ना? ('कंदील' येऊन नमस्कार करतात) नमो नम:! आपणाला साष्टांगच नमस्कार घालायचा, पण उगीच धूळफेक होईल म्हणून (कंदील खिशातून एक चोपडे काढतात; वाटमाऱ्याने सुरा काढला म्हणजे प्रवासी जसा दचकतो तसा संपादक महाशयांचा चेहरा होतो.) कसले यंत्र ते? रहाट की चरखा! (निरखून पाहून) आपल्या मुलाकरता वेबस्टरचा कोश विकत घेतला वाटते?... काय म्हणता, हे

लघुकाव्य असेल तर तुमचे महाकाव्य संपादककाकडे पाठवण्यासाठी एखादी स्पेशल मालगाडीच सोडावी लागेल... चार ओळी तरी वाचून पाहू. छे! वाटेवर तुमचे काव्य वाचणे म्हणजे देखल्या देवा दंडवत होईल. अहो, तुमची लहानशी कविता वाचू लागले तरी त्यात इतका करुण रस भरलेला असतो की तोंडातून फेस वाहू लागतो व वाचक अगदी निःस्तब्ध होऊन जातो. तुमच्यासारखे महाकवी वाटेवर पडलेले असतात थोडेच!... घरी केव्हा येऊ म्हणता? १९२५ (स्व.) देवा, मी विक्रमसंवत सांगत आहे. (प्र.) हो, १९२५त केव्हाही या! ('कंदील' दुसरे गिऱ्हाईक शोधण्याकरता जातात.) 'प्रथमग्रासे मक्षिकापातः' (मागून कुणी खिशात हात घातल्यासारखे वाटून) चोर! चोर! धावा हो धावा! (मागे वळून) काय, तुम्ही ठमाकांत कवी ! ते दादाग्रजांचे नातू आणि तात्यासुतांचे पुतणे! मला वाटले कुणी खिसेकापूच असेल... कविता खिशात टाकून आश्चर्यचकित करण्याचा विचार होता वाटते? पण तुमची प्रतिभा इतकी तेजस्वी आहे की अस्तनीत निखारा घालून न्यावा कसा? काय विषय आहे कवितेचा?... 'मृत अपत्याचे अभिनंदन'! छान! अगदी स्वतंत्र कल्पना आहे ही! दरिद्री हिंदुस्थानाला अशीच नवविचारप्रवर्तक काव्ये पाहिजेत... कोणत्या अंकात येईल म्हणता? आमचे सहसंपादक केरूनाना टोपले यांनाच विचारा म्हणजे झाले. (ठमाकांत 'ठमे गे प्रेमाज्ञेने' हे चरण गुणगुणत जातात.) इजा न् बिजा तर झाले. या क्षुधाशांती मंदिरात चहातरी घेऊन जावे. (आत जाऊन बसतो व जिन्नस मागवतो) इतक्यात शेजारचा कविवर्य भोजनभाऊ 'मना सज्जना घे बटाटा वडा रे । वडा रे वडा रे वडा रे वडा रे ॥' (स्व.) वट्टूर लोकांना शोभण्यासारखे काव्य आहे. (प्र.) या काव्योद्‌गारामुळे आपल्या खाण्यात व्यत्यय येत असेल नाही? ही कविता दोन चरणांचीच वाटते?... बरोबर सांगितलेत. कविता ही मनुष्याची कन्या! अर्थात बापाप्रमाणे तिला दोनच पाय असले पाहिजेत. द्विपाद प्राण्यांच्या पोटी चतुष्पाद अपत्य कसे येईल? खरेच, आपण आणि आपली कविता यांचा संगम किती सुंदर दिसत असेल?... काय ही संध्याकाळी पाच वाजल्यापासून केलेल्या कवितांची यादी! (स्व.) मारुतीचे शेपूट हिच्या मानाने आखूडच भरेल. (प्र.) पहिली 'भातात पडलेली अळी पाहून' सबब अळीच्या अळी भातात पडली! दुष्काळातली कल्पना आहे वाटते ही! दुसरी 'चहाष्टक'! केव्हा लिहिली आहे ही! 'चहा पिताना'? पाहिलेत, कविता अशी स्फूर्तीने न् स्वानुभवाने यावी लागते. तिसरी काय आहे 'मलेरियावर रामबाण उपाय.' बरे हे सर्व बाण ठेवा आपल्या भात्यात! मी मृत्युपत्र करून येतो न् मग सोडा माझ्यावर. (मागवलेले जिन्नस न खाताच वाघ मागे लागल्यासारखा रस्त्यात धावत येतो व घरची वाट सुधारतो.) खुनाला फाशीची शिक्षा ठेवण्याऐवजी संपादक होण्याची का ठेविली नाही हे मला समजत नाही.

जिकडे जावे तिकडे कवी! नुसते कवी नाहीत तर महाकवी! पूर्वेला आड, पश्चिमेला विहीर, दक्षिणेला आग न् उत्तरेला फुपाटा अशासारखी स्थिती होते. दररोजच्या टपालाने कविता इतक्या येतात की, त्यांची रद्दी दर महिन्याला विकली नाही तर कचेरीत बसायला काही जागा मिळणार नाही. कवी महाशयांनो, तुमच्या कागदी घोड्याच्या टापांनी हा संपादक अगदी चीत झाला आहे. उद्याच जाहिरात देतो म्हणजे झाले की 'फाल्गुन मासिक कवितांच्या माऱ्याने घायाळ झाल्यामुळे तूर्त चालू शकत नाही.' कवी आलासे वाटते. पायांनो पळा! २७ मैलांची शर्यत जिंकणाऱ्याप्रमाणे पळा!

◆

अध्याय १५वा

साती वार शनवार!

इतर राशींची शनीची साडेसाती साडेसात वर्षेच टिकते; पण द्रव्यराशीचा न कर्त्याचा वार शनवार मात्र दररोज उजाडतो आहे. आकडे घातलेल्या लोकांची घरे आणि स्वत:चे घर यांच्या दरम्यान 'गडाच्चसास्यड्यामि' अशा दररोज फेऱ्या घालतो आहे. गावातले रस्ते नेहमीपेक्षा अधिक खराब झाल्याबद्दल लोकल बोर्डकडे नुकताच एक अर्ज गेला आहे म्हणे. ईश्वरसाक्ष सांगायचे तर त्यांच्या दुरुस्तीचा निम्मा खर्च तरी मला दिला पाहिजे. दात्यांची दारे पाहता पाहता कितीतरी व्हाणा निजधामाला गेल्या. चांभाराकडे नवे जुते घ्यायला गेले की तो म्हणतो 'पायात काटे आल्यात अक्षी!' घड्याळाच्या लंबकासारखा न फिरता तीरासारखा चाललो असतो तर एवढ्या अवधीत पृथ्वीप्रदक्षिणेचे पुण्य खास पदरी पडले असते. पण कुरकुर करून काय उपयोग? हे आलेच आमच्या कर्णमहाराजांचे शिबिर. (तोंडावर उसने हसू आणून) मी - मी - त्या वर्गणीसाठी आलो आहे... असे झाले काय रडायला नन्नाशेट?... अशौच आहे म्हणता?... तुमच्या दत्तक मुलाच्या सावत्र आईच्या जुळ्या बहिणीची नव्वद वर्षांची आजी काशीला वारली? काय करणार? 'मृत्यू न जाणे लहान-थोर', 'मरे एक त्याचा दुजा शोक वाहे.' बरे, आठ दिवसांनी येईन... तोपर्यंत दुसरे सुतक येणार आहे म्हणता? (स्वगत) या सुतकांच्या चक्रव्यूहातून याची आठ आण्याची अगडबंब देणगी बाहेर कशी पडणार? (घराबाहेर येऊन) ३६ सुतके शोधून काढायला हा बहाद्दर काही कमी करणार नाही. करणार काय? हिंदुस्थान पडला अफाट देश! कोणी ना कोणी दररोज मरतोच. देशबांधव या नात्याने त्याचे सुतक धरण्याचा उदारपणा नन्नाशेटखेरीज कोण दाखवणार? (दुसऱ्या घरात शिरतो. आरामखुर्चीवरील गृहस्थाच्या उघड्या डोळ्याचा ड्रॉप एकदम पडतो. झपतालावर घोरणे सुरू होते) (स्व.) त्या दात्यांनी तर आमच्याकडे डोळेझाकच केली. एखादा ऋणको आता आला तर वळसे बसल्याप्रमाणे स्वारी खडबडून जागी होईल. वर्गण्यांना भिणारे हे लोक क्लोरोफॉर्म का जवळ ठेवत नाहीत देवाला माहीत. (मोठ्याने खाकरतो. आरामखुर्चीवरील माणुसकी नसलेला मनुष्य शुकशुक करतो.) निदान मांजर आल्याची खूण तरी या स्वारीला पटली. (पुन्हा खोकतो;

निद्रित गृहस्थ 'हडी हडी' करतात.) मांजरावरून कुत्र्यापर्यंत तर मजल मारली, आता भुंकायला काही हरकत नाही. रावसाहेब, अहो रावसाहेब, (स्वगत) वर्गणी हे झोप येण्यावरले अगदी रामबाण औषध आहे. (प्र.) काकासाहेब, अहो काकासाहेब (स्व.) नाटकातल्या कुंभकर्णालादेखील आपल्या सोंगाची बतावणी इतकी साधत नसेल. (काकासाहेब आळेपिळे देतात व डोळे किलकिले करून पाहतात.) त्या वर्गणीसाठी आलो आहे... आणखी चार दिवसांनी येऊ म्हणता? ठीक आहे. हातात असतील तेव्हाच कुणीही देणार! (बाहेर येऊन) हातात असेल तेच पाठीत दिले नाही म्हणजे मिळविली. काय करतील बापडे! तिजोरी दुथडी भरून चाललेली असते. यांच्याकडले रुपये वसूल करायला यांच्या हातात पैसे केव्हा येतात हे पाहण्यासाठी दरमहा पन्नास रुपयांचा मनुष्य पाळतीवर ठेवला पाहिजे. (तिसऱ्या घराच्या दारात एक पिकल्या मिशांचे गृहस्थ तंबाखूचा बार भरत असलेले दिसतात.) मी त्या वर्गणीसाठी आलो आहे ... हे देऊ काय तुम्हाला? (स्वगत) स्वत:ला ऐकता येत नाही मग हा दुसऱ्याचे काय ऐकणार? राक्षसपार्ट्याच्या आवाजाने बोललो तर दहातला एक शब्द याला कळणार नाही. (प्र.) व-र्ग-णी! पर्वणी कसली आली हे तुम्हाला सांगू म्हणता? (स्व.) केली ना वर्गणीची पर्वणी! दानाचे पान, मरणाचे वरण आणि माईंचे बाई असेच ऐकू यायचे!... आपल्या जाणत्याला विचारून सांगतो म्हणता? ठीक आहे! वडील माणसांच्या आज्ञेबाहेर न वागणे योग्यच (रस्त्यावर येऊन) या बुड्ढ्याचा जाणता मुलगा शोधायला गेले पाहिजे मसणवटीत! कलावंतिणीच्या गाण्याच्या वेळी नाही घेत जाणत्याचा सल्ला! जाणता म्हणजे पाखरांना भिववणारे शेतातले बुजगावणे! (चौथ्या घरात प्रवेश करून) मी वर्गणीच्या वसुलीसाठी आलो आहे... माझे काम फार स्तुत्य, अत्यंत योग्य, अतिशय अनुकरणीय, अतीच अभिनंदनीय असे आपण म्हणता, पण मी तर काय माझे कर्तव्यच करतो आहे. बरे वर्गणी ...छे! छे! चहा नको मला! माझ्यासारख्याचे पाय कधी घराला लागणार म्हणता? अहो, माझ्या पायाला सोने थोडेच लागले आहे... बरे वर्गणी... आज सवड नाही म्हणता, सवडीने द्या म्हणजे झाले! (बाहेर येऊन) माझे पाय पुन्हा घराला लागावे म्हणून वर्गणी दिली नाही वाटते. सगळे एका माळेचे मणी! एक सांगतो घातवार आहे. दुसऱ्याचा घात करण्याचा वार असला तर देणगीसारखे सत्कृत्य त्या दिवशी करणे कसे शोभेल? दुसरा सांगतो, आई जेवायला बसली आहे. जणू काय पैसे दिले की तिच्या पोटात माशी जाणारच! तिसरा म्हणतो सकाळची वेळ आहे. सकाळी भवानी, दुपारी वामकुक्षी आणि तिन्हीसांजा लक्ष्मी घरात येण्याची वेळ. मिळून काय वाटाण्याच्या अक्षता! म्हाताऱ्याला विचारले म्हणजे तो मुलावर ढकलतो आणि मुलाला विचारले की तो म्हाताऱ्यावर सोपवितो. केवढे पुत्रप्रेम आणि केवढी आज्ञाधारकता (पुढून एक गृहस्थ येतात

त्यांना) मी आपल्याकडेच यायला निघालो होतो... तुम्हीही माझ्याकडेच निघाला होता? वर्गणी चुकती करायला वाटते?... आपले दिवाळे निघाले म्हणता; मग संस्थेचे पैसे?... सुईमागून दोरा! वा, अहो गरीब संस्था... (दिवाळखोर 'मीही गरीब'च म्हणतात) (स्वगत) वर्गणी द्यायचे तर लांबच राहिले. गोळा केलेले पैसे मात्र समुद्रास्तृप्यन्तु झाले. बरा धोंड्या शनिवार भेटला संस्थेला. (रिकामे खिसे व भरलेले डोळे अशा थाटात जातात.)

◆

अध्याय १६वा

'आखाड' सासू

जीव विटवला बाई या सुनेने! काय पण पायगुण बाईचा! हिचे पाचपरतावण झाले नाही तोच शेजारच्या किरिस्तावणीचा नवराच मेला! बापडी घटका घटका गोष्टी सांगत बसे; पण हिचे पाऊल आमच्या घरात पडल्यापासून तिच्या घराचे वासे फिरले न् तिने आमचे घर वर्ज्यच केले. पहिलीवहिली सून म्हणून अपूर्वाईने दररोज वेणी घालू लागले तर साऱ्या गावात दवंडी की सूनबाईंची मानच सासूने मोडली म्हणून! तरी बरे, ओटीवर बसून नवरोपंत आले की नाही हे मान वळवून अजून बघता येते! न् हे नवरे तरी कसले बाईलवेडे! आईने काही सांगितले की एक एक डोळा एवढा करतात; पण बायको पुढे आली की झाले यांचे डोळे नाजूक! आईवर हात उगारतील; पण सदा न् कदा बाईलेच्या मुठीत! मला तर वाटते की आमची सूनबाई मागच्या जन्मी फौजदार होती न् चिरंजीव होते भित्रे भामटे! काय तरी बाई रीत! पुरणपोळीपुढे वडा, पळीपुढे चमचा न् बायकोपुढे नवरा असे कुणी म्हटले तर काही खोटे व्हायचे नाही... काय आणलेस ते दुर्गे? मुलीचे फोटो का काय म्हणतात ते?... या मुली आमच्या बाबूला चालून आल्या आहेत. चालून काय येणार या नाजूक नारी? पोष्टाने आल्या असतील? (पहिला फोटो पाहत) इश्श बाई! चक्रासारखी वेणी सोडून शंकरासारखा जुचडा काय बांधला आहे या मुलीने. मला वाटते मानेवर आवाळूबिवाळू झाले आहे की काय? मला बाई बुचड्याच्या मोदकापेक्षा वेणीची चकलीच आवडते. कुलवंताच्या मुलींनी चांगली केस दुखेपर्यंत वेणीच घालावी! (दुसरा फोटो निरखीत) काय पण बारीक टिकली लावली आहे कुंकवाची! कुठली मुलगी ही दुर्गे?... कवलापूरची! कवलापूरला कुंकू सोन्यापेक्षाही महाग आहे वाटते. पण कचत्यांची विटकर तरी पाण्यात कालवून लावायची होतीन्. कुंकू कसे दुड्या पैशासारखे लावावे. हे कसले पैचे कुंकू! या बारीक टिकल्यांनीच बाई लहानपणी नवरे मरू लागले. कपाळभर मळवट लावीत तेव्हा प्रत्येक बायको भरल्या चुड्यांनीच जात असे. पण आता बघावे तो सगळेच उलटे! (तिसऱ्या फोटोचे परीक्षण करीत) या मुलीचे आडनाव लीलावती पंडितच असले पाहिजे... बघतेस काय माझ्याकडे बावळटासारखी? अगं सांजपणासारखी जाड जाड चार पुस्तके घेऊन बसलेली

मुलगी पंडिताखेरीज दुसऱ्या कोणाची असणार? मला तरी बाई नवलच वाटते या पोरीचे! बघावे तेवढ्या मुली बुके वाचतात. पापड लाटणारी, हलवा करणारी, अंगण सारवणारी, अगर भाकऱ्या भाजणारी मुलगीच या फोटोवाल्याला मिळत नाही वाटते? असली मडम माझ्यासारख्या अडाण्याची सून काय होणार? सासूने म्हटले 'बस' की ती म्हणणार 'यस'! पत्रावळीला बुकाची पाने न् करंज्या तळायला तेलाच्याऐवजी शाई चालती तर मी ही सून करून घेतली असती. पण असल्या सुनेला वाढ म्हटले की पाहुण्याच्या मुकट्याच्या वहीवर पळीच्या दांड्याची लेखणी करून शिताची अक्षरे ही लिहिणार! ती राधामावशीची शिकलेली सून मुसळ आणायला सांगितले की सुयांची बाटली उलथीपालथी करून बघते; आणि भाकरी भाजायला सांगितले की चुलीवर भाकरी टाकून वर तव्याचे झाकण घालते. सुना कसल्या या? गळफासच! (चौथ्या फोटोकडे टक लावून) ही काय लग्नाची मुलगी! दुर्गे, मुलीच्या आईचा फोटो नाही ना चुकून आला? की खाण तशी माती म्हणून अंदाज कळायला आईचाच फोटो पाठविला? बाई, बाई, बाई, शर्थ झाली हं लोकांची! ही चांगली दोन मुलांची आई दिसते न् हिचे म्हणे लग्न व्हायचे आहे. मग केसाच्या अंबाड्या झाल्यावरच का लग्न करीत नाहीत एखाद्या टकल्याशी? अष्टपुत्रा होण्याचे हिचे वय झाले न् हिला अष्टपुत्री नेसविणार कसली डोंबलाची... काय म्हणतेस आपल्या बाबूचे तिसरे लग्न आहे? असेल! पण हिचे तर तिसरे नाही ना? दरवर्षी गणेशचतुर्थी येते म्हणून नवी नवी पक्वान्ने करण्याचे कुणी सोडले आहे? माझा बाबू आहे छत्तीस वर्षांचा; म्हणून अर्धांगी काय अठरा वर्षांची घोडनवरी करायची? जोडपे कसे लक्ष्मीनारायणासारखे शोभले पाहिजे. दहा वर्षे म्हणजे डोक्यावरून पाणी गेले! घोडनवऱ्या केल्या की सासूची त्यांना कदरच वाटत नाही. माझ्या बाबूला कशी चुणचुणीत बायको हवी! नाव घेताना नवरीने लाजले पाहिजे; पण असल्या आजीबाई काय घडाघड नाव घेऊन दाखवतील. परवा कुठल्याशा लग्नात नवऱ्याची विडी तोडायला सांगितले तेव्हा बायकोने म्हणे काडी पेटवून लाविली विडीला! नवराही बैलोबा, झाला खूश! असला गाढवांचा गोंधळ मला नाही अणुमात्र खपायचा! सूनमाणसाने आपली मर्यादा राखली पाहिजे. चुलीपुढले पोतेरे हातरुमाल म्हणून काही पुरुषमाणसांच्या हातात द्यायचे नाही. (सून येते) आमच्या या सूनबाईंचा मुखचंद्र नवरोपंतांना आवडला. मीही दिला गालावर चुरचुरीत डाग! चंद्रावर डाग नसला तर तो चंद्र कसला? काही नाही. सासूने तापलेले उलथने हाती धरले की संसार कसा सुतासारखा सरळ चालतो. (सासूबाई एकदम गडबडीने उठतात. बहुधा नव्या सुनेसाठी नव्या भक्कम उलथन्याची 'ऑर्डर' देण्यासाठीच त्या उठल्या असाव्यात!)

◆

अध्याय १७वा

वैद्यराज नमस्तुभ्यम्

तू माझा अगदी जानी दोस्त म्हणून सांगतो हं! दशावतारी खेळात तू सरस्वतीचे सोंग घेत होतास न् मी शंखासुर होत होतो. अरे, वैद्य झाल्यावर शंखासुर शंखवटीचे भस्म करू लागला एवढेच! शंखासुर ओरडू लागला की बायाबापड्यांच्या डोळ्यावरील झोप दूर होई, एवढेच नव्हे तर गस्तवाले पोलीसही जागे होत!... वैद्य कसा झालो म्हणतोस? हे बघ, मला बाटलाबाईचा नाद शंखासुर असतानाच जडला. अरे, प्रत्यक्ष शुक्राचार्य पिंपेच्या पिंपे फस्त करीत, मग शंखासुराची रे काय कथा? हे तांबडे पाणी पिता पिता माझे पोट झाले तांबड्या समुद्रासारखे! डोके खाजविले तेव्हा रिकाम्या बाटल्यांचा उपयोग काय करावा ते सुचले. झाले, एका रात्रीत पिशाच्चशास्त्री झालो न् लागलो भुतांना बाटल्यात कोंडायला. पण ती अलीकडची भुते बाटल्यांना दाद देतात थोडीच! भुते बघायला लोक आले म्हणजे बूच काढावे तो भुताने पोबारा केलेला! वायू काही आपल्या बऱ्यावर नाही म्हणून मग वळलो द्रवाकडे. एका बाटलीत भरले गटारातले पाणी न् वर मारली चिठ्ठी 'अमृतसागर' म्हणून! अरे, या समुद्रात बुडण्यासाठी दररोज दहा-पाच पाणबुडे येऊ लागले! मग घटकेत लठ्ठ होण्याचा एक पेटंट उपाय काढला. कोटावर कोट घालणे अगर अंग सुजेपर्यंत ठोक देणे ह्या नाही हं। मग हिमालयातील काही औषधी आणून 'मदनमंदिरा'चा दिला बार उडवून... हिमालयात कधी गेलो होतो? असेच एके दिवशी मला स्वप्न पडले की मी मेलो म्हणून. अशा तऱ्हेने कैलासवासी झाल्यावर हिमालयात हिंडायला काय हरकत! हरिश्चंद्राने जसे स्वप्नातले दान खरे केले त्याप्रमाणे स्वप्नातले हिमालयगमन मीदेखील खरे मानले!... औषधी कुठल्या म्हणतोस? नास्तिमूलमनौषधम्. अरे मुळ्याचा पाला, टाकळ्याची भाजी, फार काय शेवाळेदेखील माझ्या औषधाला चालते. (एक मनुष्य येतो)... काय बाळंतीण अडली आहे म्हणता? (स्वगत) विळी नेली तर! पण डॉक्टर लोक काही विळी नेत नाहीत. आता कसे करावे? (प्रकट) तुम्ही एक गाढवाचे पोर आणा... असे बघता काय टवकारून? बाळंतीण अडली आहे ना? गाढवाचे पोर आणून त्याचे पाय धरायला तिला सांगा की सुटका झालीच म्हणून समजा. अहो वेदांतच सांगितले आहे ना की 'अडला हरी न् गाढवाचे पाय

धरी' (स्वगत) वेळ तर मारून नेली... काय म्हणतोस दोस्त, 'हरी' शब्द पुल्लिंगी की स्त्रीलिंगी? वैद्याला व्याकरण काय करायचे आहे रे. अरे व्याकरण न शिकताच औषधाला पैसा नाही अशा स्थितीतून पैशाला औषध नाही अशा स्थितीपर्यंत आले की नाही? हे तुमचे डॉक्टर न् आयुर्वेदिक लोक परीक्षा पास होण्यासाठी फुकट मरतात. वैद्यकी चालायला मनुष्याच्या शरीरात हाडे किती आहेत हे माहीत असण्यापेक्षा जिभेला हाड नसते, हे माहीत असले म्हणजे झाले. रोग्याच्या डोळ्यांत धूळ टाकण्याऐवजी अभ्यासाने स्वत:ची डोळेफोड करणारे महामूर्ख! न् सामान तरी किती महागाईचे घेतात. लेखणीचा थर्मामीटर न् मेलेल्या दिवडाचा स्टेथॉस्कोप फार थोड्या खर्चात होतो. (एक गृहस्थ येतो)... काय त्या औषधामुळे वायू झाला म्हणता? 'वायू म्हणजे वारे! वारेबिरे संचारले असेल एखाद्या देवाचे. तुम्ही देवाकडेच चौकशी करा. (स्वगत) मारुतीला गाऱ्हाणे घाला म्हणजे तो आपल्या बापाची समजूत घालील, असेदेखील दडपून द्यायला काय हरकत आहे?... मी या खेड्यात का येऊन राहिलो? अरे, शहरात कुणी ना कुणी डॉक्टर, वैद्य मिळतोच! पण

'जे का रंजले गांजले । त्यासि म्हणे जो आपुले ।
तोचि साधु ओळखावा । देव तेथेचि जाणावा।'

हा तुकोबाचा अभंग माझ्या बाटल्यांना या खेड्यातून बाहेर जाऊ देईना. (स्वगत) कुणी मेलाबिला तर केस होण्याची भीतीही नाही. (प्रकट) या माझ्या मात्रा बघ, कवित्वाचा रोग झालेल्यांनादेखील चालतात. ही पहा माझी भूतशेखर मात्रा. हिच्या चांगुलपणाबद्दल अनेक भुतांची सर्टिफिकिटे मिळाली असून, ती मी लवकरच छापून प्रसिद्ध करणार आहे. माझी भस्मे तर अशी आहेत की त्यांच्या सेवनाने अग्नि प्रदीप्त होतो. (दोस्त 'चितेचा वाटते' असे पुटपुटतो) हे परिसभस्म खाणारा लोखंडासारखा काळा असला, तरी भस्म खाताच सोन्यासारखा पिवळाधमक होतो... रक्त आटून पंडुरोग होतो की कावीळ होते म्हणतोस? छे, अशी थट्टा काय करतोस? माझी चूर्णे तर विलक्षण गुणकारी आहेत. एका रोग्याने ते दोन सप्तके घेतले तोच बायकोच्या डोक्याचे चूर्ण करण्याची शक्ती त्याला आली. मी आता एक मोठा कारखानाच काढणार आहे. सर्टिफिकिटे काय मोठमोठ्यांची आहेतच. 'यदा यदाहि धर्मस्य ग्लानिर्भवति भारत । अभ्युत्थानमृधर्मस्य तदात्मानं सृजाम्यहम् ।' हे श्रीकृष्णांनी माझ्या औषधाविषयीच म्हटले आहे. (एक मनुष्य धापा टाकत येतो) तुम्हाला काय दम्यावरले औषध पाहिजे की पायबंद घालण्याचे चूर्ण पाहिजे... अगदी नाकाशी सूत धरले आहे म्हणता? (स्वगत) स्वारी बहुधा याच सुताने स्वर्गाला

जाणारसे दिसते. (प्रकट) मी औषध देतो; पण पुढे होईन, मागे होणार नाही... मागे-पुढे करू नको तर काय करू? परवाच एकाला औषध दिले. तत्काळ खांदा देण्याबद्दलही आग्रहपूर्वक आमंत्रण आले. गेलो तो पिछाडी सबंध सांभाळावी लागली. खांदे अजून ठणकत आहेत. म्हणून म्हणतो की, मी औषध देईन. पण पुढे होईन, मागे होणार नाही. (आलेले गृहस्थ 'वैद्यराज 'नमस्तुभ्यम् यमराजसहोदर' हा स्तोत्रपाठ करीत निघून गेले.)

◆

अध्याय १८वा

शास्त्राद्रुढिर्बलीयसी

वा घोंगडेशास्त्री! कुणवटाच्या घरचे लग्न ते काय आणि त्याचा बाऊ कसला करता? अहो, लग्नाचे मंत्र पाठ येत नसले, तरी 'नवरा मरो नवरी मरो भटाचे दक्षिणेशी काम' हा महामंत्र मुखोद्गत करा म्हणजे झाले... अरे रडतराउता, लग्न म्हणजे काय लढाई आहे? पाळण्यातली पोरे लग्न लावून जातील! लहानपणी धुळवड खेळला आहेस ना? झाले! कुंकवाच्या धुळीत तांदळाची पोरे लोळीव. चिलमीवर निखारा ठेवता येतो ना? ठीक तसाच मंत्राग्नि-म्हणजे मंत्रपूर्वक पेटवायचा अग्नि हं - पेटीव. पाण्यात घटका भरली म्हणजे बायको ज्या सुरात रडते त्या सुरात 'सावधान' म्हणून ओरड म्हणजे झाले!... मंत्र कसले तुझ्या कपाळाचे! 'शांताकारं भुजगशयनं' तरी येते की नाही? (घोंगडेशास्त्री नाही म्हणतात, पण त्यांचा नकार विनयदर्शकच असावा!) बरे, बारा एके बारा, बारा दुणे चोवीस हे तात्या पंतोजीने शिकविलेले मंत्र तरी यात आहेत ना? नसले तर अंकलिपी घेऊन जरा चाळत बैस जा! अरे मी एक लग्न तर 'गरुड पुराणा'वरच उरकले. (एक गृहस्थ येतात; त्यांच्या फाटक्या जोड्यावरून ते उपवर मुलीचे बाप आहेत हे एखादा आंधळाही सांगू शकेल)... आमचे गोत्र म्हणता? गरिबाला कसले आले आहे गोत्र? गरिबाला मुलगा झाला म्हणून गोत्र थोडेच असायचे आहे! (सगोत्राची भीती वाटत असलेला गृहस्थ विगोत्र पाहून पळ काढतो.) अरे, महाबळभट, आज त्या नायकिणीच्या घरी सत्यनारायण आहे. पाच शेरांचा शिरा करून ने, पण विचारले तर दहा शेरांचा आहे म्हणून सांग. आणि त्या सटवाईचा नवस फेडायचा राहिला आहे म्हणे. एक नारळ न् चार आणे घेऊन जा. नारळाचा बोंडाच घे; देवाजवळ काय कोयता असतोच फोडायला असे नाही. (हसत) पोटात कावळे ओरडू लागल्यामुळे देवाने नारळ गिळला आणि तो मोठा असल्यामुळे घशात अडकला तर बाट्याला बोलावण्याची पाळी येईल. पैसेही चांगले गुळगुळीत घे हं. मऊ मनुष्य देवाला आवडतो म्हणे. (स्वगत) मघाशी त्याने 'गोत्र' विचारलेन्, ते संध्येत सांगतात ते तर नव्हे ना? नाहीतर माझ्यावाचून गावातला पाळणा हलत नाही आणि चिता पेटत नाही, असे असताना मला गोत्र माहीत नाही असे ठरायचे! चावडीवर दरवडा! (एक म्हातारी

बाई येते)... तुझे वासरू चुकले आहे म्हणतेस. असेल कोंडवाड्यात नाहीतर कसाईखान्यात!

(म्हातारी चार आणे पुढे ठेवते)... तुझे वासरू घराच्या पश्चिमेला जो माड आहे त्याच्या उत्तरेला गेले असून, सध्या वाट चालत आहे. (स्वगत) कदाचित परलोकाचीही असेल! (प्र.) ज्याच्या तोंडावर देवीचे सर्वांत जास्ती व्रण आहेत अशा ब्राह्मणाला तीन एकादसव्या सांगितल्यास तर ते तुला सापडेल. (स्वगत) माझ्या तोंडाला कोनाडे पाडून देवी चालती झाली. आता तरी बघावे देवीचे फळ मिळते की नाही! (म्हातारी जाते.) आमच्या शेजारच्या या शिखानष्टाची शेंडी एकदा पकडली पाहिजे. म्हारांना शिवतो न् आम्हाला शिवून सगळीकडे विटाळ कालवतो. मोठा आला आहे सुधारकाचा बाप (शिखानष्ट येतात व लगट करून बसू लागता.) हा, हा, अरे बाबा, शिवशील मला... आम्ही माडी चढलो नाही तर माडी प्यालो म्हणून काही बाटग्या सुधारकाला शिवणार नाही. अरे, जरी ब्राह्मण झाला भ्रष्ट तरी तिन्ही लोकी श्रेष्ठ! (एक चांभार येतो) चांभाराच्या देवाला खेटराची पूजा पाहिजे. काय रे चांभारा! पुढे पुढेसा येतो आहेस? शाप देऊन भस्म करीन! हा माझा भस्माचा डेरा पाहा म्हणजे माझ्या क्रोधाग्नीला आजपर्यंत किती धर्मभ्रष्ट बळी पडले आहेत ते तुला कळेल... तुझ्या नव्या घराची वास्तुशांत करायची आहे म्हणतोस? शंभर रुपयात पुराणोक्त, दोनशेत कुराणोक्त, तीनशेत वेदोक्त आणि चारशेत बायबलोक्त करीन. शेवटची बरी, कारण 'यथा राजा तथा प्रजा' असेच की नाही? (चांभार जातो. शिखानष्ट पोट धरधरून हसतो.) काय हसता राव! अरे बाबा, आम्ही पडलो विष्णुभक्त. जिथे लक्ष्मी तिथे विष्णू आणि जिथे विष्णू तिथे आम्ही! सकेशेच्या हातात भरीव गोठतोडे असले तर तिच्या हातचे अन्न घ्यायला हरकत काय? गरिबांनी प्रौढ विवाह करू नयेत. पण श्रीमंतांच्या मुलींची स्वयंवरेच झाली पाहिजेत. कारण त्यात प्रायश्चित्ताच्या रूपाने आमचे हात ओले होतात. तू काल म्हाराला शिवला होतास म्हणून मी आज तुझी सावलीदेखील घेणार नाही. पण उद्या म्हाराच्या पंक्तीला जेवून जर जहागीर मिळत असेल तर हाच पठ्ठ्या ती पटकावणार! अरे, आहेस कुठे? शास्त्राद्बुद्धिर्बलीयसी!

◆

गाढवापुढे गीता

अध्याय १ला

नाही-होय करता करता नरसोबाच्या वाडीला जाण्याचे मी कबूल केले. काशी, गोकर्ण, रामेश्वर, द्वारका वगैरे तीर्थयात्रा करायची आमच्या आजीला कोण हौस, पण तिच्या नातवंडांना हीच नावे ठेवून मी तिची तीर्थाची तहान आतापर्यंत घरच्या घरीच भागवली होती. पण आता म्हातारी मुळीच ऐकेना. म्हातारीला एकटीला पाठवावे तर 'म्हातारी गेल्याचे दुःख नाही; पण काळ सोकावतो' हा अनुभव डोळ्यांपुढे उभा राहू लागला. सावंतवाडी संस्थान, वेंगुर्ले वगैरेचा भूगोल डोळ्यात तेल घालून पाहिला; पण म्हातारीचे समाधान होईल असे शोधून त्यात सापडेनाच! शेवटी काशीचे लग्न अगर गोकर्णाची मुंज परस्पर नरसोबाच्या वाडीलाच उरकावी व अशा रीतीने होणाऱ्या बचतीत म्हातारीची नरसोबाच्या वाडीची तीर्थयात्रा पार पाडावी असे मी ठरविले. शिवाय परदेशी स्वराज्याकरिता जाणाऱ्यासाठी फंड गोळा केले जातात तसा परलोकी (कारण देवाची गाठ इहलोकात कशी पडणार?) स्वधर्माकरता जाणाऱ्या धर्ममार्तंडासाठीही पैसा गोळा होईल असाही मी कयास केला. कऱ्हाडा ब्राह्मण म्हणजे वडाचे झाड! त्याच्या पाळ्यामुळ्या किती लांबवर पसरलेल्या असतात याची कल्पनाही इतरांना करता येणार नाही. आपल्या सर्व नातलगांकडे आमचा तीर्थयात्रेचा कार्यक्रम पाठविला की पुण्यसंपादनार्थ त्यांच्याकडून फूल नाही फुलाची पाकळी येणारच ही माझी पक्की खात्री. पण सर्वांना तीर्थयात्रेचा सविस्तर बेत कळवायचा म्हणजे यात्रेचा निम्मा खर्च पोष्टांच्या तिकिटांनाच लागायचा. शिवाय माझे हस्ताक्षर फारसे चांगले नसल्यामुळे (मोठ्या मनुष्यांची हस्ताक्षरे चांगली नसतात हे सर्वांना माहीत आहेच) माझ्या पत्रात काय मजकूर आहे हेच अनेकांना कळणार नाही, अशी मला भीती वाटू लागली. शेवटी आमच्या यात्रेच्या कार्यक्रमाच्या हजार प्रती छापून घ्याव्या; कारण छपाईचा खर्च छापील मजकूर बुकपोस्टने पाठवायला मिळाल्यामुळे भरून निघणार अशा दूरदृष्टीने मी खालील कार्यक्रम लिहून काढला.

श्री

श्री केशवाय नमः पासून श्रीकृष्णाय नमः पर्यंतच्या संध्येतल्या सर्व नावांना नमः

जाणार! जाणार! जाणार!
कुठे? कोण?? कधी?

अखिल विश्वातील, चराचर ब्रह्मांडातील किंबहुना दक्षिण महाराष्ट्रातील अत्यंत पवित्र क्षेत्र जे नृसिंहवाडी (इथेच हिरण्यकशिपूचा वध झाला, त्याला फाडणाऱ्या नरसिंहाची नखे अद्यापी येथे दृष्टीला पडतात असे म्हणतात) त्याची यात्रा करून म्हाताऱ्या आजीला संतुष्ट करणे, घाटावरच मिळणाऱ्या ओला हरभरा, मळीतील वांगी वगैरे वस्तूंचा आस्वाद घेऊन जिव्हेच्या ज्ञानात भर घालणे, कृष्णेत स्नान करून गुरूमाउलीच्या पाया पडणे व नरसोबाच्या वाडीला जाऊन येणे या चार हेतूंनी प्रेरित होऊन पुढील महिन्यात तीर्थयात्रेचे प्रस्थान ठेवणार आहे. या तीर्थयात्रा कमिटीची रचना खालीलप्रमाणे केली आहे.

१. आजीबाई - बोलण्याचे खाते
२. मी - परराष्ट्रीय (इतर वाटसरू वगैरे) खाते
३. सौ. 'मी' - भात-आमटी खाते
४. गुंडू व पुंडू - दंगा खाते
५. चि. काशी व द्वारका - सौ. 'मी'च्या खात्यात
६. श्री. चिंतोपंत - युद्ध खाते
७. मोत्या कुत्रा - पोलीस खाते

महत्त्वाच्या गोष्टी

१. कृष्णेत स्नान, देवळात दर्शन व उपाध्याय यांच्या घरी जेवण होणार असल्यामुळे या यात्रेत त्रिस्थळी होणार आहे.
२. प्रेक्षणीय स्थळे - रस्त्याच्या उजव्या अगर डाव्या बाजूला जी जी दिसतील ती.
३. पाहायची गावे - सदर्न मराठा रेल्वेच्या गाइडमध्ये बेळगावपासून मिरजेपर्यंत असणारी स्टेशने.
४. पुण्यक्षेत्रे -कृष्णेवरील कुडचीचा पूल व नरसोबाची वाडी.

पुरी - सप्तपुऱ्यांचा योग या यात्रेत येईल असे वाटत नाही; करिता फक्त श्रीखंड-पुरी व बासुंदी-पुरी हीच पदरात पडतील.

हा प्रवास निश्चितपणे पार पडणे कुलस्वामिनी महालक्ष्मी हिच्या कृपेवर व त्यांचेपेक्षाही अधिक गाडीवाला व इंजिन ड्रायव्हर दारू न पिणारे असे मिळण्यावर अवलंबून आहे. यात्रेहून परत येताच बुक्का व लाह्या आपणाकडे व्ही.पी.ने पाठवून देऊ. व्ही.पी.ला मनिऑर्डरपेक्षा अधिक खर्च येतो. तेव्हा पैसा म. ऑर्डरने पाठवण्यातच आपला फायदा आहे.

तीर्थप्रसादाचे मूल्य

१. बुक्का - गंधाच्या टिकलीएवढा १ रु. / उभ्या गंधाएवढा ५ रु. नोट.
आडव्या गंधाएवढा १० रु.ची नोट

२ लाह्या - मोठे दाणे पैशाला एक / लहान दाणे दोन पैशांना तीन
शेकडा १ रु. (शेकडा आंब्याचा, लिंबाचा अगर नारळाचा नव्हे)

ता.क. पाच रुपयांवरील प्रसादास शेकडा दहा टक्के कमिशन दिले जाईल.

छापील कार्यक्रम रवाना होताच घरात निघण्याची तयारी सुरू झाली. घरातील देव बरोबर न्यावे किंवा नाही याचा आजी विचार करू लागली. सौभाग्यवती जायच्या दिवशी करायच्या पिठले, भाताकरिता हरभरे दळू लागली. चि. गोकर्ण व रामेश्वर (गुंडू व पुंडू) हे शाळा चुकणार म्हणून आनंदाने बेहोश होऊन गेले. चि. काशी व द्वारका यांच्यात घरात असलेली एकच रेशमी चोळी कुणी घालावी याबद्दल मारामारी सुरू झाली. मोत्या कुत्रा नरसोबाच्या वाडीला आपल्याला मोठा मान मिळणार (आमच्या घरातील दत्ताच्या फोटोतील कुत्री त्याने पाहिली होती) या कल्पनेने शेपूट सारखं हलवू लागला. श्री. चिंतोपंत जुनी साहेबी टोपी पैदा करण्याच्या उद्योगात गुंतले. मीही घरातील कुलपांच्या किल्ल्या शोधण्यात दंग होऊन गेलो.

विरजणाच्या फडताळात, लोणच्याच्या बरणीत व गोकर्णाच्या सर्व पदार्थसंग्रहालय असलेल्या खिशात मी किल्ल्या शोधल्या, पण व्यर्थ. घराबाहेर जाऊन इतका शोध केला असता तर एखादे नवे खंड खास सापडले असते. द्वारका अगर रामेश्वर रडू लागली की सौभाग्यवती तत्काळ त्यांच्या तोंडाला कुलूप घालते हा अनुभव असल्यामुळे तिचीही झडती घेतली. पण किल्ल्या परमेश्वराप्रमाणे अदृश्यच राहिल्या.

शेवटी कंटाळून जाऊन वडिलांच्या वेळचे कागद धुंडाळू लागलो. गणेशचतुर्थीच्या सामानाच्या याद्या, पंचनामाचा अर्धामुर्धा भाग, राजश्रिया विराजित सकलगुणालंकरण या मालगाडीच्या पुस्त्या, इतके देश जिंकल्यानंतर एक रूळवजा पुडके हाती लागले. उघडून पाहतो तो माझी सूक्ष्म फलदर्शक आयुष्यपत्रिका! पत्रिकेत सूक्ष्म फळे दिली असल्यामुळे किल्ल्या कोठे सापडतील हे तिच्यावरून कळणार, या भावनेने मी ते वाचू लागलो. पुढील महिन्यात तीर्थयात्रेचा योग असणार या आशेने डोळे लावले तो 'गंडांतर' हा शब्द दृष्टीला पडला. अरे बाप रे! गंडांतर!

◆

अध्याय २रा

'गंडांतर' ही अक्षरे दृष्टीला पडताच मी जे डोळे मिटले, ते उघडण्याची मला छातीच होईना. आजीला मी झीट येऊन पडलो असे वाटून ती लगबगीने कांदा घेऊन आली. तिने नाकाशी कांदा धरताच माझ्या तोंडाला मात्र पाणी सुटले. माझ्या प्रिय कंदर्पाचा विरह होऊन चातुर्मास होत आला होता. पण इतके दिवसांनी कांदा दृष्टीला पडताच तोंडाला जो गहिवर आला, त्याचा आजीने निराळाच अर्थ केला. मला नुसती झीट अली नसून तोंडाला फेसही आला असे तिला वाटले व तिने कापऱ्या स्वराने चिंतोपंतांना हाक मारली. चिंतोपंत एका किरिस्तावाकडून आदितवारी परत देण्याच्या बोलीने आणलेली साहेबी टोपी हातात घेऊनच आत आले. त्यांनी माझ्याकडे पाहताच 'आता बाजारात जाऊन कांद्याचे पोते घेऊन येतो' असे आजीला सांगितले. सुंबाल्या ठोकण्याची चिंतोपंतांची ही युक्ती पाहून मला मनातल्या मनात हसू आले. इतक्यात सौभाग्यवतीने कातून ठेवलेले खोबरे व कातावून दिलेले धपाटे खाऊन गुंडू धावतच आला व त्याने एकदम माझ्या गळ्याला मिठी मारली. मी तत्काळ डोळे उघडले आणि आजीचा जीव भांड्यात पडला.

पण गंडांतर टाळण्याला उपाय काय करावा हेच सुचेना. इंग्रजी राज्यातले वॉरंट गोव्याच्या हद्दीत पाऊल टाकून चुकविता येत असले, तरी शनीच्या वक्रदृष्टीबाहेर असलेले गाव या पृथ्वीवर कुठून असणार? या आकाशातल्या ग्रहांची ब्याद चुकवायला आकाश-पाताळ एक केले पाहिजे म्हणून मी आमच्या गावच्या पाताळेश्वर देवाला नवस करायला सुरुवात केली.

'बा देवा पाताळेश्वरा, तू न्यायी आहेस हे सर्व जगाला माहीत आहे. कारण न्यायकचेरीच्या बाहेरच तुझे देऊळ आहे. कोर्टात साक्ष द्यायला जातेवेळी तुला नमस्कार करायला कधी चुकलो नाही, तुझ्या जत्रेला येऊन पैशाची केळी तुझ्या पुढ्यात ठेवण्याचा माझा नियम कधी मोडला नाही. बरे, सोमवारी शिवकवचाची पोथी उघडल्याशिवाय मी कधी राहिलो नाही. (शिवकवच्याच्या पोथीतच माझी सावकारी व्यवहाराची टिपणे असतात; यावरून माझी श्रद्धा किती अढळ आहे हे सहज कळून येईल.) या साऱ्या गोष्टी लक्षात घेऊन माझ्यावरले हे गंडांतर दूर कर.'

माझी नवसाची लाचलुचपत पुरी पडणार नाही म्हणून चिंतोपंत तुळाभार करण्याचा नवस बोलू लागले. पण तुळाभार कशाचा करायचा हा प्रश्न होताच. चिंतोपंतांच्या मते साहेबी टोप्यांचा, आजीच्या विचारे घरातील फुटक्या कपबशांचा, सौभाग्यवतीच्या मनातून ओल्या लाकडांचा, गुंडू व पुंडू यांच्या इच्छेनुरूप पुस्तकांचा,

द्वारका व काशी यांच्या सल्ल्याप्रमाणे जुन्या परकरबोळ्यांचा असा मतामतांचा गलबला होऊ लागला. मोत्याला विचारले असते तर त्याने बहुधा गोचिडांचा करण्याविषयीच अनुकूलता दर्शविली असती. या सूचनांपैकी अनेक मला फार क्षुद्र वाटल्या. देवाला तुळाभार द्यायचा तो मौल्यवान वस्तूंचाच असला पाहिजे. दगडांचा करू लागलो तर चारदोन दगडातच काम भागायचे! शेवटी वडिलांच्या सावकारी वह्यांचा तुळाभार बोलून माझ्या अंत:करणावरचा भार मी हलका केला.

पण गंडांतराची भीती मनातून जाईना. अंथरुणावर जाऊन पडलो तो तुळई कोसळून मी मरणार व हेच गंडांतर येणार असे वाटून तत्काळ माडीवरून धावत खाली आलो व अंगणात बसलो. पण अंथरुणावर नुसती तुळई कोसळण्याची भीती होती तर अंगणात आकाशच कोसळण्याची उत्पन्न झाली. करता काय! चट्कन वीज कोसळली तर! माडीवरून घोड्यासारखा धावत आलो होतो तो शर्यतीच्या घोड्यासारखा पुन्हा माडीवर धावत गेलो. गुंडूने पांघरुणाचा बागुलबोवाच करून ठेवला होता. लगेच मनात आले या पांघरुणात एखादा घोणस अगर फुरसे लपून तर बसले नसेल ना? हो, काय नियम सांगावा? आपला गंडांतराचा वेळ आहे. अंगाला दरदरून घाम सुटला, आस्तिकाचा मंत्र म्हणत जमिनीवरच निजावे असाही विचार मनात आला. इतक्यात गुंडू धावत आला व 'बाबा हा बघा बागुलबोवा' असे म्हणत पांघरुणावर जाऊन नाचू लागला. पांघरुणात साप असता तर गुंडू कालियामर्दन करणाऱ्या कृष्णाप्रमाणे दिसू लागला असता, असे अनुमान करून मी अंथरुणावर जाऊन पडलो.

पण अशनी, पानी, शयनी हरिनाम घेणाऱ्या भगवद्भक्ताप्रमाणे ते 'गंडांतर' मला सोडीना. दुसरे दिवशी सकाळी चहा पिताना चहात टॅनिन विष असते याची आठवण झाली व आजच्या चहातले सगळे टॅनिन माझ्या कपातच आले असेल असे वाटून मी चहाचा कप दूरच लोटला. इतक्यात त्या विषाचा चमत्कार माझ्या दृष्टीला पडावा म्हणूनच की काय एक माशी त्यात पोहायला पडली, पण त्या चहाचा स्पर्श होताच तत्काळ गतप्राण झाली. तो चहा न घेण्याचा माझा ठाम विचार झाला. पण प्रल्हाद, कृष्णाकुमारी वगैरे ज्या देशात जन्माला आली व विष प्याली त्या देशातलाच मी आहे ही स्मृती जागृत झाली व कर्तव्यनिष्ठेने मी तो चहा प्यालो. प्रल्हादाला विष पाजण्यात आले होते तरी त्याचे रक्षण नरसिंहाने केले ही कथा लक्षात घेऊन चहाचे विष बाधू नये म्हणून मीही लगेच नरसिंहावतार धारण केला.

अंघोळीच्या वेळेला तीच स्थिती झाली. विहिरीतून पाणी काढायला गेल्यास बुडण्याच्या रूपाने गंडांतर खरे ठरेल या भीतीने 'आज शिरशिरी वाटते आहे; ऊन पाण्याने अंघोळ केलेली बरी' असा प्रस्ताव मी घरात केला; पण बादलीभर ऊन पाण्याचा तरी काय नेम सांगावा? गडकऱ्यांचा सुधाकर नाही का एकच प्याल्यात

बुडाला? वगैरे प्रश्न लक्षात घेऊन भोपळा बांधूनच मी न्हाणीघरात अंघोळीला सुरुवात केली. स्नान होताच देवपूजेला जाऊन बसलो. आज आजीची काय लहर लागली देव जाणे. तिने नैवेद्याला एक बोरच ठेविले होते. माझ्या उरात तत्काळ धस्स झाले. परीक्षित राजाला तक्षक अशा बोरातूनच येऊन चावला होता. माझे गंडांतरही तशाच गनिमी काव्याने माझ्यावर हल्ला करणार असेल असे वाटून देवाचा प्रसाद तोंडाऐवजी निर्माल्यात टाकण्याचा माझा विचार होता. पण पुंडू ऐनवेळी प्रकट होऊन प्रसाद मागू लागला. सबंध द्यावा तर पुत्रप्रेम आड येऊ लागले. शेवटी एक-दोन काट्या जवळ ठेवून 'इंद्राय स्वाहा तक्षकाय स्वाहा' असे मनातल्या मनात म्हणत ते बोर फोडले. त्या बोरात काही निघाले नाही. याचे कारण ते फोडण्यापूर्वी भक्तिभावाने मी केलेली देवपूजा हेच बहुधा असावे.

गंडांतराच्या भीतीने भूक अशी लागलीच नव्हती, पण माझी घाबरगुंडी इतरांच्या लक्षात येऊ नये म्हणून चार घास पोटात कोंबले. या धांदलीत पाणी पिता पिता ठसका लागला. 'बाबा, वर बघा, वर बघा, तुमची सासू टांगलेली आहे' म्हणून, गुंडुपुंडूनी हलकल्लोळ उडवून दिला. 'मेल्यांनो, आपल्या आजीला असे म्हणता का?' म्हणून सौभाग्यवती भाताने लडबडलेली पळी घेऊन त्यांच्या अंगावर धावली. 'अगं, असे काय?' म्हणून मी म्हणू लागलो तो अधिकच जोराचा ठसका आला. छातीतून कळ आली. वाटले की, गंडांतर आले. बहुतेक हृदयक्रिया बंद पडणार! त्यातल्या त्यात समाधान एवढेच की, केवळ मोठ्या माणसांनाच येणारे मरण मला येणार! पण त्याबरोबरच दुःख वाटू लागले. बुंदीच्या लाडवांचे सामान घरात येऊन पडले आहे; पण ते लाडू काही तोंडात पडत नाहीत. गतवर्षी कोट शिवला तो बहुतेक कपाटानेच वापरला. आता मरणोत्तर एखाद्या ब्राह्मणाला देऊन टाकतील झाले!

चट्कन आचवून डावा हात छातीवर व उजवा हात नाकापाशी ठेवून माझी हृदयक्रिया बंद पडली आहे की काय हे मी पाहू लागलो. इतक्यात अंगणात संध्याकाळी माणसांची गर्दी दिसू लागली. चौकशीअंती पाव्हणे असे कळले! शेवटी गंडांतराचे भविष्य खरे ठरले!

◆

गाजराची पुंगी

ਸਿੱਖ ਇਤਿਹਾਸ

जगती जी जी कार्यें घडती ।
आम्ही करितसो जीव म्हणविती ।
परी तयांची वास्तव स्थिती ।
कोणासही कळेना ।।

अनुवादक,
(आदर्श)

प्रथम स्कंध - अध्याय १ला

श्रीमत्कलिपुराण

महात्मा बाबा

मराठी भाषेत आधीच चरित्रे कमी व आहेत तीही लौकिक मार्गांनी लौकिकास चढलेल्या व्यक्तींची. अलौकिक व अद्वितीय महात्म्यांची चरित्रे लिहिण्यास चरित्र लेखकही तसाच असामान्य असावा लागतो हे खरे! परंतु 'स्तवास्तव तुझ्या तुझ्यासम कवी कधी जन्मती' म्हणून हातात पंचांग घेण्यापेक्षा लेखणी घेणे अधिक बरे वाटल्यावरून 'महात्मा बाबा'च्या विषयी दोन शब्द लिहीत आहे.

वास्तविक अशा व्यक्तींचा चरित्र-ग्रंथ, तो आटोपल्याशिवाय लिहू नये व लिहिता यायचा नाही हे खरे आहे. कारण 'परोपकाराय पुण्याय' या वचनाप्रमाणे त्यांच्या पुण्यकृत्यांची मालिका मारुतीच्या शेपटाप्रमाणे दररोज लांबत असून, 'लंकेची पार्वती' असलेल्या जनतेला आपला प्रभाव दाखवीत आहे. ज्यांच्या* परोपकारी स्वभावामुळे चित्रगुप्ताला (वॉर ऑफिसमधल्या) कारकुनाप्रमाणे मानेवर खडा ठेवून बसावे लागले आहे, स्वर्गातील सर्व देवांनी आपआपल्या जागांचे राजीनामे दिले आहेत व प्रत्यक्ष इंद्रही ब्रह्मदेवाला स्त्री नजर केली असता आपले पद कायम राहील किंवा नाही या विचारात आहे, अशा पुण्यश्लोकांविषयी मी लिहू पाहणे म्हणजे मुठीत समुद्र धरून झाकली मूठ खरोखरी सव्वा लाखाची करण्यासारखे आहे. अशा विभूतीमुळे शेषाचा भार हलका होऊन तोही आपल्या तोंडांनी गाऊ लागला आहे. आता दुतोंडी जगावर तोंड टाकणारे बाबा हजार तोंडाच्या शेषाशी कशी टक्कर देतात ते मात्र पाहावे.

अशा विभूतीने आत्मचरित्रच लिहायला हवे, परंतु विनयामुळे (विद्या विनयेन शोभते।' या वाक्यात विद्या विनयाच्या आधी असल्यामुळे त्यांच्या विद्वत्तेबद्दल आता निराळे लिहायला नकोच) त्यांनी या बाबतीत लेखणी न उचलण्याची भीष्मप्रतिज्ञा केली असावी असा तर्क आहे. अर्थात माझ्या अल्प अनुभवावर विसंबून मी हे त्रोटक चरित्र लिहीत आहे.

बाबा हे आपल्या मातु:श्रीच्या तपश्चर्येचे फळ आहेत. त्यांच्या आईने एका

---

* मात्रादोष येथे अगदी अपरिहार्य आहे.

साधूची मनोभावाने व पाचा बोटांनी सेवा केल्यामुळे त्याने तिला एक फळ दिले. त्याच्या सेवनाने तिला गर्भ राहिला अशी कथा आहे. कित्येक लोक हिला दंतकथा म्हणतात. परंतु बत्तिशी पार पडलेल्या म्हाताऱ्यांच्या तोंडून ती ऐकली असल्यामुळे तिला दंतकथा म्हणता येत नाही. दात पडलेल्या म्हाताऱ्यांच्या कथेपुढे तरुणांच्या (बाबांच्या भाषेत बोलायचे म्हणजे बाबूंच्या) दंतकथेची काय कथा! कित्येक ही कपोलकल्पित गोष्ट मानतात. परंतु अगदी गाल बसलेल्या भीष्म-द्रोणांच्या तोंडून ती उठली आहे एवढे सांगितले म्हणजे बस्स आहे. कुणी तिला 'गप्प' म्हणतात. परंतु पूर्ण पुराव्याने त्यांची तोंडे गप्प करून ती नावानीच गप्प होईल अशी खात्री आहे. डोळे व कान यांच्यामध्ये चार बोटांचे अंतर असते, या म्हणीकडे कित्येक बोटे दाखवितात, परंतु कानाचे कातडे डोळ्यावर आलेले दिसल्याबरोबर त्यांची बोटे आपल्याच डोळ्यांत जातील यात शंका नाही. कित्येकांच्या मते बाबांच्या आईने पुत्रप्राप्तीकरता पिंपळाचे पार झिजवून पार मातीला मिळविले, तेव्हा पिंपळावरच्या मुंज्याने राहायला दुसरे ठिकाण नाही म्हणून तिच्या उदराचा आश्रय घेतला व त्याही उदार माउलीने सर्व काही पोटात घातले. कोणाकोणाची कल्पना देवर्ष्यांने मंत्रून दिलेला ताईतच तिला पावला अशी धावते व बाबा स्वत:ला सगळ्यांच्या गळ्यातील ताईत समजतात यावरून हा संशय थोडासा दृढ होतो. सगळ्यांची राखरांगोळी करण्याचा त्यांचा पण ऐकून कोणाच्या अंगाऱ्याधुपाऱ्यात तर यांचा जन्म नाही ना झाला, अशी शंका डोकावू लागते. कोणी यांच्या जन्माचे श्रेय गावाबाहेरच्या 'दगडोबा'च्या पदरात बांधतात, तर कोणी घराचा रखवालदार असणाऱ्या नागाच्या शिरीच ठेवतात. विषाची परीक्षा पाहू नये म्हणून त्या नागापाशी या बाबतीत चौकशी मात्र कोणी केली नाही. सोमवारी कांदा न खाण्याच्या नेमाने हा अकलेचा कांदा (हे टवाळ लोकांचे शब्द आहेत) पैदा झाला असे कोणास वाटते, तर कांदेनवमीला ब्राह्मणभोजन करण्याच्या नवसातच त्यांची उत्पत्ती आहे, अशी पुष्कळांची समजूत आहे. फळाची गोष्ट ज्यांना मान्य आहे त्यांचे कुठले फळ या बाबतीत फळास आले त्याचा मात्र मोठा वाद आहे. त्यांच्या हिरवट स्वभावावरून हिरव्या आंब्याकडे तर कुजक्या मनावरून कुजक्या आंब्याकडे त्या फळाची भूमिका देण्यात येते. ते फळ आंबा होते असे म्हटले तरी तो रायवळ की गावठी व त्याहूनही हापूस की पायरी अशी त्रेधा होते. समाजात ते आपणाला उच्च पायरीवर समजतात. परंतु कोणीही त्यांना आपल्या घराची पायरी चढू देत नाही, एवढाच त्यांचा पायरीशी संबंध आहे. दुसऱ्याच्या मार्गात कांदे पसरण्याच्या त्यांच्या वृत्तीवरून कोणी फणसाकडे तर कोणी निवडुंगाकडे ते कर्तृत्व ढकलतात. त्यांच्या स्वत:ला वाटणाऱ्या तैल बुद्धीवरून ते फळ बिब्ब्याचे असावे असा कयास निघतो. क्षुल्लक कारणावरूनदेखील 'माझे हात काही केळी खायला गेले नाहीत' असे ते बजावू लागले की, केळ्यांचा

आणि त्यांचा पूर्वजन्मीचा नाही तर याच जन्मी जन्माला येण्याचा काहीतरी ऋणानुबंध असावा असे अनुमान निघते. शाळेत भूगोल शिकविताना 'पेरू' देशाच्या वर्णनात दिसून येणारे त्यांचे औदार्य त्याच्या नावामुळे उत्पन्न होते किंवा त्याच्यातील सोन्याच्या खाणीमुळे उत्पन्न होते हे सांगवत नाही. 'पाणी दाखविण्या'चा त्यांचा राजमार्ग कपाळफूट हा असल्यामुळे नारळाशी त्यांचे नातेगोते असेलसे वाटते. वर्णावरून जांभळे-करवंदांच्या जोडगोळीचा त्यांच्यावर हक्क लागू होतो, परंतु ओठावरील जांभूळ दुसऱ्याकडून ढकलून घेण्याच्या त्यांच्या स्वभावावरून जांभळाशी त्यांची वारिसकी नाही हे सहज सांगता येईल. हरएक बाबतीत त्यांची 'कोल्हा व आंबट द्राक्षे' अशी स्थिती होत असल्यामुळे द्राक्षांशी त्यांची दोस्ती नसावी. आपल्या कृत्यांनी ते तमासगीर नेहमी गोळा करीत असले, तरी प्रत्येक ताशा-वाजंत्र्यांशी संबंध नसल्यामुळे 'संत्र्या'नाही त्यांनी सोडले आहे. सफरचंदाशी त्यांचा संबंध ते खुशालचंद आहेत एवढाच आहे. ते अंगाने कापडी लिंबू असल्यामुळे कागदी लिंबाशी जरी त्यांचे जन्मतः सख्य नाही तरी दुसऱ्याच्या व्रणावर आपला मुखरस पाघळून त्याची व्यथा वाढविण्यात ते पटाईत आहेत. 'उंबरातले किडे' या लौकिक म्हणीकडे लक्ष दिल्यास त्यांना जन्म देणारे फळ उंबरच असले पाहिजे अशी मन ग्वाही देते. त्यांच्या अंगात शहाणपण भोपळ्याएवढे असल्यामुळे भोपळ्याचाही त्या फळाशी थोडाफार परिचय असला पाहिजे, सर्व गोष्टी त्यांना करतलामलकवत वाटत असल्यामुळे त्या फळाचा मान आवळ्यांकडे जाणार नाही असे वाटते. आवळा देऊन कोहळा काढण्याची त्यांना जी आवड आहे, त्यावरून कोहळा त्यांचा जवळचा आप्त दिसतो. कोहळ्याचे सांडगे बाबांच्या अंगाचा नेहमी होणारा तिळपापड व पापडसांडग्यांची जीवश्चकंठश्च मैत्री हे त्रिकूटही ध्यानात ठेवण्यासारखे आहे. प्रत्येक गोष्टींचे रामायण करण्यात ते चतुर आहेत. परंतु शेवटी रामाची सीता कोण, हे त्यांचे त्यांनाच कळत नसल्यामुळे रामफळ अगर सीताफळ यांच्याशी तोंडओळख नसावी. डाळिंबाचे दाणे मोत्यासारखे दिसत असल्यामुळे व बाबांच्या तोंडातही मुक्ताफळांची खाण असल्यामुळे डाळिंबांशी त्यांचा एकजीव आहे. असो. यातील कुठलाही तर्क खरा असो, आईच्या पदरातील पडत्या फळाची आज्ञा घेऊन बाबा जन्माला आले, हे मात्र खरे.

परंतु असले अलौकिक पुरुष पोटी असले म्हणजे आईच्या साध्यासुध्या डोहाळ्यातच मुलाचे भावी पराक्रम साठलेले असतात असे म्हणतात, तेव्हा गर्भाच्या बंदिवासात असतानाच डोहाळ्यांच्या रूपाने ज्याने आईला धूळ चारली, तो पुढे दाही दिशा मोकळ्या झाल्यावर इतरांस धूळ चारल्याशिवाय थोडकाच राहणार! पाचव्या महिन्यातच आईच्या तोंडून पांचजन्य करवून ज्याने इतरांची पाचावर धारण बसविली, तो नवव्या महिन्यात सगळ्यांच्या नाकी नऊ आणल्याशिवाय राहणार

नाही हे उघडच आहे. बाबांची आई मर्यादशील म्हणून ती इतकी अमर्यादपणे बोलू लागली की, तिला वाटू लागले, 'पुत्' नावाच्या नरकापासून तारणारा तो पुत्र अशी शास्त्रकारांची पुत्राची व्याख्या आहे. परंतु गर्भातूनच पुत्राने केलेला उद्धार ऐकून जन्मल्यानंतर हा आपणाला विष्णुपद मिळवून देणार या कल्पनेने बाबांच्या बाबांना जो हर्षवायू झाला, त्यातच त्यांचा अंत झाला. (कोणी म्हणतात त्यांनी गृहत्याग केला.) तथापि, बाबांनीही 'पुत्र व्हावा ऐसा गुंडा! ज्याचा तिन्ही लोकी झेंडा ।' ही तुकोबाची उक्ती सार्थ करून आपल्या पित्याला धन्यता वाटायला लावली यात शंका नाही. बाबांच्या या झेंड्याभोवती गोळा झालेल्या जवानमर्द ब्राह्मणभाईंमध्ये, शास्त्रीबोवा, आबा वेदांते व दाजीबा चुंबक ही तीन मंडळी नाव घेण्यासारखी आहेत. त्यांच्यासंबंधी पूर्ण माहिती योग्य वेळी वाचकांना मिळेलच. बाबांच्या संबंधानेच बोलायचे म्हटले, तर त्यांनी अष्टावक्रावर ताण केली. अष्टावक्राने मातेच्या उदरातून पित्याला नुसती संथाच दिली होती, परंतु बाबांनी वर्ग दिला असे म्हणण्यास हरकत नाही. अष्टावक्र नुसता शरीराच्या आठ भागांतच वाकडा होता, परंतु बाबांचे मन व पाऊलही गर्भावस्थेपासूनच वाकडी असावीत. चौथ्या महिन्यात चारी वेद व सहाव्या महिन्यात साही शास्त्रे इतके त्यांचे गर्भातच अध्ययन झाल्यामुळे, त्यांनी आद्य शंकराचार्यांनाही खाली (अर्थातच स्वर्गातून) पाहायला लावले यात शंका नाही. सहाव्या महिन्यात ते साही शास्त्रांत पारंगत झाले याचे ठळक लक्षण त्यांच्या आईचे शास्त्र्यासारखे दिसणारे पोट होय हे उघडच आहे. सातव्या महिन्यात सातासमुद्रापलीकडील पाश्चात्त्य विद्याही त्यांनी आपलीशी केली. ती इतकी की, त्यांची अस्खलित व्याख्याने ऐकण्याकरता एक गोरा डॉक्टर दररोज सकाळी त्यांच्या घरी येऊ लागले. गर्भातूनच त्यांनी इतरांना गर्भगळित करून सोडले, ही गोष्ट ते इतरांना आपल्या पदापासून भ्रष्ट करण्यात पटाईत आहेत हे दाखवू शकेल. बाबांना स्वातंत्र्याची लालसा किती होती, हे ते आपल्या आईच्या पोटात पुरते नऊ महिने नऊ दिवसदेखील राहिले नाहीत यावरून उघड होते. आडवे येण्याचा पहिला धडा त्यांनी जगात प्रवेश करतेवेळीच घेतला. 'यमराज सहोदर' अशा डॉक्टरशी पहिली चकमक त्यांनी तेथेच केली. 'दवाखान्यात माझी मुळीच केस नाही' वगैरे गोष्टींचे मूळ या चकमकीतच असले पाहिजे. माझ्या घरात औषधालादेखील औषध सापडायचे नाही असे ते नेहमी म्हणत असतात; मग त्यांचा औषधाचा नित्यनेम आहे की काय नकळे!

बाबांनी आपल्या पराक्रमाच्या क्षेत्रावर पहिला श्वास टाकला नाही तोच, त्यांच्या मातेने शेवटचा श्वास टाकून त्यांचा कायमचा निरोप घेतला. भूतलावरून आपल्या पुत्राचे पराक्रम नीट न्याहाळता येणार नाहीत, म्हणूनच ती माउली स्वर्गी निघून गेली असावी. पृथ्वीवर पाऊल टाकल्याबरोबर मातेचा मायापाश तोडून टाकण्यात बाबांनी जे अलौकिक धैर्य दाखविले, त्याला तर जगाच्या इतिहासात दुसरी तोड नाही.

बाबांच्या जन्मकाळाची नक्की माहिती नसल्यामुळे त्यांची खरी पत्रिकाही उपलब्ध नाही व हे रत्न आपल्या तेजाने पुढे जगाला दिपविणार अशी त्या वेळी कोणाचीही कल्पना नसल्यामुळे, सर्वांनीच या बाबतीत डोळेझाक केली. तथापि, पुराणांतरीची कसोटी लावली, तर दुर्योधनाच्या जन्मकाळी ज्याप्रमाणे रक्ताचा पाऊस पडला, त्याप्रमाणे बाबांच्या जन्मकाळी शिव्या, श्राप व अपशब्द यांचा मुसळधार पाऊस पडला असावा, असा तर्क केल्यास तो वावगा होणार नाही. श्रीराम मनुष्यरूपाने अवतरल्याबरोबर, रावणाच्या बेंबीतील देवांना ज्याप्रमाणे आनंद झाला त्याप्रमाणे बाबा जन्मले, त्या वेळी कोल्ह्यांनी प्रचंड कोल्हेकुईने मनुष्यरूपात आलेल्या आपल्या जातभाईचे अभिनंदन करून, आपला आनंद व्यक्त केला असावा असे अनुमान निघते. आधुनिक कोल्हेदेखील अभिनंदनपर ठराव करू लागले, हे भावी भाग्योदयाचे लक्षण नव्हे असे कोण म्हणेल? बाबांचा स्पर्श पृथ्वीला झाल्याबरोबर भूकंप झाला असेल यात नवल नाही. या बालभूपतीच्या स्पर्शाने भूमीला कंप सुटला नसता तरच नवल! बाबा ज्या वर्षी जन्माला आले त्या वर्षी दुष्काळ, महामारी वगैरेची लयलूट असल्यामुळे, कोणी कोणी बाबांचा संबंध त्यांच्याशी जोडतात. परंतु या आपत्तीचा नाश करण्याकरताच बाबा अवतरले होते, हे येथे सांगणे आवश्यक आहे. त्याच्या पुढल्या वर्षीच चोहीकडे सुबत्ता होऊन रोगराईचे नावही उरले नाही. एका वर्षाच्या आत इतका पराक्रम गाजविणाऱ्या बाबांचे नाव मात्र चोहीकडे जसे व्हायला हवे होते तसे झाले नाही. जग कृतघ्न ते आणखी कसे?

आपली पत्रिका नाही याबद्दल बाबांना लहानपणी फार वाईट वाटे. बरोबरच आहे! पत्रिका म्हणजे दूती. तिच्यावरच्या रेघोट्या हीच प्रणयाची गाणी व चित्रविचित्र आकृती हेच हृदयाचे चित्र! पांढऱ्यावर काळे करून कोणी मुलगी देत नसल्यामुळे काळे केलेले तोंड उज्ज्वल करण्याचा समाजाचा राजरोस परवाना कागदी घोडा नाचवून हृदयाची राणी निदान घरातील मोलकरीण पैदा करणारे अस्त्र!! संसाराच्या इमारतीचा पाया व वैवाहिक ग्रंथाची प्रस्तावना अशी पत्रिका! आपली पत्रिका नाही हे कळू लागल्यापासून बाबांना दुसरे काही सुचेनासे झाले. ध्यानीमनी पत्रिका! जळी, स्थळी, काष्ठी, पाषाणी पत्रिका! कागदाच्या पत्रिकेसाठी त्यांनी हाय घेतली व ते लवकरच आपल्या देवतेसारखे कागदी पैलवान बनले. पत्रिकेच्या या नादात एका वेळी 'सुबोध पत्रिका' व 'अमृतबझार पत्रिका' यांचे अंकही भावी श्वशुरांस त्यांनी पत्रिकेदाखल नजर केले. ते उघडून पाहताच बाबांचे ग्रह बरे आहेत का वाईट आहेत, हे पाहण्याची श्वशुरांची इच्छा लोपून बाबांच्याविषयी मात्र त्यांचा ग्रह वाईट झाला व त्यांनी 'सुबोध पत्रिके'तील सुबोध घेण्यास व 'अमृतबझार पत्रिके'तील अमृतबझार लुटण्यास फुरसत व एकांत मिळावा म्हणून त्यांची वेड्यांच्या इस्पितळात रवानगी करून दिली. 'वेडा बिचारा! आपल्यावरून जग ओळखले' असे त्या प्रसंगाविषयी

बाबा उद्गार काढीत असतात.

पत्रिकेविषयीचे बाबांचे वेड इतके कायदेशीर झालेले व सरकारी शिक्का मिळवून आलेले पाहून त्यांच्या आप्तांनाही पंचाईत पडली व खऱ्या सीतेऐवजी सोन्याची सीता ठेवून रामचंद्राने ज्याप्रमाणे यज्ञ पार पाडला, त्याप्रमाणे एक खोटी पत्रिका करून बाबांच्या वेडाला हद्दपार करण्याचे त्यांनी ठरविले. ठराव लगेच अमलातही आला आणि पत्रिकेचा अंमल बाबांच्यावर चढणार असा रंग दिसू लागला. एका ताकपिट्या ज्योतिषाची थोडीशी मूठ दाबल्यावर त्याने लेखणीच्या फटकाऱ्यासरसे सर्व ग्रह भूमीवर उतरविले. ज्योतिषाचे घर थोडेसे भरल्याबरोबर पत्रिकेतील घरे गजबजल्यासारखी दिसू लागली. (इतकी की त्यांची खानेसुमारी करता येणेही कठीण झाले असते.) ज्योतिषाचा हात ओला केल्याबरोबर ग्रहांच्या हृदयालाही पाझर फुटला. ज्योतिषापुढे इष्ट पदार्थांच्या राशी पडल्याबरोबर बाबांच्या पत्रिकेपुढे सर्व 'राशी' हात जोडून उभ्या राहिल्या. बाबांच्याबद्दल राशींमध्ये अहमहमिका उत्पन्न झाली. सिंह व वृषभ हे दोघेही आपापला हक्क त्यांच्यावर स्थापित करू लागले व बाबांच्या अलौकिक नशिबामुळे त्या द्वंद्वात वृषभानेच जिंकले. मारके वाहन व मारकाच मालक! 'मीना'ला पाहून बाबांच्या तोंडाला पाणी सुटले होते; परंतु आपल्या अस्सल व इरसाल ब्राह्मणत्वाकडे नजर देऊन, पोटात घेतले नाही. वृश्चिकाच्या नांगीवर बाबा फार फिदा झाल्यामुळे त्यांच्या पाठीवर नांगीबरोबरच बाबांची पीडा वसते की काय अशी भीती वाटू लागली होती, परंतु तितक्यातच पाल चुकचुकल्यामुळे सर्वच कारभार आटोपला! 'कुंभा'ला मातीचा व म्हणून क्षणभंगुर व शुभांशी यमक जुळणारा शब्द या दोन सबबींवर बाबांनी नकार दिला. कन्येचे पाणिग्रहण करून मिथून सार्थ करावे असा ज्योतिषीबोवांनी बाबांना सल्ला दिला. बाबांनाही मोह पडला; परंतु मोह हा षड्रिपूंपैकी एक आहे हे तत्काळ ध्यानात आणून त्यांनी तो झुगारून दिला. त्याचे दुसरे कारण 'कन्ये'च्या राशीवर आपण जन्मलो आहोत असे श्वशुरास कळल्यास कोणीही आपली कन्या देण्यास तयार होणार नाही, हे असावे, असे कित्येक अनुमान काढतात. बाबांच्या तोंडावर नक्षत्र पडले आहे, असा सामान्य लोकांचा अद्यापही समज आहे, परंतु त्या नक्षत्रावर बाबा मातेच्या उदरातून बाहेर पडले अशी उलटी कसरत करावी असे ज्योतिषी बोवांच्या मनात होते. परंतु सर्वच नक्षत्रे त्यांच्या जन्मस्थानाचा मान पटकावण्यात भांडू लागल्यामुळे आकाशात घनघोर युद्ध माजणार असा रंग दिसू लागला. (बिचाऱ्या कार्तिकेयाचे मातृपद कृत्तिकादि सहा नक्षत्रांनीच घेतले होते.) परंतु ज्योतिषी बोवांच्या मुठीबरोबरच त्यांची तोंडे दाबली गेल्यामुळे, नक्षत्र शब्द खरोखरच 'नक्षत्र' झाला.

यानंतर बाबांच्या भावी लग्नसोहळ्याकरता तत्परतेने येणाऱ्या ग्रहांना जानवशाची सोय करण्याचा अवघड प्रश्न आला. दुसऱ्याच्या हृदयाला घरे पाडण्यात ते कुशल

असल्यामुळे त्यांना हवी तितकी घरे मी देतो असे ते म्हणू लागले; परंतु कुठल्याही ग्रहाचा जामानिमा असल्या गृहात राहण्याइतका सुटसुटीत नसल्यामुळे तो बेत रद्द करावा लागला. शेवटी ज्योतिषीबोवांनी आपल्या भारलेल्या लेखणीने टीचभर कागदावर सगळ्यांची सोय करण्याचे योजिले व भाऊबंदकीचा तंटा पुढे होऊ नये, म्हणून त्यांच्या सीमा व हद्दीही आखून दिल्या. वडिलोपार्जित मिळकत म्हणून 'रवी'च्या घरावर 'शनी' आज बरेच दिवस हक्क सांगू लागला होता, म्हणून ही व्यवस्था करावी लागली होती. 'चंद्राने' केलेल्या चुकीचे प्रायश्चित्त गरीब बिचाऱ्या 'बुधा'च्या - चंद्राच्या मुलाच्या - पाठीमागे 'गुरू' लागण्यात झाले, हा व्यवहारातला अनुभव असल्यामुळे, ज्योतिषी बोवांचा दूरदर्शीपणा वाखाणण्यासारखा होता. (शुक्र) दारू पिऊन तर्र झाला असताना 'गुरू' सारख्या सोवळ्या (म्हणजे चंद्राच्या घरी राहिलेली बायको -सव्याज परत घेणाऱ्या) माणसाला त्याचा संसर्ग होऊ नये, म्हणून घरात पाडलेले विभाग शहाणपणाचे होते असेच म्हणावे लागेल.

तथापि, कुठले घर कुणाला बहाल करावे हा काही कमी गुंतागुंतीचा प्रश्न नव्हता. पहिल्या योजनेत तर चंद्राला अर्धचंद्रच मिळाला होता. बाबांचे म्हणणे माझे सर्व ग्रह उच्चीचे हवेत; परंतु मिटलेल्या मुठींनी त्यांना उच्चस्थानी चढविणे ज्योतिषी बोवास कठीण होऊ लागले. शनीला चढविता चढविता चट्‌कन त्याने आपल्यावर दृष्टी वळविली तर आपण भस्म होऊन जाऊ अशी त्यांना भीती वाटू लागली. तेव्हा शेवटी प्रसववेदनांकडे दुर्लक्ष करून शनी उदरी आला तरी चालेल, असे बाबांनी कबूल केले. राहूला डोके नसल्यामुळे तो बाबांची शेंडी हातात ठेवण्याकरिता धडपडत होताच. बाबांचा तर सर्व बाबतीत ज्योतिषाशी बारावा बृहस्पती सुरू झाला. पत्रिका म्हणजे तहनाम्यापेक्षाही अवघड गोष्ट वाटू लागली. तथापि, 'सत्यमेव जयते' अशी बाबांची दृढ श्रद्धा असल्यामुळे आस्ते आस्ते पत्रिका तयार झाली.

हे ज्योतिषाचे फळ झाले. फलज्योतिषाने पाहिले तर बाबा चक्रवर्ती (सायकलवरील नव्हे!) व्हावेत असे उघड दिसते, पण कुठे रेषा चुकली आणि सिद्धान्त चुकला! दुसरे काय? हे चक्र नुसते त्यांच्या हातावर भ्रमून राहिले नाही तर 'भ्रमति मस्तके' येथपर्यंत पोहोचले आहे. त्यांच्या दोन्ही हातांवर शंखाची रेलचेल असल्यामुळे वाग्‌युद्धात त्यांना नेहमी उल्हास चढत असतो, हे सरळच आहे. त्यांनी आजपर्यंत पुष्कळांना हात दाखविला आहे; परंतु पाहणारे अधिक सांगायला उरत नसल्यामुळे या बाबतीत अधिक काही लिहिता येत नाही.

परंतु बाबांच्या गुणवर्णनात मी फार वाहवलो. अजून त्यांचे नामकरण झालेले नाही, तोच त्यांनी मिळविले त्या नावाचे मी वर्णन करू लागलो.

'बाबा' हे काही बाबांचं पाळण्यातलं नाव नव्हे. त्यांच्या पाळण्यातल्या नावात राम आहे, हीच गोष्ट त्यांच्यातील दैवी अंशाची व कर्तबगारीची पुरेशी साक्ष आहे.

त्यांच्या तापट व हेकट स्वभावामुळे सर्वांना लहानपणापासून बाबापुता करावे लागल्यामुळे 'बाबा' हे नाव प्रचारात आले असे कित्येक म्हणतात, तर पोरका बाबा म्हणेल ते खरे असे आजोबांना, आजीबाईंना वाटत असल्यामुळे 'बाबावाक्यं प्रमाणम्' या सांप्रदायाला अनुसरून ते नाव रूढ झाले असावे, असा कित्येकांचा तर्क आहे. कित्येकांचे मत त्याचे लाडके नाव 'बाब्या' असून मोठेपणी त्यांचे 'बाबा' असे रूपांतर झाले असावे. 'आपला तो बाब्या' या वचनाने या मताला दुजोराही येतो. या लौकिक नावाची व्युत्पत्ती कशीही असो, बाबांनी आपल्या नावाला मोठा लौकिक मिळवून दिला यात शंका नाही. 'दंतभग्नो भवेत् बाबा' या चरणार्धाला लाथ मारून दात यायच्या आधीच ते बाबा बनले, यावरून त्यांचे सामान्यत्व जसे सिद्ध होते, तसे ते दुसऱ्या कुठल्याही गोष्टींनी होत नाही. बाबा बनण्याकरिता म्हातारपणी गुडघ्याला बाशिंग बांधणाऱ्या मुलाने महात्मा बाबांच्या चरित्राकडे अवश्य लक्ष पुरवावे अशी सूचना आहे.

मुलाचे पाय पाळण्यात दिसतात असे म्हणतात. परंतु बाबांनी आपला पायगुण आईच्या पोटातूनच दाखविला असल्यामुळे पाळण्यात दिसणारे त्यांचे पाय पाहायला कोणीही धजले नाही. त्यांच्या मोठेपणातील कर्तबगारीचे प्रतिबिंब लहानपणच्या क्षुल्लक गोष्टीतही दिसून येते. दात यायच्या आधीच ते दुसऱ्यावर दातओठ खाऊ लागले होते. मुकेपणातच त्यांनी दुसऱ्याचा सूड उगवायच्या भीमदेवी प्रतिज्ञा केल्या होत्या. पुरते रांगता येत नसतानाच त्यांनी इतरांच्या पाठीस हात धुऊन लागण्याचा प्रयत्न केला होता. हातातला खुळखुळा तुटला नाही तोच लेखणी घेऊन दुसऱ्यांचे तोंड काळे करण्याच्या उद्योगात ते असताना एकदा शाई उपडी होऊन त्यांचे तोंड काळे झाले होते. 'मी काही बोंडल्याने दूध पीत नाही' हे त्यांनी आपल्या लहानपणच्या दूध पिण्यातच दाखविले. नखांनी इतरांना ओरबाडून आपला नरसिंह अवतारही उणेपुरे वर्ष व्हायच्या आधीच त्यांनी प्रकट केला होता.

अशा तऱ्हेच्या बाललीलेनंतर बरोबरीच्या सोबत्यांत वावरण्याच्या दिवसांतही त्यांनी आपले बाबापण कमी दाखविले असे नाही. वेलिंग्टनने वाटर्लूची तयारी ईटनच्या क्रीडांगणावर केली होती, तशीच बाबांनीही आपल्या भावी आयुष्याची तयारी लहानपणातील खेळातच केली.

दुसऱ्यावर कुरघोडी करण्याचा खेळ लहानपणीदेखील त्यांना फार आवडत असे. दुसऱ्यावर निष्कारण तोंड टाकताना सध्या ते जसा सप्तकात सूर धरतात, तसा लहानपणी आट्यापाट्यातही धरत असत व सध्या ज्याप्रमाणे कुणाला मीठ घालत नाहीत त्याप्रमाणे त्या वेळीही कुणाला मीठ आणू देत नसत. दुसऱ्याच्या कामात लांडेपणा करून 'खो' घालण्याची विद्या त्यांनी खोखोच्या डावातूनच हस्तगत करून घेतली असली पाहिजे. तासच्या तास शिवीगाळीचे चऱ्हाट वळताना

न वळणाऱ्या त्यांच्या तोंडाने त्याची तालीम 'सुरचनन कित कित आवर्त' मध्येच घेतली होती. लगोरीतील उतरंड पाडण्याचा त्यांचा नेम अजूनदेखील जोरात आहे. दुसऱ्याला लंगडी घालायला लावायचे त्यांचे व्रत देवदयेने अद्यापही अबाधित आहे. दुसऱ्याची डोळेझाक करून त्याला भटकविण्याचा लपंडाव त्यांना अजूनही साधतो. आंधळी कोशिंबीर लावायला देऊन त्यातील खड्ड्यांमुळे दुसऱ्याचे दात पाडण्यात ते निपुण आहेत. गोट्यांच्या नेमाप्रमाणे त्यांचा शब्दांचा नेम सहसा चुकायचा नाही. पत्त्यांशी त्यांचा इतका एकजीव झालेला होता की, 'गुलाम', 'चोर' (व याच अर्थाचे दुसरे शब्द) इतक्या वर्षांनी त्यांच्या तोंडातून हलत नाहीत. मोठ्या किमतीची पाने न घेता छक्केपंजे जवळ बाळगण्यात त्या वेळीदेखील त्यांना अभिमान वाटत असे. जोडण्यापेक्षा तोडण्याकडेच त्यांचा कल अधिक असल्यामुळे 'बिझिक'मध्ये लग्ने जोडून ते कधीच गुण मिळवीत नसत. तडाख्या(Stroke)चा खेळ त्यांना मनापासून आवडे. गढ्ढेकोटात तर ते नेहमी गुंग असत. लाडीस करून दुसऱ्यावर कमान उभारण्यात त्यांची कमान वर असे. दुसऱ्याला पिचवायला लावण्यात तेव्हादेखील त्यांचा हातखंडा. बाजू अंगावर येऊ लागली की ते इतक्या सफाईने पत्ता नापत्ता करीत की, चांगल्या माणसाचा चांगुलपणा घालविणे त्यांच्या तळहाताचा मळ झाला आहे. लबाड्या (Tricks) त्या वेळीही त्यांना चांगल्याच हस्तगत होत्या. त्यांचा धर्माभिमान पत्त्यातदेखील जळजळीत असे. 'एक्क्या'च्या भाराखाली राजा चिरडला असताना राणीने तेथे उडी न टाकणे ते अनार्यत्वाचे लक्षण गणीत. राजा डावातून मरून नाहीसा झाल्यानंतर राणीला सोवळी करण्याबद्दल त्यांनी भगीरथ प्रयत्न केलेले आहेत; परंतु त्याकडे काणाडोळा करून इतरांनी डाव पुढे चालविल्यावर गुलामावर राणी येऊन पडली, की 'केशवपन न केल्याचा हा परिणाम बरे' असा टोमणा मारण्यासही ते चुकत नसत. बुद्धिबळातही आपली गती चांगली आहे, असा त्यांचा समज होता. ते स्वतः उंटावरले असल्यामुळे राजा मेला तरी हरकत नाही; परंतु उंटाचे रक्षण करायचे असा त्यांचा बाणा असे. दुसऱ्याचे घोडे मारून त्याला पायदळात ढकलायचे त्यांचे व्रत तेव्हापासून सुरू आहे. हत्ती मेल्यानंतर स्वत:विषयी हत्ती गेला व शेपूट राहिले, असे ते म्हणत असतात व यात बिलकूल अतिशयोक्ती नाही, असे त्यांचे कट्टे शत्रूदेखील सांगतील. 'हाजीर तो वजीर' हा न्याय ते बुद्धिबळात लावू पाहत होते; परंतु तो सफल न झाल्याने त्यांनी त्या खेळाला कायमचा रामराम ठोकला व सोंकट्यांकडे आपला मोर्चा वळवला. कवडीची किंमत नाही असे लोकांनी म्हणू नये म्हणून तर त्यांनी कवड्या नेहमी वाजवायला सुरुवात केली. इतर वेळी त्यांच्या दानात सैल होईल हे संभवनीय नव्हते. ओकाबोकीच्या खेळाच्या वेळीच सर्व ओकून टाकण्याची त्यांची कला लोकांच्या दृष्टोत्पत्तीस आली होती.

आयत्या पिठावर रेघोट्या ओढीत ओढीत बाबांचे शिक्षण (शिक्षण म्हणण्यापेक्षा शिक्षणाचे वय) संपले. त्या रेघोट्यांनी बनलेली आकृती मात्र मौजेची होती, एवढे लिहिले म्हणजे पुरे. 'युनिव्हर्सिटीच्या चाळण्यातून भूस मात्र पुढे जाते.' अस्सल दाणे जागच्याजागी राहतात. या (बाबा) कृत सिद्धान्तावरून बाबांची परीक्षांच्या बाबतीतील प्रगती वाचकांना कळेलच. शाळेत असतानाही त्यांनी काही थोडेथोडके नाव कमावले नाही. त्यांच्या घमघम विद्येवरून छमछम छडीला त्यांनी पुष्कळ वेळा हात दिला असला पाहिजे. बाकावर आपण बसल्यामुळे शिक्षकाचा अपमान होतो व अंगात आळस वाढतो, हीच दोन कारणे ते बाकावर नेहमी उभे असत याच्या मुळांशी असावीत असे आम्हाला वाटते. त्यांच्या हजेरीपटावर फाइन (Fine) हे सदर कधीच रिकामे नसे, परंतु त्याचा अर्थ दंड असा नसून चांगला हा शेरा होता, असे बाबांचे म्हणणे होते. हल्लीचे शिक्षण विद्यादान नसून विद्याविक्रय आहे, तेव्हा विकत घेणाऱ्याने निरनिराळ्या ठिकाणच्या शिक्षणाची पूर्ण चव पाहिली पाहिजे व म्हणूनच अवघ्या चार वर्षांत मी चारशे शाळा पाहिल्या, असे बाबा म्हणतात. काही टवाळखोर निंदकांनी त्यांना प्रत्येक शाळेतून हाकलून दिले जात असे अशी कंडी उठविली आहे. काही असो. शिक्षणाकरिता बाबांनी बारा गावचे पाणी चाखले होते ही गोष्ट खरी आहे. त्यांना वर्गात कधीही उत्तर देता न आल्यामुळे त्यांचे शिक्षक खरोखरच निरुत्तर होत असत. त्यांची पुस्तके हमालाच्या डोकीवरून शाळेला येत असत. यावरून त्यांनी पुस्तकाला कधी हातदेखील लावला नव्हता, असे शपथेवर सांगता येण्यासारखे आहे आणि तो पुस्तकांचा भार शिरावर घ्यायला हमालाखेरीज कोणीही तयार झाला नसता. ग्रंथ हा विद्यार्थ्यांचा हस्तालंकार आहे अशीच त्यांची प्रामाणिक समजूत असावी. वार्षिक परीक्षेच्या निकालाच्या वेळी इतर हुशार म्हणून गाजलेले विद्यार्थी स्थानभ्रष्ट होऊन वर्गाच्या बाहेर हाकलले जात असता, शिक्षकाच्या हुकमाने नेहमी बाहेर असणारे बाबा, ध्रुवाप्रमाणे कैक वर्षे अढळ बसलेले पाहून कोणाच्या मनात त्यांच्याविषयी आदर उत्पन्न झाला नसता! इतर विद्यार्थ्यांना फार तर शेकडा ६०/७० गुण मिळायचे; परंतु बाबांनी, 'सर्वगुणसंपन्न' ही पदवी कधीच कमावली होती.

अशा तऱ्हेने अध्ययन पूर्ण करून बाबांनी गळ्यात लग्नाची माळ व पायात नोकरीची बेडी कशी पैदा केली हा इतिहासही काही कमी मनोरंजक नाही. तो खुद्द तेच लिहिणार आहेत (पूर्वीचा विनय बाजूला सारून) अशी दाट वदंता असल्यामुळे, येथे देणे उचित होणार नाही. अर्थातच पत्रिकेच्या चिटोऱ्याकरिता मागे वर्णन केलेले सायास ज्या माणसाने केले, त्याने चतुर्भुज होताना अगर नोकरी करताना काहीच लीला केल्या नसतील हे संभवत नाही.

सध्या बाबा आजोबा होण्याच्या मार्गात आहेत असे ऐकतो. वेदविद्येबद्दल जो

काही आदर त्यांच्या रोमरोमात भरला आहे, त्यामुळेच त्यांनी आपल्या मुलांना इंग्रजी शिक्षण देण्याचा प्रयत्न केला आहे. वरवर विचार करणाराला हे विधान विरोधात्मक व विसंगत वाटेल; परंतु वेदविद्येच्या पारलौकिक सुखाच्या पुण्यमार्गात गर्दी होऊन इतरांची पावले अडखळू नयेत म्हणूनच त्यांनी आपली मुले त्या वाटेला लावली नाहीत. मुलाने — विशेषत: त्यांच्या भोवतालच्या ब्राह्मणाच्या मुलाने इंग्रजी मुळीच शिकू नये असे त्यांचे प्रामाणिक मत आहे व त्याबद्दल त्यांची अहर्निश खटपट चालू आहे. शिक्षक या नात्याने मुलांचा हिरमोड करणे व त्यांच्या पालकांचे कान फुंकणे या सत्कार्यामुळे त्यांना शाळेत शिकवण्यालादेखील वेळ सापडत नाही. अलीकडे वेदान्ताची व त्यांची थोडी तोंडओळख झाली. 'अहं ब्रह्मास्मि' यातील 'अहं' यांच्या अंगी पूर्णपणे उतरले असल्यामुळे ते अंथरुणातील उशीशीदेखील कोपराचा खेळ खेळू लागले आहेत. त्यांची डॉक्टरकडे कधीच बिले सापडायची नाहीत; कारण ते प्राणापेक्षा पैशाचीच किंमत अधिक समजतात. त्यांचा भुतावर मुळीच विश्वास नाही. कारण कोणाच्याही अंगी 'आत्मविश्वास' नसतोच. ते चहाच्या सर्वस्वी विरुद्ध असून, कधीही घेत नाहीत. (म्हणजे पितात!) दररोज दोन वेळा चहा पिणे अपायकारक असल्यामुळे त्यांनी तीन वेळांचा नित्यक्रम ठेवला आहे. मुलांना चहा प्यायची बंदी असल्यामुळे तो चोरून करावा लागतो व प्यावा लागतो. यामुळे व्यवस्थितपणा, टापटीप, कपबशा न वाजविता वापरणे, मिटक्या न मारता चहा पिणे वगैरे सर्व गुण त्यांच्या अंगी उतरले आहेत. साधेपणाच्या पाठोपाठ उच्च विचार असतात. (Plain living and high thinking) असा त्यांचा समज असल्यामुळे, ते नेहमी साधा पोशाख वापरतात. उच्च विचारही त्यांच्या पाठोपाठ असतात. फक्त बाबांची त्यांच्याकडे पाठ झाली आहे एवढेच.

त्यांचा तांबडा रुमाल प्रथमत: - पांढऱ्या स्वरूपात - त्यांच्या पणजाच्या खापरपणजाने २ आ.९पै. करिता केलेल्या जप्तीमध्ये त्यांच्या घरी आला. तिथून पिढ्या न् पिढ्या पुरुषांचे शिरस्त्राण करीत करीत तो बाबांच्या डोक्यावर विराजमान झाला व त्यांच्या तापट डोक्याशी नेहमी सहवास असल्यामुळे तो तांबडा झाला. त्यांच्या पोशाखातील प्रत्येक वस्तूची कूळकथा यापेक्षाही मोठी व अगम्य असल्यामुळे ती ऋषिस्वरूप आहे. किंतानाच्या अभेद्य कोटाप्रमाणे असणारा व ढेकणांच्या पलटणींनी दुसऱ्याच्या हल्ल्यापासून सुरक्षित राखलेला तो त्यांचा कोट, तुळशीच्या अंतरपाटाशी स्पर्धा करणारी धोतरे व वामनावतारातील बाबांना निदान दीड फूट उंच करणारे जोडे यांची येथेच रजा घेतली पाहिजे.

त्यांचा घरगुती पोशाख तर यापेक्षाही प्रेक्षणीय आहे. मालकाप्रमाणे तैलबुद्धि (?) व फाटक्या अंगाचा असा एक पंचा हीच काय ती त्यांची घरी मालमत्ता असते. बाबांची दिव्य मूर्ती झाकण्यात आपले मुळीच अंग नाही अशी खात्री तो पुराव्यानिशी

करून देईल.

बाबांनी शेंडी ठेवण्यात शिखानष्ट युरोपीयनांच्या मुत्सद्देगिरीलाही मागे टाकले आहे. बायकोच्या किंवा इतरांच्या हाती तर जाऊ नये व ब्राह्मण्याला बट्टाही लागू नये असा दुहेरी डाव साधण्यात ते केसभरही चुकले नाहीत. कित्येक वेळा दोन दोन दिवस त्यांच्या अंगाची पाण्याशी गाठ पडत नाही. परंतु हा त्यांच्या कार्यबाहुल्याचा परिणाम असावा. अंगात पाणी खेळत असताना बाहेरच्या पाण्याची पर्वा कोण बाळगणार! वाचनालयात ते नेमाने जातात, परंतु पुस्तकांना व वर्तमानपत्रांना ते शिवतही नाहीत, यावरून सोवळेओवळे त्यांनी किती सुरक्षित ठेविले आहे, हे सहज कळून येईल. सरस्वतीचे मंदिर म्हणजे मारुतीपुढील पिंपळाचा पार याच भावनेने ते वागत असतात आणि त्यांच्यासारख्या जगातले सर्व शहाणपण कोळून प्यालेल्या माणसाला वर्तमानपत्रात काय आढळायचे आहे? भटाच्या पोरांनी बाराव्या वार्शांवरून आपली आशाळभूत नजर वर्तमानपत्रावर टाकावी हे त्यांना मुळीच संमत नाही. लहान-मोठ्या झाडून सर्व सभांच्या विरुद्ध ते (घरी बसून) असतात, पाचामुखी परमेश्वर हे जगाचे तत्त्व आपणास परमेश्वर समजणाऱ्या बाबांना आवडणार? 'सब घोडे बारा टक्के' या न्यायाने जगातील सर्व लोकसंख्या (एक खेरीज करून) ते वेड्याच्या कोटीत ढकलत असतात. इतर सर्व लोक त्यांना लबाड व लुच्चे वाटतात. 'आत्मवत् सर्व सुजनि' दुसरे काय?

अशा 'सकलगुणालंकरण' बाबांचे वय तरी काय आहे, असे कित्येकांना कोडे पडेल. कृतीवरूनच वय ताडायचे असल्यास ते दुसऱ्याची त्रेधा उडवितात. यावरून तीन, नाकी नऊ आणतात यावरून नऊ, बारा वाजवितात यावरून बारा व सहज तीन-तेरा करतात यावरून तेरा असे कितीतरी हक्कदार उभे राहतात.

डोळ्यांकडे लक्ष दिल्यास चाळिशीचा कुठे मागमूसही लागत नाही; परंतु लाखो लोकांच्या बत्तिशा त्यांनी पार पाडल्या असल्यामुळे ते चिरंजीव— बाबांना चिरंजीव म्हटल्याबद्दल ते क्षमा करतील अशी आशा आहे— आहेत व मी काय? याचा विचार यांच्या मनात आल्यावाचून राहत नाही. परंतु एकंदर कृतीवरून निदान साठीचा प्रवास त्यांनी संपविला असावा असे अनुमान निघते. कारण 'साठी बुद्धि नाठी'.

बाबांची शेकडो व्याख्याने वाऱ्यावरच्या वाऱ्यावर नाहीशी होत आहेत. कोणी धाडसी संपादक त्यांचा संग्रह करील काय? 'महात्म्यांची व्याख्याने' लघुलिपीने टिपून घेतली म्हणजे झाले.

आतापर्यंतच्या त्रोटक व उडत्या माहितीवरून 'थोर कीर्ती' जाणूनच ब्रह्मदेवाने जन्माला घातलेल्या या 'लहान मूर्ती'चा एखादा फोटो मिळाल्यास पाहावा असे कित्येकांना वाटेल. चरित्रलेखक या नात्याने तो देणेही भाग आहे. परंतु आपल्या

साध्या राहणीमुळे व मातीच्या देहाचे फोटो कसले काढायचे या वेदान्ती विचारामुळे त्यांनी अद्याप फोटो काढून घेतला नाही. ज्याला दर्शनाची इच्छा असेल त्याने जातेयेते गाडीभाडे देऊन त्यांना घरी बोलवावे. ते मोफत येतील अशी मी ग्वाही देतो.

चरित्राच्या मुख्य भागाआधी बाबांची मते व विचार दिलेले पाहून कित्येकांना 'आधी कळस मग पाया रे' या म्हणीची आठवण होईल. परंतु बाबांच्या बाबतीत सर्वच प्रकार उलटा असल्यामुळे बिचारा बाबू काय करणार.

अल्पबुद्धीने लिहिता लिहिता, मनात एक असताना कागदावर भलतेच उमटले असले, तरी मी बाबांना मन:पूर्वक सांगतो की, काही झाले तरी आम्हाला 'बाबा वाक्यं प्रमाणम्'

इतिशम्.

◆

प्रथम स्कंध - अध्याय २रा

दिवाणा* + न्याय

न्यायाची आवड व अन्यायाची चीड नसते कोणाला? परमेश्वराच्या घरी अन्यायी ठरू म्हणून स्वतःच्या घरी भावजयीला जरूर तेवढे अन्नवस्त्र देणारे दानशूर, न्यायाचे आधारस्तंभच होत. भाऊबंदाच्या घराची पायरी न चढता लोक न्यायसभेची पायरी चढतात ती न्यायासाठीच. न्यायदेवतेच्या मंदिरात दर दिवशी भक्तांची गर्दी वाढत आहे. स्वार्थत्यागी वकील न्यायाच्या निवाड्याकरता घराच्या डोक्यावरून लांबलचक रंगीत पाट्या वाहत आहेत. धर्ममार्तंड साक्षीदार 'सत्यं वद' अशी श्रुतीची आज्ञा मानून केवळ न्यायाकरता स्वतःला पिंजऱ्यात कोंडून घेत आहेत. लहानपणी तात्या पंतोजीची खुर्ची चुकविलेले न्यायाधीश याच न्यायाकरता प्रहरान् प्रहराची खुर्ची घेत आहेत. फार काय, प्रत्येक साक्षीदाराच्या शपथेसरशी कैलासातून धावत यावे लागल्यामुळे देव खरोखरीच कैलासवासी होतो की काय अशी भीती वाटू लागली आहे. तेव्हा अशा न्यायाची ज्याला आवड नसेल 'स वै मुक्तोऽयवा पशुः' हेच खरे!

न्यायपंचायती हा शब्द नेहमी प्रचारात असल्यामुळे न्याय म्हणजे मोठी पंचाईत आहे, असे वाटण्याचा संभव आहे. परंतु न्यायासारखे साधेसुधे काम दुसरे कोठलेच नाही. न्याय खेळायची हौस असली म्हणजे झाले; बाकी इतर धंद्यांप्रमाणे काही दुसरे नको. कारकुनी करायला अक्षरओळख व तीही चांगली असावी लागते, पण न्यायाला अक्षरशत्रूदेखील चालतो. न्हाव्यांना निदान खाकेला धोकटीतरी असावी लागते, पण खाका वर करूनदेखील न्याय करता येतो. गवळ्यांना दुधाचे पाणी विकायला नावालातरी दूध लागते, पण न्यायाला अंगात नुसते पाणी असले म्हणजे झाले. वैदिकाला पै-पैसा मिळवायला चार मंत्र तोंडात असावे लागतात, न्यायाला चार शिव्या बस्स आहेत. वैद्याप्रमाणे न्याय करणाऱ्याला 'वाग्भट' अवगत असला म्हणजे झाले, बाकी चूर्णाबिर्णाचे काही काम नाही. कारण न्याय शेवटी सगळ्यांचे चूर्ण करून टाकतोच. चोराला चोरी करायला दुसऱ्याचे घर व अंधार एवढेतरी

---

* येथील वेलांटी थोडी सैल सोडल्यामुळे उडून गेली आहे, बोलून चालून स्त्रीजातच! तथापि काना तिचा ताजा देण्याबद्दल दिवाणीत लवकरच दावा करणार आहे.

साहित्य लागते, पण न्याय दिवसाढवळ्या आपल्या घरी बसून करता येतो. हलवायाला फूल नाही फुलाची पाकळी म्हणून काहीतरी भांडवल लागते, पण न्यायाला खुशाल हलवायाच्या घरावर तुळशीपत्र ठेवता येते. हलवाई कोणाला फुकट पेढे वाटत नाही, पण न्यायात इतरेजनांना अनायासे पेढे खायला मिळतात हे त्यात विशेष आहे. चांभाराला धंद्याकरता निदान कातड्याचीतरी जरूर असते, परंतु दुसऱ्याचे कातडे सोलणाऱ्या न्यायेत्याला कातड्याचीतरी पर्वा असते कुठे? गवंड्याला घरे उठवण्याकरता काहीतरी हत्यारे लागतात. पण न्यायाला घर बसवायला मुळीच हत्यारे लागत नाहीत. घराला गिलावा करणाराला थोडातरी रंग लागतो, पण घराला काळोखी आणण्याच्या कामी न्यायाला आपोआप रंग चढत असतो. भिकाऱ्याला भीक मागायला फाटकी झोळीतरी लागते, पण न्यायाची वृत्ती कोणालाच भीक घालीत नसल्यामुळे (मग घर तर लांबच!) तिला कशाचीच जरुरी लागत नाही. आगगाडी सुरू करायला लाकडे जाळून वाफ करावी लागते, पण न्याय सुरू करायला तोंडची वाफ दवडली म्हणजे झाले. बैलगाडीशी मात्र न्यायाचे थोडेसे साम्य आहे. कारण दोन्हीही बैलोबांवाचून चालत नाहीत. कुंभाराला मडकी करायला मातीतरी लागते, पण न्याय सगळ्यांचीच माती करीत असल्यामुळे त्याला मातीची बिलकूल किंमत नाही. आचाऱ्याला काही नाही, तरी चुलीला तोंड द्यावे लागते, पण न्याय सुरू झाला की, चुलीचे तोंड पाहायची पाळी कमीकमीच येत असल्यामुळे न्यायाला तेवढेदेखील करण्याचे कारण नाही. शिंप्यांना दुसऱ्याचे गळे कापायला यंत्रेतरी आणावी लागतात, न्यायाला तेवढेही लागत नाही. हलके धंदे, फार काय व्यसने घेतली तरी त्याहूनदेखील न्याय श्रेष्ठ ठरतो. फराळाचे दुकान काढणाराला प्रथमत: थोडा फराळ करूनच गुजराण करावी लागते व चहा विकणाराला दुसऱ्याच्या ओंजळीने पाणी प्यावे लागते. परंतु न्यायाला आरंभ करणाऱ्याला इतके म्हटल्या इतकेदेखील दुसऱ्याच्या तोंडाकडे पाहायला नको. पाहायला नको इतकेच नव्हे, तर दुसऱ्याचे तोंड पाहणार नाही हेच हवे; म्हणजे झाली न्यायाला सुरुवात! विडी ओढणाराच्या डोळ्यावर धूर यायला त्याला विडीतरी ओढावी लागते, पण न्यायाला ही कवडी किमतीची विडीदेखील नको. चंडोल ओढल्यावाचून माणसे काही तद्रूप होत नाहीत असे म्हणतात, पण आमच्या न्यायाचे शिलेदार चट्‌कन चंडोलाप्रमाणे आकाशात भराऱ्या मारू लागतात. ब्रह्मानंदी टाळी लागायला एकच प्यालातरी प्यावा लागतो, परंतु न्याय सुरू होऊन एका हाताचे दोन हात झाले, की टाळी वाजायला वेळ लागत नाही. यावरून न्यायाचा धंदा सुरुवातीला किती साधा, सोपा व सरळ आहे हे दिसून येईल. भांडवलासंबंधाने पाहिले, तर न्याय करणाऱ्याची बुद्धी आधीच जात असल्यामुळे त्याच्याजवळ भांडवल भरपूर असले पाहिजे हे उघड आहे. न्यायेत्वाला कशाचीच गरज नसते व गरजवंताला अक्कल नसते, यावरून

त्याचा अकलेचा खजिना तुडुंब भरलेला असतो असे म्हणायला हरकत नाही. जवळपास राहणाऱ्या एखाद्या सात पिढ्यांनी तुटलेल्या वारशाचा हातभर जमिनीचा तुकडा, त्याच्याशी याचे नाते जोडणारी दंडकारण्यापेक्षाही मोठी अशी एक खरी-खोटी वंशावळ आणि या वंशावळीवर आशाळभूत नजर टाकणारा एक उंटावरला शहाणा यापेक्षा या न्यायाच्या नाटकाच्या नमनाला अधिक काहीच सामान लागत नाही. रंग मात्र असा चढतो की बस्स! न्यायाचे दिवे लावले की याच्याच घराची दारे उघडी पडून प्रेक्षकांचीही गर्दी जमू लागते. टाळ्यांवरूनच अंदाज करायचा असल्यास लोकांस हे नाटक बरेच आवडत असावे असे दिसते. अशा लोकप्रिय न्यायाच्या धंद्याची भरभराट कशी व्हावी याविषयी जादा औद्योगिक परिषद अवश्य भरवली पाहिजे.

'न्यायानां दिवाणी न्यायोऽ हं' असे भगवंतांनीच म्हटले असल्यामुळे दिवाणी न्यायाची योग्यता अधिक वर्णन करण्याचे कारण नाही. पक्ष्याप्रमाणे असल्या न्यायालाही नेहमी दोन पक्ष असतात. प्रत्येक बाजू आपल्या अंगावर उलटू नये म्हणून हाडाची काडे, रक्ताचे पाणी - फार काय खऱ्याचे खोटे व खोट्याचे खरेदेखील करून दाखवत असते. खोट्याचे खरे करून दाखविणारे हे कलियुगातले साधू पाहिले म्हणजे चोराला साव करणारे व वेश्येला पतिव्रता बनविणारे जुन्या काळचे महात्मे अगदीच फिक्के वाटू लागतात.

न्याय मागणाऱ्या दोन्ही पक्षांना वादी व प्रतिवादी अशा शास्त्रीय संज्ञा आहेत. ज्याप्रमाणे पुरुषाला बायको ही असलीच पाहिजे (बायकोला नवरा मात्र नाही हो!), किंवा ब्राह्मणाच्या गळ्यात बाहेरच्या काही लफड्याशेजारी जानवे हे असलेच पाहिजे, त्याप्रमाणे वादी आहे तिथे प्रतिवादी असलाच पाहिजे हा न्यायशास्त्राचा पहिला सिद्धान्त आहे. आता घोड्याच्या वादीबरोबर प्रतिवादीचे साम्य असते की काय अशी शंका येईल. इथे घोडे थोडेसे पेंड खाते खरे, पण घोड्याच्या पाठीवरील वादीवर तुटून पडणारी चाबकाची वादी प्रतिवादीच असते हे लक्षात आणले म्हणजे झाले. या वादी प्रतिवादीच्या भांडणात घोड्याने कित्येक वेळा काडी मोडून (काडी म्हणण्यापेक्षा गाडी म्हणणे बरे!) टांग्यापासून यःपलायन केले आहे व पाठीमागे असून घोड्यावर असल्यासारखे करणाऱ्या उतारूंना स्वर्गात चढविले आहे. परंतु न्याय तो न्यायच; तो घोड्याबरोबरसुद्धा लढविला पाहिजे; मग टाप कपाळाला लागली तरी हरकत नाही.

या न्यायाचा आरंभ करण्यात वादीचा उद्देश फार स्तुत्य असतो, हे प्राचीन सुभाषितावरूनदेखील सिद्ध करता येईल. वाद खेळणारा तो वादी व 'वादे वादे जायते तत्त्वबोध:' हे तर आमच्या पूज्य पूर्वजांचे वचन, तेव्हा वादी तत्त्वबोधाकरता म्हणजे केवळ खऱ्याकरता न्याय करतो याला दुसरा पुरावा कशाला पाहिजे? आता

काळ पालटल्यामुळे 'तत्त्वमसी' चा तत्त्व-बोध वादीप्रतिवादीपेक्षा वकिलाच्या खिशांना अधिक पटतो व त्यात तुडुंब भरून वाहतो, हे खरे; पण बिचारे वादी-प्रतिवादी त्याला काय करणार? 'कर्मण्येवाधिकारस्ते मा फलेषु कदाचन' हीच बिचाऱ्यांची समाधानाची जागा.

कोर्टात दावा दाखल झाला की या लढाईचे तोंड जुंपते असे म्हणायला हरकत नाही. तोपर्यंत वकिलासारख्या मुत्सद्द्यांच्या मदतीने घरातल्या फाटक्या कागदांचे शिरस्त्राण घालून वादी नव्या पुराव्याची अस्त्रे गोळा करीत असतो. जर्मनीसारखी जय्यत तयारी झाली की मांजर मारण्याच्या निमित्ताने तो न्यायाची वाट धरतो. न्यायाचे कारण व त्याचे कार्य यामध्ये काही संबंध असेल अशी कुणाची कल्पना असेल, तर ती मात्र साफ चुकीची आहे. हा बोलूनचालून न्याय असल्यामुळे याच्यात खोटे काहीच नसणार! श्राद्धाला जेवायला न बोलावल्यामुळे एकाने आपण हे न्यायाचे श्राद्ध विकत घेतल्याचे सांगितले. तर दुसऱ्याने आपल्या घरच्या भाकरी भाजून न दिल्याबद्दल या लष्कराच्या भाकरी भाजीत असल्याचे कबूल केले. याच्यापेक्षा कार्यकारण संबंध अधिक असल्याचे उदाहरण झऱ्याच्या खालच्या बाजूस राहून पाणी गढूळ करणारे कोकरू व त्याचा बाप काढणारा लांडगा एवढेच एक आहे.

मुख्य मुद्दा इतकाच आहे की, वादीची सत्यप्रियता क्षणोक्षणी वाढत असते. त्यामुळे कित्येक वेळा सात पिढ्यांखाली तुटलेले भाऊबंद तो अगदी आपलेसे मानू लागतो; तर कित्येक वेळा पाठीला पाठ लावून आलेल्या भावामध्येच त्याला सात चुली दिसू लागतात. हा अर्थात त्याला मिळालेल्या दिव्य दृष्टीचा परिणाम असतो. त्याला दुसऱ्याच्या कवडीचादेखील अपहार करण्याची इच्छा नसते. खरे काय ते ठरावे व न्याय काय तो व्हावा एवढीच त्याची इच्छा असते. त्याच्या श्रमाकडे-घाम गाळणाऱ्या श्रमांकडे - पाहिले म्हणजे त्याच्या निर्मळ मनाची तेव्हाच साक्ष पटते. नाहीतर वीतभर जमिनीकरता ५-२५ कोस जमीन चालून कोण कोर्टात गेला असता! आपला पायदेखील ठेवायला जागा नाही अशा तुकड्याकरता आपल्या पायाचे तुकडे कोणी पाडून घेतले असते! चंद्रमौळी घरांसाठी स्वत:चे घर सोडून सूर्याचे ऊन कोणी खाल्ले असते! जुने कागद वाळवीने खाल्ल्यामुळे पांढऱ्यावर काळे करून हात (व हात तोंडाला लागले तर तोंडही) उगाच कुणी काळे करून घेतले असते! ज्या विहिरीच्या डबक्यात पाणीदेखील नाही, त्याच्यासाठी पाण्यासारखा पैसा कुणी खर्च केला असता! स्वत:च्या खिशाला खार लावून वकिलाच्या खिशात ती धार कुणी धरली असती! असला अव्यापारेषु व्यापार उगीच कोणी करणार नाही व म्हणूनच कलियुगातील वादी म्हणजे मूर्तिमंत सत्ययुग म्हटले पाहिजे. हरिश्चंद्राने नुसती आपल्या स्वप्नातील गोष्ट खरी केली. पण वादी कुणाच्या स्वप्नीही न

आलेली गोष्ट खरी करून दाखवण्याकरता घरादाराचा लिलाव मांडत आहेत. (हरिश्चंद्राप्रमाणे बायकापोरांचा लिलाव करता येत नाही याला नाइलाज आहे) व केवळ डोंबाघरीच नाही, तर सर्वांच्या घरी पाणी वाहत आहेत. रामचंद्राने केवळ बापाचे वचन पाळण्याकरता वनवास पत्करला; पण हे आधुनिक रामचंद्र बापाच्याही बापाला माहीत नाही असल्या वचनाकरता वनवास खुशीने स्वीकारत आहेत. धिक्कार तुमचा हरिश्चंद्र-रामचंद्रांनो! कलियुगातील या वादींनी तुम्हाला अर्धचंद्र द्यावा ना? पळा, लवकर पळा, नाहीतर हे वादी आपल्या पळपुट्या वकिलासकट तुमची पाठ पुरवून तुम्हाला सळो की पळो करून सोडतील. बघतोस काय रामचंद्रा! या साक्षीदारांच्या जय्यत तुकडीवर तुझा रामबाण नावाचाच! हरिश्चंद्रा, अजून तुला खरे वाटत नाही! हा काही काशीचा बाजार नव्हे, की तुझी एक औटभर किंमत होईल! तुझी इथे कवडीची - जळक्या काडीचीदेखील किंमत नाही.

वादीने दाव्याच्या रूपाने सरहद्द गाठली की त्याचा प्रतिकार करणे हे प्रतिवादीचे कर्तव्यच होऊन बसते आणि आपल्या वकिलाच्या तोंडाने जरी तो वादीशी आपला संबंध कबूल करीत नसला, तरी कृतीवरून मात्र वादी-प्रतिवादी एका हाडामांसाचे आहेत, हे अगदी उघड उघड दिसते. प्रतिवादीवर जरी अचानक छापा पडला असला, तरी तो कमी पटाईत असतो असे नाही. वादीच्या जोडीला तोही दुसरा वंशवृक्ष तयार करतो, पण त्याच्याकडे पाहताच तो हिंदुस्थानातच वाढला असेल, असे कुणाला वाटायचेदेखील नाही, याची तो पूर्ण काळजी घेतो. वादी आर्यशाखेतला असला तर अशा वेळी अनार्य म्हणवून घेणेदेखील त्याला भूषणास्पद वाटते. रंगाने गोरे होऊन व वादीचा संबंध कबूल करून तोंड काळे करण्यापेक्षा अंगासकट तोंड रंगाने काळे केलेले बरे असे त्याला वाटू लागते. अशा वेळी परमेश्वर दोन असून आमची उत्पत्ति निरनिराळ्या परमेश्वरापासून झाली आहे, असे सिद्ध करता येते तर फार बहार झाली असती, असे त्याच्या मनात येत असावे. (वादी, प्रतिवादींच्या देवाच्या शपथांवरून व हकिगतीच्या विरोधावरून त्यांनी साक्षीस बोलविलेले देव दोन असावेत, असे वाटू लागते.) या वंशवृक्षांच्या गर्दीत वादी आपण प्रतिवादीच्याच शाखेचे आहोत, फार काय प्रतिवादी व आपण एकाच देठाचे, असे दाखवू पाहत असतो, तर प्रतिवादी वादीचा वंशवृक्ष जमिनीत निघाला असल्यास आपला अस्मानात निघाला असून, त्याच्यात व आपल्यात जमीनअस्मानाचे अंतर आहे, असे सिद्ध करण्याचा प्रयत्न करतो व पुराव्यादाखल आपल्या वृक्षाचे मूळ सूर्याच्या माथीं मारून सूर्यवंशी बनतो. बाकी शपथेवर सांगायचे म्हटल्यास तो दररोज दुपारी १२ वाजल्याखेरीज उठत नसल्यामुळे खराखुरा सूर्यवंशी असतो याबद्दल वादच नाही. इतकेच नव्हे तर ग्रहणादिवशी तो मुळीच उठत नाही.

अशा तऱ्हेने वादी-प्रतिवादी आपआपले वंशवृक्ष खणू लागले म्हणजे बेचाळीस

काय पण बेचाळीसशे पिढ्यांचा उद्धार करतात. वडील माणसे सर्वच अर्थांनी धाकट्यांना नावे ठेवतात, असा सृष्टीचा प्रघात आहे, पण यांच्या वंशवृक्षांच्या खड्ड्यात सर्व प्रघात गडप होऊन, हेच पूर्वजांची नावे ठेवून बारशी जेवत असल्याचे दृष्टोत्पत्तीस येते. मयत मजकुरांनादेखील भलती नावे ठेवली असली तरी ती खोडता येत नाहीत, किंवा बेअब्रूबद्दल फिर्याद करता येत नाही. यावरून वादी-प्रतिवादींचे सामर्थ्य किती दांडगे असते याचा अंदाज बांधता येईल. आस्तिकाने सर्पसत्राच्या वेळी पुकारल्याप्रमाणे यांनी नाव घेतले की खापरपणजाचे खापरपणजे आपली काळझोप मोडल्याचे खापर दुसऱ्याच्या कपाळी फोडीत हा हा म्हणता हजर होतात. या पूर्वजांच्या बाबतीत वादी-प्रतिवादीही थोडेसे सढळ हाताने व उदार मनाने वागतात. एका जिवंत बापाशी यांचे खडाष्टक असले, तरी मेलेले आजेपणजे जितके अधिक असतील, तितके बरे असे त्यांना वाटत असते. ते बापाला बाप म्हणत नसले, तरीही पणजा नसलेल्याला पणजा म्हणायला तयार होतात. मृतांची इच्छा त्यांच्या पाठीमागून तृप्त झाली तरी त्यांना समाधान होते असे म्हणतात. या न्यायाने पाहिले, तरी वादी-प्रतिवादीच्या पदरी पुण्यच पडते; कारण कित्येक मुळीच जन्माला न आलेल्या लोकांना ते जन्म देत असतात. मुलगी न मिळाल्यामुळे ब्रह्मचारी राहिलेल्या माणसाला नुसती बायकोच नाही तर पाचपंचवीस मुलेही उदारपणाने देतात. त्या बिचाऱ्यालाही तक्रार करण्याचे कारण नसते, कारण ती खरोखरीच नावाची मुले असतात. त्याच्या पोटाला चिमटा बसला तर याच्या पोटात भडभडून यायचे काही कारण नाही.

अमेरिकेतील अरण्यांपेक्षाही प्रचंड असले हे वंशवृक्ष हातात घेऊन वादी-प्रतिवादीरूपी वानरांना भांडताना पाहिले म्हणजे न्यायाधीश कधी कधी आश्चर्याने वेडा होतो. प्रतिवादीपेक्षा आपलेच वादीशी जवळचे नाते आहे असे त्याला वाटू लागते व वादीने आपल्यावरच दावा गुदरला असता तर अधिक सुखावह झाले असते अशी त्याची कल्पना सांगते. शेवटी काही प्रतिमाहीचे वंशवृक्ष, खणता खणता सप्तपाताळात गेले तरी भिन्न दिसल्यामुळे, हे पुढे वाढता वाढता तरी एक होतील की नाही, असा प्रतिवादीतर्फे पुरावा येतो. हा आकाशपाताळ एक करण्याचा मार्ग कायद्याला विलक्षण वाटतो, पण करणार काय? न्याय हा झालाच पाहिजे! इतक्यात एका साक्षीदाराच्या हलगर्जीपणामुळे वादी-प्रतिवादी हे एकाच बापाचे सख्खे मुलगे आहेत असे कळते व वंशवृक्षांच्या घासाघाशीने उत्पन्न झालेल्या आगीतून सुटल्यामुळे कोर्टाला थोडेसे हायसे वाटते.

हा एक साधा मामला झाला, परंतु न्यायाच्या मंदिरात न्यायदेवतेच्या काही काही एकनिष्ठ भक्तांनी केलेल्या लीलेचे वर्णन करू लागले, तर ते एक नवे 'लीलामृत'च होईल.

एकदा दरबारात न्याय गेल्यानंतर दोन्ही पक्षांची चिकाटीही विलक्षण असते. 'देह जावो, अथवा राहो' या साधूक्तीप्रमाणेच ते वागत असतात. न्याय न आवडणारे म्हणजे अन्यायी लोक, त्यांना मध्येच थांबायला सांगत असतात, पण 'प्रारब्धम् उत्तम जना: न परित्यजन्ति' हेच खरे!

वादीला व अर्थातच प्रतिवादीला खऱ्याखोट्याचा विधिनिषेध नसतो असे म्हणतात, पण हे साफ खोटे आहे. खोट्याचा विधि आणि खऱ्याचा निषेध यांचे त्यांना बाळकडूच पाजलेले असते. पाठच्या भावाचे तो तोंड पाहत नाही हे सरळच आहे, कारण पाठीला पाठ लावून आलेल्या भावाचे तोंड त्याला दिसणार कसे? मांडी दिलेल्या मुलाला तो नाकबूल करतो, याचे कारण त्याने मांडी परत केली नाही हे होय. काय हा कृतघ्नपणा! मुलगा जर परत मांडी देता तर वादीने खास वाद घातला नसता!

टीचभर जमिनीकरता न्याय करणारे वादी-प्रतिवादी जरी एका गावचे असले, तरी ते बहुधा त्यांच्या गावी नसते. आपले हक्क सांभाळण्याकरता ते इतके डोळ्यांत तेल घालून बसलेले असतात की, इंग्लंडातील बायकांनी किंवा मजुरांनी त्यांच्यापासून धडा घ्यावा. कवडी किमतीच्या वर्षासनाचा शंभरावा हिस्सा मिळण्याकरता ते वर्षेच्या वर्षे फुकट घालवतील. दोन घरांमधील वईकरता कोर्टापर्यंत धाव घेऊन सरड्याची धाव वईपर्यंत या म्हणीला हरताळ फासतील. एक झाड कबजात घेण्याकरता त्या झाडाच्या किमतीपेक्षा अधिक पैसे खर्चून तो वंशवृक्ष उठवतात व काट्याने काटा काढावा या न्यायाने झाडाने झाड मिळवू पाहतात. कित्येक वेळा ही झाडांची वाटणी काही केल्या बरोबर होऊ शकत नाही. मूळ एकाच्या परड्यात तर झोक दुसऱ्याच्या परसात, असा प्रकार होतो. त्या वेळी हे दोन्ही चिकट प्राणी त्यांच्या मुळाशी जाण्याकरता वकिलाला हाती धरतात. हे सर्व लोक जुन्याला मानणारे व देवाधर्माला भिणारे असतात, पण यांच्या वादाच्या प्रलयामध्ये जुनी मृत्युपत्रे, दत्तकपत्रे, किंबहुना सर्व प्रकारची पत्रे पुन्हा ताजीतवानी व तरुण झालेली दिसतात. 'वृद्धोऽपि तरुणावते' अशा प्रकारचे काही औषध त्याच्यापाशी आहे की काय कोणास माहीत! मयत माणूस मृत्यूनंतर ५-२५ वर्षांनेदेखील मृत्युपत्र करू शकतो (आणि याबद्दल शंका बाळगण्याचे कारण नाही. त्याची दस्तुरखुद्द सही खाली असतेच) या गोष्टीवरून आत्मा अमर आहे हे गीतेपेक्षाही खात्रीलायक पुराव्याने सिद्ध होते. मृत्युपत्र याचा अर्थ मृत्यूपूर्वी केलेले व्यवस्थापत्र नसून मृत्यूनंतरचे व्यवस्थापत्र असा आहे, हेदेखील मी दिवाणी न्यायापासूनच शिकलो. अशा तऱ्हेने मेलेली माणसे व गेलेले दिवस पुढे उभे करणारे वादी-प्रतिवादी कळिकाळालाही भारी आहेत यात शंका नाही. इतकेच नव्हे तर मृत्युशय्येवर केलेले मृत्युपत्र गडबडीने केले असल्यामुळे थोडेसे गोंधळाचे दिसते, परंतु पश्चात केलेले

मृत्युपत्र सुवाच्य व सरळ असून, वादीच्या म्हणण्यात व त्यात अवाक्षराचादेखील फरक आढळून येत नाही व त्याच्या नीटनेटकेपणावरून ते मृत्युपत्र नसून लग्नपत्रिका आहे, असेच वाटू लागते. जी स्थिती मृत्युपत्र करणाऱ्याची तीच त्यातल्या साक्षीदाराचीही! रौरव नरकाहूनदेखील ते आपली आवडती लेखणी घेऊन सह्या करण्याकरता एका क्षणात वादीसमोर हजर होतात. बाकी काही झाले तरी हा मेलेल्या माणसांशी प्रसंग! त्यामुळे व त्यांची आठवणही एवढ्या प्रवासात मलीन झाल्यामुळे काही काही वेळा किंचित विचित्र प्रकार घडून येतात. मृत्युपत्राच्या तारखेच्या आधीच पाच-दहा वर्षे मालक किंवा साक्षीदार मरण पावले होते असा पुरावा सापडतो किंवा सही करणाऱ्या साक्षीदाराला लेखणीने सर्व बोटे काळी करण्यापेक्षा नुसता अंगठा काळा करूनच जन्म घालवावा लागला होता, असे सिद्ध होते! एक ना दोन, पण एवढी गोष्ट खरी की, पांढऱ्यावर काळे करण्याची कला असणाऱ्या माणसाचे वादी-प्रतिवादी मन:पूर्वक आभारी असतात.

हे न्याय काही केवळ एकाच पिढीचे असतात असे नाही, तर गोत्राबरोबर तेही पिढ्या न् पिढ्या आपले नाव चालवत असतात. 'तू नाही तुझ्या बापाने पाणी गढूळ केले असेल' असे म्हणणाऱ्या लांडग्याप्रमाणे एकमेकाचे बाप काढीत मुले ही वडिलार्जित मिळकत पुढे चालवत असतात. वकील, साक्षीदार, कारकून, पट्टेवाले व एखादे वेळी गोड जिभेचा न्यायाधीश, इतक्या सगळ्यांचे वादी-प्रतिवादीशी इतके मेतकूट जमलेले असते की, यांचे खिसे ते आपलेच समजत असतात. वामनावतारी देवाने तीन पावले जमीन मागून त्रिभुवन कसे व्यापले हे त्यांना पक्के माहीत असते व म्हणूनच ते पावलोपावली हक्काकरता झगडत असतात. अंगावर नेसते धोतर असेपर्यंत, किंबहुना कोणीही कशावरही कर्ज देईपर्यंत हे कोर्टाची पायरी उतरणार नाहीत. केवढा हा स्वाभिमान आणि कार्याविषयी चिकाटी! खालच्या कोर्टाचा निकाल फिरविण्याकरता वरच्या कोर्टाकडे जाण्यात त्यांचा जीव मुळीच खाली-वर होत नाही. एका दुकानात माल मिळाला नाही तर माणूस ज्याप्रमाणे दुसऱ्या दुकानात जातो त्याप्रमाणे न्याय मिळविण्याकरिता त्यांच्या उड्या उंच उंच होऊ लागतात. त्यांच्या या उड्यांपुढे मारुतीची जन्मकाळची उडीदेखील केवळ मनाची वाटू लागते. इथल्या व सातासमुद्रापलीकडील कोर्टाच्या पायऱ्या संपल्या, म्हणजे मात्र त्यांना विचार पडतो, परंतु चुकून वादी मेला तर हा देवाच्या दरबारी न्याय मागण्याकरताच गेला अशी खात्री होऊन प्रतिवादी आत्महत्या करून व कधी कधी वकिलाला विष घालून त्याच्यासकट - वादीच्या पाठोपाठ जातो. या मरणाच्या गडबडीत तो कागदपत्र मात्र इथेच विसरतो. तथापि, वर्षश्राद्धादिवशी ते भेटीला देऊन त्याला पोचवण्याची व्यवस्था करता येण्यासारखी आहे.

आमच्या बाबांना सरकार-दरबारची व न्याय पंचायतीची भारी आवड! त्यांच्या

कपड्यापेक्षा त्यांचा जोडाच लवकर फाटतो यावरून त्यांचा दरबारी दौरा किती होता हे लक्षात येईल. कुठल्याही शास्त्रामध्ये फारशी गती न चालल्यामुळे त्यांनी आपला मोर्चा 'न्यायशास्त्रा'कडे वळविला होता व त्यात हे पट्टीचे पटाईत झाले आहेत. दाव्यात दुसऱ्याचा गळा अडकवून त्याच्या गळ्याला फास (न्यायाधीशाचा निकाल होण्याच्या आधीच) लावण्याची कला त्यांना चांगलीच अवगत झाली आहे. कुठल्या म्हणजे खटल्यात बाबा वादी-प्रतिवादी, निदान साक्षीदार किंवा किमान पक्ष प्रेक्षक म्हणून नाहीत असे व्हायचेच नाही. आपल्या घरी बसून न पाहताच झालेले दत्तक त्यांना दिसत असतात आणि डोळ्यांदेखत झालेल्या दत्तकांकडेही ते डोळेझाक करतात. नाना फडणविसाप्रमाणे कोणाच्या घरी काय आहे, कुठे कोण कुणाला शिव्या देत आहे वगैरे सगळ्या बित्तंबातम्या बाबांना होण्याच्या आधीच कळत असतात व न्यायावरच सर्व जग अवलंबून असल्यामुळे आगीत तेल ओतण्याकरता ते शक्य तितकी आपली तैलबुद्धि खर्च करीत असतात. आपल्या सध्याच्या अवनतीचे कारण इतर कुठल्याही गोष्टीत नसून, आपण न्यायाकरता सरकार-दरबार फारसे करीत नाही यात आहे अशी त्यांची समजूत आहे. जो मुलगा बापाबरोबर निदान पोटगीकरता भांडत नाही तो त्याच्या पोटी येऊन व्यर्थ, जो नवरा बायकोच्या शब्दासरशी वकिलाकडे धाव घेत नाही तो अजागळ, जो भाऊ कोर्टात जाऊन आपला वाटा तोडून घेत नाही तो मर्दच नव्हे असे बाबांचे ठाम मत आहे. त्यांनी स्वतःही 'बोले तैसा चाले' अशी कृति करून दाखविली आहे. आजोबांनी एकदा थट्टेने 'तू माझा नातू नव्हेस' असे म्हटल्याबरोबर बाबा खवळले. बिचाऱ्या म्हाताऱ्याला काठी टेकीत टेकीत कोर्टाची पायरी चढावी लागली आणि 'नव्हे हा नातू' म्हटल्याबद्दल 'नको हा नातू' असे होऊन गेले. भावाबरोबरच्या भांडणात तर त्यांनी सायकलचीही वाटणी करून घेऊन एक चाक पैदा केले. शेजाऱ्याची भिंत किंचित यांच्या अंगणात कलली होती, पण 'भिंतीला कान असतात' या सबबीवर तिचे कान उपटण्याकरता त्यांनी कोर्टात जाऊन तिचा शिरच्छेदच करवला. एकदा चिखलातून ते स्वतः गेल्यानंतर त्यांच्या उमटलेल्या पावलावर पाऊल टाकून एक जण सहज गेला. पावलावर पाऊल टाकणारा अनुयायी मिळाला म्हणून आनंदाने नाचायचे लांबच राहिले, उलट पावलावर पाऊल टाकल्याबद्दल मारामारीची फिर्याद करण्याकरता त्यांनी आपले पाऊल कोर्टाकडे वळवले. रस्त्याने त्याच्या पाठीमागून जाणारा माणूस आपल्या पाठीमागे लागला आहे अशा कल्पनेने ते त्याला नेहमी कायद्यात खेचण्याचा प्रयत्न करत आहेत. हा कुठल्या मुलखातला न्याय असे गरीब वाचकांना वाटेल, तर हा मुलखावेगळ्या बाबाच्या मुलखातील न्याय आहे एवढे त्यांनी लक्षात ठेवावे.

न्यायामध्ये वादी-प्रतिवादी नकला घेता घेता अस्सल खरोखरीच विसरून

जातात. दिवसेंदिवस त्याच्या कपड्यालत्त्यांवरून ते विरक्त होत आहेत व लवकरच दिगंबर स्थितीला पोचतील असे दिसू लागते. निकाल लागल्यावर आपले असे म्हणायला एक कागदाचे भेंडोळे - (जे रद्दीच्या भावानेदेखील कोणी घेणार नाही, व घेतले तरी चार आण्यापेक्षा अधिक किंमत येणार नाही) - मात्र प्रत्येकाकडे राहते. त्या कागदावरच काय ती या कागदी पहिलवानांची सारी कसरत अवलंबून असते. कवितेने वेड्या झालेल्या माणसाप्रमाणे हातात कागद घेऊन त्यांची पारायणे करत ते दारोदार हिंडू लागतात, पण त्याची वासपूस त्यांचे वकीलदेखील करत नाहीत. वकील आणि वेश्या ही खालावलेल्या कुळांबद्दल उदासीन असायचीच. शेवटी न्यायाकरता - केवळ सत्याकरता - इतका आत्मसंन्यास करणाऱ्या या तेजस्वी तपस्व्यांना पाहिले म्हणजे कोणाची मान खाली जाणार नाही?

आशा आर्यांचा स्वभावच निवृत्तिपर असल्यामुळे न्यायापासून जे काही पारमार्थिक फायदे आहेत ते काही विसरता येत नाहीत. न्यायामुळे घरदार नाहीसे होऊन बिकट असा घरादाराचा पाश सुटतो. अन्नाकरता दुसऱ्यांचे दार पाहावे लागल्यामुळे सहजच दळणवळण सुरू होते. दुसऱ्याचे कर्ज काढून खावे लागत असल्यामुळे नेहमी समाजात मान खाली घालावी लागते व अशा तऱ्हेने अंगी विनय बाणतो. याशिवाय काटकसर, व्यवहारदक्षता, धर्म पाळण्याची आवश्यकता वगैरे गोष्टी निराळ्याच! सारांश, दोन तपे रक्ताचे पाणी करून 'यस, फ्यस' करायला शिकण्यापेक्षा न्यायाच्या दोन घुटक्यांनी पुढील पिढी हवी तशी होईल हे सुधारकांनी ध्यानात ठेवावे.

शेवटी न्यायाचा शिमगा समाजाने दररोज सणासारखा साजरा करावा, असे विनवून, 'आदर्शा'तील न्यायाच्या प्रतिबिंबावर इथेच पडदा पाडतो.

◆

प्रथम स्कंध - अध्याय ३रा

अलभ्य लाभ अथवा वैधव्याचे फायदे

देव करतो ते सारे बऱ्यासाठीच अशी आपल्यात एक म्हण आहे आणि तशा भावाने पाहिले तर ती खरी आहे, हेही आढळून येईल. मेल्यावाचून स्वर्ग दिसत नसल्यामुळे मृत्यू हा एक प्रकारचा वरच आहे, असे म्हटले तरी चालेल. कायद्याचा पाश गळ्यात पडला की संसाराच्या पाशातून मुक्तता होते व पायात लोखंडी बेडी आली की संसाराची सोनेरी बेडी व ताबेदारीची रुपेरी बेडी, या आपोआपच गळून पडतात. काळ्या पाण्यावर गेल्याबरोबर कैक लोकांचे तांबडे पाणी सुटले आहे. तुरुंगातल्या सक्तमजुरीने शेकडो लोकांचे अन्नपचनाचे विकार नाहीसे केले आहेत, गिळंकृत केलेल्या पैशामुळे फुगलेली पोटे सपाटीवर आणली आहेत, जातिभेद मोडून समाजसुधारणेचे कार्य केले आहे, साडेतीन वस्त्रांवर राहण्याची सवय करून त्यागाचे तत्त्व शिकविले आहे. सारांश, अत्यंत गर्हणीय मानलेला तुरुंगाचा मार्ग रोगावर रामबाण औषध व नीतीचा उत्तम उपदेशक आहे, हे सहज कळून येईल. वरील उदाहरणांवरून देव करतो ते बऱ्यासाठीच हे उघड होते. तेव्हा देवाने दिलेल्या वैधव्याच्या फायद्यांचे वर्णन करणे म्हणजे एक प्रकारचे देवाचे नाव घेण्यासारखेच आहे. परंतु 'जो करील बरे त्याला म्हणावे माझेच खरे' अशा वृत्तीच्या थिल्लर सुधारकांना हा सिद्धान्त पटायचा नाही, म्हणून दुसऱ्या एक-दोन रामबाण युक्तिवादांनी त्यांचे समाधान करतो.

द्वैत हे जगाच्या मुळाशीच आहे. प्रकृति व पुरुष हा तर संसाराचा पाया आहे. यामुळे प्रत्येक गोष्टीला दोन बाजू असतात. रस्त्यावरदेखील वाहने डाव्या बाजूने हाकायची असतात तर याच द्वैतामुळे. फार काय, माणसांच्या तोंडावर एका बाजूला एक तर पाठीमागे म्हणजे दुसऱ्या बाजूला दुसरे, अशी बोलणी व्यवहारात आढळून येतात. पाठीला डोळे नसतात ही म्हण याचीच निदर्शक होय. जगात एकहाती कारभार वाटेल तितका असला, तरी एका हाताने अद्याप टाळी मात्र वाजली नाही, ही गोष्ट लक्षात ठेवण्यासारखी आहे. घरातील सुनेच्या कागाळीपासून तो हायकोर्टातील खुनाच्या खटल्यापर्यंत प्रत्येक बाबीला दोन बाजू असतातच. चोरी हा धंदा वाईट असला, तरी त्यामुळे धाडस, साहस वगैरे गुण अंगी उतरत असतात. खोटे

बोलण्याने पाठीमागचे बोलणे नेहमी ध्यानात ठेवणे इष्ट असल्यामुळे स्मरणशक्तीची वाढ होते. चहाडीने तर एक मोठाच शास्त्रीय शोध लावला आहे. दुसऱ्याचा कान चावून त्यात विष ओतणाऱ्या कलेवरूनच, प्लेगची व देवीची लस टोचण्याचा शोध लावला असावा. दारू पिण्याने कवित्व व साधुत्व अंगी येते हा तर दररोजचा अनुभव आहे. उच्चनीच भाव, आपपर भाव या सगळ्या भावांना फाटा देणाऱ्या या पेयाचे जितके गुण गावे तितके थोडकेच. मुलगा उनाड असला म्हणजे शाळेच्या फीचा खर्च लवकरच वाचतो, असा शेकडो बापांचा अनुभव आहे. तापाच्या साथी तर सध्याच्या दुष्काळाच्या दिवसात येतील तितक्या हव्याच आहेत.

इतक्यानेही ज्यांचे समाधान होणार नाही, त्यांचे डोळे 'वाईटातून चांगले' या तत्त्वाने तरी उघडतील अशी आशा आहे. आगीत जळून मेले तर दहनाचा खर्च वाचतो व पाण्यात बुडून मेले तर संन्याशाचे मरण येते. विष खाऊन जीव दिलेल्या माणसावर भित्रेपणा लादण्याऐवजी, विषाची परीक्षा पाहिल्याबद्दल त्याचे अभिनंदन केले पाहिजे व परलोक शोधायला गेलेल्या या पुरुषाचे नाव कॅप्टन कूकसारख्या धाडसी शोधकांच्या मालिकेत अग्रस्थानी घातले पाहिजे. 'आत्महत्या' करणारे तर आपल्या भीष्मप्रतिज्ञेने भीष्मालाही मागे टाकतात. भीष्माने कृष्णाला प्रतिज्ञा मोडून सुदर्शनच हाती घ्यायला लाविले; पण 'नैनं छिन्दन्ति शस्त्राणि', 'नायं हन्ति न हन्यते' अशी ज्याची कृष्णाने वर्णने केली, त्या आत्म्याची हत्या करूनही हे लोक पार झालेले असतात. डोळे नसलेल्या माणसावर डोळेझाक केल्याचा आरोप कधीच यायचा नाही व कान गेलेल्या माणसावर कान देण्याच्या विनंतीचा कधीच भडिमार होत नाही. मुक्या माणसावर दुसऱ्याची बेअब्रू (तोंडाने) केल्याची फिर्याद होण्याचा संभव नाही, तर थोट्याच्या हातून दुसऱ्यावर हात टाकण्याचे पातक कधीच घडायचे नाही. एक पाय तुटलेल्या गृहस्थाने मला यापुढे एकच बूट साफसूफ करावा लागेल हा त्यातून काढलेला फायदा वाचकांच्या लक्षात असेलच. याच गोष्टीचा दुसरा फायदा 'प्रत्येक सत्कृत्य करायला मी एका पायावर तयार आहे' असे त्याला शपथेवर सांगता येईल हाही एक आहे. क्षय झालेल्या माणसाच्या सदऱ्याला कापड कमी लागते, तापकऱ्याला अन्न कमी लागते, वात झाल्याने व्यायाम घडतो व वक्तृत्व वाढते हे रोगातूनदेखील चांगलेच निष्पन्न होते असे म्हणायला हरकत नाही. थंडीचा कडाका पडला म्हणजे माणसाला थोडी जागा पुरून मुंबईच्या वस्तीत किती सोय होते हे पुष्कळांना माहीत आहेच. अवर्षण झाले म्हणजे छत्रीची मुळीच जरूर राहत नाही. ऊन अतिशय पडले, म्हणजे सूर्याचे डोळे उघडून प्रलयकाल जवळ आला या कल्पनेने जो आनंद होतो, तोही या फायद्यापैकीच गणता येईल. अंथरुणाला खिळण्याच्या दु:खातदेखील व्यक्तीवर व अर्थातच तिच्या गुणांवर पांघरूण पडते हा मोठा फायदा आहे. वैधव्य ही एक अशाच प्रकारची काही लोकांच्या दृष्टीने मोठी

आपत्ति आहे. एखादी मुलगी विधवा झाली की 'अरेरे वाईट झाले' असे हे लोक म्हणतात, पण तिचे वाईट होत नसून बरेच होत असते व कपाळ फुटण्याऐवजी कपाळीची रेषा उमटत असते, अशी माझी समजूत आहे. याच हेतूने आम्हा ब्राह्मणवर्गातील वैधव्य किती फायदेशीर असते हे येथे दाखविण्याचा प्रयत्न करणार आहे. कार्य तडीस नेण्यास श्री समर्थ आहे.

वैधव्याचा मोठा फायदा 'नवरा म्हणे' हा होय. 'कुणाची होऊ नये बाईल व कुणाचा होऊ नये चाकर' ही म्हण अनुभवाने प्रत्येकाला पटते. तेव्हा बाईलपणा दूर करणारे वैधव्य किती उपकारक असते हे लिहिलेच पाहिजे काय? या फायद्यावर 'नवरा मरण्याची आवश्यकता' या नावाचे नाटक बाबा लिहीत असल्यामुळे मी पुढल्या फायद्याकडे वळतो.

याच्या खालोखालचा फायदा केशवपन हा होय. सध्याच्या युगात स्त्रीवर्गाच्या-त्यातून विधवांच्या शिरावरील एक एक जबाबदारी वाढत असता केसांचा निरर्थक भार त्यांच्या डोक्यावर लादून ठेवणे अयोग्य आहे. केशभार हलका करून विधवांच्याबद्दल आमचा जुना समाज पूर्ण सहानुभूति दाखवीत असताना, नव्या लोकांनी विधवेच्या डोक्यावर फिरणाऱ्या न्हाव्याच्या वस्तऱ्यावर हत्यार उपसावे हे अत्यंत अनुचित आहे. केस हे बोलूनचालून 'कृष्ण व कुटिल', तेव्हा अशा लोकांना पातिव्रत्याचा मक्ता घेतलेल्या विधवांनी डोक्यावर चढवून ठेवावे यापेक्षा दुसरे लांछन कोणते? हा काळिमा पुसण्याकरता - निदान छाटण्याकरता केशवपन अमलात आले आहे. महिन्यातून एकदाच डोक्यावरून न्हात असतानाही, कित्येक सधवांना वारंवार पडसे- खोकला झालेला आढळून येतो. केसात पाणी जिरल्याचा हा परिणाम असतो. केशवपनामुळे विधवांना ही बाधा होणे शक्य नाही, हाही आरोग्याच्या दृष्टीने फायदाच होय. शरीराचे कुठलेही अंग उघडे असणे सभ्यतेचे व शालीनतेचे लक्षण नव्हे. परंतु 'सर्वेषु गात्रेषु शिर: प्रधानम्' असे असूनही रूढीमुळे सधवांचे डोके उघडे राहते, परंतु केशवपानामुळे विधवांना आपले उत्तमांग झाकण्याची पूर्ण मुभा मिळाली आहे. विधवांना इतके स्वातंत्र्य दिले असूनही त्यांच्या गुलामगिरीबद्दल ओरड आहेच! विधवेचे डोके पदरात घेणाऱ्या जुन्या लोकांची निंदा म्हणजे कृतघ्नपणाचा कळस होय.

आद्य शंकरचार्यांनी अल्पवयात संन्यास घेतला यातच जर त्यांचे शंकराचार्यत्व असले, तर आमच्या समाजात आजमितीस असे स्त्रीशंकराचार्य शेकड्यांनी आढळतील. अर्थशास्त्राच्या दृष्टीने पाहिले तर केशवपन सर्रास सुरू करणे मिठावरला कर कमी करण्याइतकेच आवश्यक आहे. केसाकरता दररोज लागणारे तेल, मधूनमधून मोडणाऱ्या फण्या व आरसे आणि विंचरण्यात व्यर्थ जाणारा अमोल वेळ या सर्वांपेक्षा दोन-तीन आठवड्यांनी एका पैशात सर्व साधून देणारी वपनकला -

कामधेनू किंवा कलियुगातील पासष्टावी कलाच होय. केस असले की तेल व त्याचे मर्दन आले. या स्नेहाचा व मर्दनाचा परिणाम किती घोर होतो, हे सांगितले पाहिजे असे नाही. त्याचप्रमाणे केसात भांग पाडण्याची पद्धत बायकांच्या भाऊबंदकी माजविणाऱ्या स्वभावातूनच निघाली आहे. अर्थात अशा स्वभावापासून विधवांना परावृत्त करण्याकरिता केशवपनच उपयोगी पडते. भाऊबंदकी मिटविण्याकरिता शिक्षणापेक्षा केशवपनाचाच अधिक उपयोग होईल अशी माझी खात्री आहे. तेव्हा इंग्रजी शिक्षणाच्या शाळांपेक्षा नापिकांच्या शाळा हीच देशाची सध्याची गरज आहे.

केशवपनामुळे विधवांच्या अंगी पुष्कळ गुण उतरत असतात. त्यांपैकी थोडे येथे देतो. स्वयंपाकाकडे विधवांची योजना होत असल्यामुळे, भाकरीत केस जाऊन, केसाने गळा कापल्याचा आरोप त्यांच्यावर येऊ शकत नाही. गुरुमंत्र देणाऱ्या गुरूचा डोक्यावर ठेवलेला हात पुष्कळ वेळा सधवांच्या केशकलापात गुंतलेला आढळून येतो. तसे होण्याचा विधवांच्या बाबतीत फारसा संभव नाही. दर पंधरा दिवसांनी न्हाव्यापुढे खाली मान घालून बसावे लागल्यामुळे त्यांच्या अंगी मर्यादशीलपणा चांगला बाणतो. कित्येक बायकांनी केसांचे गळफास करून जीव दिल्याची उदाहरणे आहेत. केशवपनामुळे विधवांच्या हातून अशा प्रकारची आत्महत्या होऊ शकत नाही व त्यामुळे आत्महत्येचे पापही त्यांना लागत नाही. भारतीय युद्धातल्या निरनिराळ्या प्रकारच्या व्यूहाप्रमाणे प्रचारात आलेल्या शेकडो केशरचनांपासूनही विधवा सुटल्या आहेत. वेणीचे सुदर्शन त्यांच्या पाठीमागे लागण्याचा कधीच संभव नाही व अंबाड्याचा धोंडा तर त्यांच्या मानेवर कधीच बसायचा नाही. विधवा बायका कितीही हमरीतुमरीवर आल्या, तरी त्यांच्यात केशाकेशी कधीच सुरू व्हायची नाही. कानावरल्या पदरामुळे त्यांचे कान फुंकणे किंवा भारणे फार अवघड जाते.

केशवपनाची याहून अधिक मीमांसा हवी असेल तर *'अथातो हजामत नीतिमीमांसा' केशवपनाची चाल पुराणांतरीची आहे हे लिहायला नकोच. पार्वतीचा मुलगा 'कुमार' आपले नाव सार्थ करण्याकरिता लग्न न करण्याचा सुधारकी हट्ट घेऊन बसला व या वेळी जर कोणीही स्त्री माझ्या दर्शनाला येईल, तर ती तत्काळ विधवा होईल या शापाने त्याने आपले स्थळ निर्जन केले. परंतु पार्वतीचे बोलूनचालून आईचे हृदय! त्याची थोडकीच तळमळ राहणार! षडाननाशी षडाष्टक असले, तरी सूनमुख पहायला उत्सुक असल्यामुळे ती बापडी कुमाराची समजूत घालण्यासाठी गेली. त्या वेळी षडानन आपल्या साही तोंडांनी प्रिय सखीचे (तरवारीचे) चुंबन घेण्यात गुंग होऊन गेला होता. पावलांची चाहूल लागताच कुमाराने आपले बाराही डोळे वर केले! पार्वतीची आशा खाक झाली व शंकर खरोखरीच कैलासवासी झाला.

---

* सुदाम्याचे पोहे - मुष्टि सहावी

आपल्या हातून पितृहत्या घडली म्हणून तो प्रायश्चित्त विचारण्याकरता बृहस्पतीकडे गेला, पण बृहस्पती चंद्राच्या घरी नांदणाऱ्या बायकोच्या शोधात असल्यामुळे त्याची गाठ पडली नाही. सुनेचे तोंड दिसायच्याऐवजी आपलेच तोंड जगात दाखवायची बंदी झालेली पाहून पार्वती मनातल्या मनात कुढू लागली. शृंगी भृंगी शांभवी न घेताच वेड्यासारखे झाले. नंदीने वैरण खाण्याचे सोडून दिले आणि स्मशानातल्या भुतांनी शंकराकरता तऱ्हेतऱ्हेचे विलाप करण्याला सुरुवात केली.

काही दिवस लोटले. क्षीरसागरात आपल्या कसरतीच्या मंडळीत भगवान शेषशायी 'छिद्रेष्वनर्था बहुलीभवंति' या न्यायाने आपल्या बेंबीविषयी विचार करीत खिन्न मुद्रेने पडले होते. इतक्यात शेषाने आपल्या मस्तकावरील भार वाढल्याबद्दल तक्रार केली. गुप्त पोलीस खात्याकडून चौकशी करता याचे कारण पार्वती अद्याप सकेशा राहिली आहे, हे होय असे ठरले. चतुर्भुज विष्णूंनी एकदम हुकूम खरडला आणि कुमाराची प्रिय सखी (तरवार) पार्वतीच्या डोक्यावर ठेविली. पुढे कालांतराने तरवारीचा दत्तक पुत्र वस्तरा याच्याकडे वंशपरंपरेने तो हक्क आला. तो अद्याप चालू आहे, हे सनातन धर्माभिमान्यास भूषणावह आहे.

विधवेचे बहिरंगही केशवपनाप्रमाणे शारीरिक व मानसिक उन्नती करणारे असते. बायकांचे कुंकू रानटीपणाचे द्योतक असल्याबद्दल एका विद्वानाने मागे लिहिलेच आहे. हा रानटीपणा विधवांच्या बाबतीत समाजाने दूर केला आहे. कुंकवाचा रंग तांबडा व तांबडेपणा ही तर भयाची खूण! असे असता विधवा पुढे आली असता आमचे पाऊल अधिक जोराने पुढे पडायला हवे! तिच्या कपाळीच कुंकू नसले तर फार बरे!

मेल्यावर मंगळसूत्र पतीच्या तोंडात घालायचे असते! स्वर्गाच्या बिकट घोरपडीवर तोंडात मंगळसूत्राचा सोल व बायकोच्या केशकलापाचा पट्टा घेऊन, चढणाऱ्या जवान मर्द नवरोबांची तारीफ करावी तेवढी थोडीच! मंगळसूत्र म्हणजे बायकोच्या गळ्याचा गळफासच! हा तोडायला संधी दिल्याबद्दल विधवांनी समाजाचे आभारी असले पाहिजे. शंभर नंबरी विधवेचे तांबडे वस्त्र हे तिच्या 'वसुधैव कुटुंबकम्' वृत्तीचे लक्षण आहे. कारण प्रेमाचा रंग तांबडा असतो व तिलाही नखशिखान्त तांबडी केलेली असते. कित्येक वेळा 'पांढऱ्या पायाची' असे विशेषण तिला देण्यात येते, परंतु ते तात्पुरतेच असते. विधवेच्या बाबतीत साडेतीन हात देहाची एका लुगड्यावर रवानगी झालेली बघून पाच पांडवांच्या द्रौपदीचा व्यवहारी अपूर्णांकदेखील सुलभ वाटू लागतो.

या अनर्थशास्त्रानंतरचा फायदा अर्थशास्त्राच्या दृष्टीने आहे. विधवांना जर दागिने घालायची परवानगी असती, तर कितीतरी घरातले सावकारीचे धंदे डबघाईला आले असते, परंतु अलंकारांची व विधवेची फारकत झाली असल्यामुळे ती दागिन्यांच्या

पेटीसारखी काष्ठवत झालेली असते. डोक्यावरले गुलाबाचे फूल काटे असूनही तेथे येण्याला राजी नसते. दररोज सर्वांकडून पुष्पांजली मिळत असल्यामुळे दागिन्यातल्या इतर फुलांचेही कारण उरत नाही. तांदळीपोत व जोंधळीपोत बहुवचनांनी थोडेफार तिच्या हातात असतात. घरच्या व बाहेरच्या टीका ऐकता ऐकताच तिची पुरेवाट होत असते. मग टीकांचा कानांपासून गळ्यापर्यंत प्रवास तिला झेपणार कसा? तिचा मुखचंद्र चंद्राला हार घ्यायला लावत असल्यामुळे (बहुतकरून फिक्कटपणात) चंद्रहार तिच्या गळ्यात गळा घालायला तयार असत नाही. फुटका मणीदेखील दृष्टीस पडायची भ्रांत, मग तन्मण्याची गोष्ट हवी कशास? सगळीकडून बंद असल्यामुळे सधवेचे बाजूबंद विधवेला कःपदार्थच वाटत असावेत. पुरणाच्या पाटल्यांनी मनगट भरून दिसत नसले, तरी पुरणाच्या पोळ्या लाटून ते भरून येत असल्यामुळे याही बाबतीत विधवेला कुरकुर करायला विशेष जागा नाही. वाटेल त्या गोटात स्वयंपाकाच्या निमित्ताने तिचा हात शिरत असल्यामुळे, तिच्या हातात गोठ असतात असे म्हटले तर वावगे होणार नाही. शेलक्या शेलक्या मुक्ताफळांच्या नथींनी तिचे नाक खाली करण्यात व तसल्याच बुगड्यांनी तिचे कान किटविण्यात सर्व पटाईत असतात. तिचा कंबरपट्टा हिरावून घेतला असला, तरी तिला कंबरेचा ढिला काटा दिलेला असतो. शुभ्र चांदीच्या साखळ्या पायात नसतानाही तिचे पाय लोकांना पांढरे दिसू लागतात. वैधव्यात प्रेक्षकांना कवी बनविण्याची केवढी शक्ती आहे. अशा तऱ्हेने सोन्याचा गंध नसतानाही विधवा लंकेची पार्वती बनते. हिंदुस्थानच्या औद्योगिक उन्नतीकरता पैसा हवा व बायकांच्या हावऱ्या स्वभावामुळे पुष्कळ पैसा दागिन्यात अडकून पडतो. या दृष्टीने पाहिले म्हणजे आमची औद्योगिक उन्नती विधवांच्या वाढत्या संख्येवर अवलंबून आहे हे सहज दिसून येईल.

दागिन्यांची अशी वाट लागल्यावर विधवेचे स्त्रीधन, ती स्त्री असते व म्हणून कुठेही स्वयंपाकाला जाते, एवढेच उरते. तिचे पोट पाठीला लागले असल्यामुळे ते भरण्याची काळजी कुणालाच घ्यावी लागत नाही. पोळपाटाची ढाल व लाटण्याचा भाला या शस्त्रांनी सज्ज झालेल्या विधवा-वीरपत्नी संसाराच्या समरांगणात विजय मिळविणार नाहीत असे कोण म्हणेल? स्वावलंबन हे तर प्रत्येक मनुष्याचे ब्रीद असले पाहिजे. विधवांना समाज ते पाळायला लावतो. 'जो दुसऱ्यावरी विश्वासला। त्याचा कार्यभाग बुडाला।।' असा समर्थांचा सिद्धान्त असल्यामुळे, जगात कार्यभाग कुणाचा होत असला, तर तो विधवांचाच! सर्व दानात अन्नदानाची मोठी महती असल्यामुळे चित्रगुप्ताच्या वहीतील पुण्याचा भाग अशा विधवांच्या निढळाच्या घामानेच भरला असावा. दुसऱ्यांच्या पोटात त्यांचे हात जात असल्यामुळे इतरांच्या गुपितांचाही त्यांना सुगावा लागत असतो. सरकारने गुप्त पोलीस खात्यात विधवांचा उपयोग करून घेतल्यास फायदेशीर होईल. दररोज निरनिराळ्या ठिकाणी

जाणे- येणे होत असल्यामुळे उत्कृष्ट कादंबरीकाराला अवश्य असे अनुभवही तिला येत असतात.

विधवा रोजनिशी (डायरी) लिहीत नसूनही त्यांचा दैनिक कार्यक्रम कित्ता घेण्यासारखा असतो. 'ब्रह्मे मुहूर्ते उत्थाय' ही श्रुतीची आज्ञा त्यांनी पूर्णपणे अमलात आणलेली असते हे ध्यानात ठेवून त्यांनी लवकर निजावे व लवकर उठावे या म्हणीतील बरा असा उत्तरार्ध तेवढा घेतलेला असतो. या त्यांच्या पहाटे उठण्याचा प्रकृतीवरही चांगलाच परिणाम होतो. नवरा असताना घटकेची सोबतीण असलेली बायको त्याच्या पश्चात तपांची सोबतीण होते. सर्व घराचा केर काढण्याचे काम तिच्याकडे असल्यामुळे लक्ष्मीची रास सर्वस्वी तिच्यावरच सोपविलेली असते. घरातील पाणीकांजी तिच्याकडेच असल्यामुळे सर्वांचे 'जीवन' तिच्यावर अवलंबून असते. गाईची सर्व व्यवस्था (फक्त दूध पिण्याशिवाय) तीच करते. सर्वांची जेवणे होईपर्यंत ती तोंडात पाणी घालत नसल्यामुळे सत्याग्रहाच्या चळवळीला असल्याच बायका उपयोगी पडतील असे वाटू लागते. रात्रीचे जेवायचे नसल्यामुळे जैन धर्मातील चांगल्या तत्त्वाचाही तिने अंगीकार केलेला असतो. कापसाच्या वातीच्या स्वदेशी धंद्याला ती सक्रिय सहानुभूति दाखवत असते. घरातल्या सर्वांची घाण धुण्याचा या मंगल गंगेचा संकल्प असल्यामुळे पुढल्या नरकवासाला (यदाकदाचित कपाळी आला तर) ही खास डरायची नाही. घरातील सर्व माणसांच्या आधी उठून नंतर निजत असल्यामुळे त्यांना ती परमेश्वराप्रमाणे अनाद्यनंत वाटत असते.

समाजातल्या हरिदास-पुराणिकांच्या अशा बायका आधारस्तंभच होत. 'सर्वारंभास्तण्डुला प्रस्थमूला:' हे तत्त्व पुराणिकबोवांना जितके पटलेले असते तितके कोणालाच नसते, परंतु या तांदळापैकी बराचसा भाग यजमानीण बाईच्या घरांतून, विधवांच्या पदरातून बाहेर पडत असतो. विधवा बायका म्हणजे समाजातले तारायंत्र. त्यांच्या बित्तंबातम्या नाना फडणविसांनाही लाजविणाऱ्या असतात. कुणाची बायको पळून गेली तर तिच्या पावलाची चाहूल प्रथम या खलबतखान्याला लागायची. कुणी नवऱ्याने आपल्या बायकोला मारले की त्याचा प्रतिध्वनि यांच्या पार्लमेंटात तत्काळ व्हायचा. गावातील सोयरसुतके, लग्नमुंजी, जन्ममरणे (त्या त्या माणसांच्या गावी नसतानाही) यांच्या कौन्सिलात पार पाडली जात असतात. कार्यकारणभावाचे यांचे शास्त्र पाहून मोठमोठ्या तत्त्ववेत्त्यांचेही विचारात पाऊल पुढे पडणार नाही. कुणाच्या घरी आमटीत मीठ अधिक पडले असले तर त्याचा खारटपणा यांच्या चवचाल जिभेला क्षणात लागतो व ही बातमी तिखटमीठ लावून सांगण्यात तर तिचा हातखंडा असतो. सरकारच्या सेन्सारपेक्षाही विधवांची दृष्टी मार्मिक असते व गावातील एकंदर माहिती म्युनिसिपालट्या अगर आरोग्यमंडले यांच्यापेक्षा यांनाच अधिक असते.

आहारातील नियमितपणा व योग्य व्यायाम यामुळे विधवांची प्रकृती सुदृढ राहते. (बालविधवांच्या बाबतीत जन्मादारभ्य ब्रह्मचर्याचीही गणना करण्यास हरकत नाही.) बालामृताचे नावदेखील माहीत नसता त्याचा परिणाम त्यांच्या शरीरावर झालेला दिसून येतो. कदाचित अर्धांगी हे नाते सुटले असल्यामुळे पूर्णांगी होण्यास त्यांना अवसर सापडत असावा. प्रपंचाच्या काळजीतून त्या मुक्त झाल्या असल्यामुळे चिंतेचा रोग त्यांना कधीच जडत नाही. बाळंतरोगासारख्या कंटाळवाण्या रोगातूनही समाजाने त्यांची सुटका केली आहे. त्रिविध तापालाच त्यांनी आपला देह वाहिला असल्यामुळे साध्या तापाची मात्रा त्यांच्यावर मुळीच चालत नाही. पटकी, प्लेग वगैरे घोड्यावरले रोग 'जगाच्या कल्याणा । संतांच्या विभूति ।' अशा या बायकांना नेऊन जगाला अरण्याचे स्वरूप आणू इच्छित नाहीत. एक कांबळे हेच काय ते नेहमीचे अंथरूण-पांघरूण असल्यामुळे त्यांना कांबळ्यावर काढण्याचा योग येणे कठीणच. त्यांच्या तोंडात नेहमी राम असल्यामुळे त्यांच्या तोंडाला तोंड देण्याची मृत्यूचीदेखील छाती नाही. एखाद्या रोगी बायकोला हवा बदलायला सांगण्यापेक्षा तिच्या नवऱ्याला परलोकची हवा दाखविल्यानेच लवकर गुण पडेल. वैधव्याच्या अमरपट्ट्याचा उपयोग या कलियुगात फार मोठा आहे.

केवळ आम्हासारख्या पाप्यांचा उद्धार करण्याकरिताच अवतरलेल्या (कोठून कुणास माहीत) साधूंच्या असल्या विधवा उजवा हातच असतात. (साधूंना देहाविषयी पर्वा नसल्यामुळे केव्हा केव्हा यात डावे-उजवे झाले तर तिकडे काणाडोळा करावा हे बरे.) या साधूंचा मुख्य साज म्हणजे असल्या विधवाच. साधूंच्या सर्व चमत्काराची पोतडी त्याची पट्टशिष्यीणच असते. हिच्याच अंगावर भूत येते व हिच्याच साक्षीपुराव्याशी त्याला देवाचा साक्षात्कार झालेला असतो. ती पाठीमागचे जन्म खडाखड म्हणून, त्याचा व आपला पति-पत्नी संबंध सिद्ध करू लागली की या जन्मात त्यांना नात्याने तोडणाऱ्या ब्रह्मदेवाचा राग येऊन, असल्या नीरस जन्माची तत्काळ समाप्ती करण्याविषयी हात वळवळू लागतात. साधूंनी हिच्या डोक्यावर आपला वरदहस्त ठेवला असल्यामुळे तिचे केशवपन झाले असतानाही ती सकेशा दिसू लागते. गुरू महाराजांची आरती (प्राकृत भाषेत दिवे ओवाळायचे काम) हिच्याकडेच असते. शेजारतीच्या वेळी साधूंच्या प्रभावामुळे विजेच्या दिव्याप्रमाणे सर्व दिवे एकदम मालवून अंधकार झालेलाही पुष्कळांनी पाहिला असेल.

अशा साधूंच्या संगतीत विधवांना पुष्कळ तीर्थयात्रा घडून त्यांच्या जन्माचे सार्थक होते. अशा साधूंपैकी पुष्कळांना ती विधवा आहे याचे भान न राहून तिला 'अष्टपुत्रा सौभाग्यवती भव' असा आशीर्वाद त्यांच्या तोंडातून बाहेर पडतो व पुढे 'बोले तैसा चाले । त्याची वंदावी पाऊले ।' या न्यायाने त्याची अंमलबजावणीही होते. 'साधुसंत येती घरा । तोचि दिवाळी दसरा ।' या उक्तीप्रमाणे असे दिवाळी दसरे

दररोज देणाऱ्या विधवांचे माहात्म्य गावे तेवढे थोडकेच.

प्रवास हे ज्ञानाचे साधन आहे व तो सधवांपेक्षा विधवांनाच अधिक घडतो. कुठल्याही आगगाडीत पहा तिची गती मंद करणारा भाग विधवांचाच असला पाहिजे. काशीपासून रामेश्वरपर्यंत सर्व क्षेत्रे त्यांनी पालथी घातलेली असतात. प्रयागचे पंड्ये व पंढरपूरचे बडवे, अशा बायकांना उदंड औक्ष देण्याबद्दल आपले ओले झालेले हात देवापुढे जोडत असतात. बिचाऱ्या डलहौसी साहेबाने व्यापाराची वृद्धी करण्याकरता आगगाडीचे फाटे काढले, परंतु आमच्या धर्माच्या व्यापारालाही त्यांनी अप्रत्यक्ष उत्तेजन दिले. हा फायदा कोणत्याच इतिहासकाराने नमूद केला नाही याचे आश्चर्य वाटते. विशेषत: महाराष्ट्रातील पंढरीवर तर विधवांची फारच कृपादृष्टी असते. नामदेव, तुकारामापेक्षा विधवांनीच पंढरीचे माहात्म्य वाढविले आहे असे म्हणायला हरकत नाही. सधवा असताना ज्यांनी घराचा उंबरा ओलांडला नाही अशा बायकांना दरवर्षी पंढरीच्या वाऱ्या करताना पाहून आमच्या वैधव्याविषयी अभिमान वाटू लागतो. सर्वच विधवा पंढरपुराला नेहमी राहू इच्छित नाहीत; कारण खरेच आहे 'आधी पोटोबा, मग विठोबा'!

विधवांचे नेमधर्म, उपासतापास व व्रते-वैकल्ये यांनी भिक्षुकांचे प्रतिगृहाचे कर्म पार पडत असल्यामुळे 'वैधव्य-कथामृत' त्यांना चांगलेच पाठ येत असते. आज विधवेने उपास केला की उद्या भिक्षुकांची पोटे तुडुंब भरण्याची आशा उद्भवते, तिने 'व्रते' केली की यांची चार 'दिवसांची' चांगली चंगळ होते. तिचा नेम बरोबर भिक्षुकाच्या दारिद्र्यावर जाऊन लागतो व तिचा धर्म कलियुगातही राजसूय यज्ञाची आठवण करून देतो. तिच्या सोमवारांनी पुष्कळांचे वार बंद केले आहेत व शनवारांनी शनीच्या साडेसातीलाही पाठीमागे टाकणारे दुःख नाहीसे केले आहे. तिच्या शिवरात्रीने पुष्कळांना चांगले दिवस दाखवले असून, कैलासवासापासून वाचविले आहे व हरिदिनीने इथेच वैकुंठसुख दिले आहे. उपासांनी तिच्या पोटाला चिमटा बसला की इकडे भिक्षुकांना गुदगुल्या होऊ लागतात. तिच्या व्रतांवरच भिक्षुकांची घरातील व बाहेरील व्रते चालत असतात व तिच्या व्रतांची संख्या हटली की भिक्षुकांनाच वैकल्य प्राप्त होते. भिक्षुकवर्ग व न्हावी हे दोघेही विधवांवरच जगत असल्यामुळे केशवपन नाहीसे करणाऱ्या व पुनर्विवाह प्रचारात आणणाऱ्या सुधारकांविरुद्ध त्यांनी जोडसंमेलन भरवल्यास बरे पडेल. नुसत्या जिभेच्या पट्ट्याने ऐकत नाहीत असे वाटले तर न्हाव्यांचे वस्तरे, कात्र्या वगैरे जय्यत तयार असले म्हणजे झाले.

वरील कायद्यांवरून वैधव्याबरोबर बदलणारे बहिरंग व परिस्थिती यामुळे विधवेचे ऐहिक व पारलौकिक कल्याण होते यात शंका नाही.

आमचे बाबा विधवांचे मोठे भोक्ते; सधवा पाहिली की त्यांच्या पायाची तिडीक डोक्यात जाई, परंतु तीच विधवा झाली की त्यांचे डोके तिच्या पायावर जात असे.

निव्वळ विधवांचा मोहला तयार करण्याबद्दल त्यांनी सूचना काढली होती ती याच हेतूने. हेच सनातन ध्येय पुढे ठेवून, त्यांनी आपल्या बहिणींची लग्ने होता होईल तो साठी उलटून गेलेल्या श्रीमंत म्हाताऱ्यांशीच केली आहेत. ज्याच्या गळ्यात मृत्यूचा पाश पडलेला आहे, त्याच्याच गळ्यात लग्नाची माळ घालण्यात त्यांनी दाखविलेला धूर्तपणा ठकसेनाला लाजवणारा आहे. विमा कंपनी ज्याप्रमाणे माणसाच्या सुदृढपणाबद्दल आधी परीक्षा करवते, त्याप्रमाणे बाबा त्यांच्या खास अशक्तपणाबद्दल आधी खात्री करून घेत 'नातिचरामि' हे शब्द बोलण्याचीदेखील त्यांना शक्ती उरली नाही, मग मोडण्याची तर लांबच! अशा एका गृहस्थाच्या पदरात मुलगी बांधून त्यांनी दुसरे दिवशीच तिचे केशवपन केल्याचे पुण्य पदरात बांधले. एका म्हाताऱ्याने मात्र त्यांना चकविले; पण ध्येयाच्या बाबतीतली ही निराशा पाहून बाबाच म्हातारे दिसू लागले.

'स्वधर्मे निधनं श्रेय:' असा भगवंताचा उपदेश असल्यामुळेच त्यांनी आपले तनमनधन (कुठे काही असल्यास) या कार्याला वाहिले आहे. कऱ्हाड्यातल्या जावयाचा विषप्रयोग त्यांना मनापासून आवडतो. रोगाच्या साथीने तर त्यांचे तोंड प्रफुल्लित होते. समाज सुधारण्याकरता अधिक विधवांची (विकेशा विधवांची) आवश्यकता आहे, असे ते प्रतिपादन करतात. ज्या देशातल्या पुरुषांनी कांकणे भरली आहेत, त्यातील बायकांनी कांकणे वाढवलीच पाहिजेत व बायकीपणात आपण कांकणभर कमीच आहोत असे दाखविले पाहिजे, असे ते म्हणत असतात. विधवेला धडधडीत खोटे बोलण्याची परवानगी असते; कारण तिला 'हातच्या कांकणाला आरसा' दाखविण्याची कोणाचीच प्राज्ञा नसते, हा त्यांनी सांगितलेला वैधव्याचा जादा फायदा लक्षात ठेवण्यासारखा आहे.

केशवपनाबद्दल बाबांनी आटोकाट प्रयत्न केले आहेत. सकेशेच्या डोक्यावरील केस तिच्या डोळ्यांपेक्षा यांच्याच डोळ्यांत अधिक खुपत असतात. पुरातन व सनातन अशा हिंदु धर्मात केसभरदेखील अधर्म राहू न देण्याच्या त्यांच्या बाण्याचा हा परिणाम असावा. रस्त्यात सकेशा दृष्टीस पडली की त्यांचा रौद्रावतार प्रकट होतो व तत्काळ 'दु:शासनाची करणी करितो' म्हणून ते तिच्या केसांना हात घालतात. मूर्ख जगाला व सरकारला त्यांच्या धार्मिक तळमळीची कल्पना नसल्यामुळे बरेच वेळा त्यांच्या हाती कडीतोडे आलेले आहेत, परंतु 'जो लोककल्याण साधावया जाण । घेई करी प्राण । त्या सौख्य कैचे ।' हे तर उघडच आहे. विधवेचे केस व 'दवाखान्यातील केस' यांचा काही बादरायण संबंध त्यांना कळला असल्यामुळेच त्यांनी कांकणे फोडण्याचे कंकण बांधले असावे, असा तर्क आहे. त्यामुळे रोग्याला घरघर लागताच इतर लोक डॉक्टरकडे धावपळ करू लागले की बाबा न्हावीदादांच्या घरी खेटे घालू लागतात. डॉक्टरसाहेब रोग्याची तपासणी करून आंबट चेहऱ्याने बाहेर पडतात तोच त्यांना सलामी द्यायला नापित महाराज धोकटी सज्ज करून उभे

असतातच. केशवपनाच्या महाकार्याला 'तदेव लग्नं सुदिनं तदेव' या भावनेने ते लागत असतात.

परंतु ह्याही प्रयत्नाने त्यांचे उद्दिष्ट साध्य होईना, तेव्हा त्यांनी स्वावलंबनाची कास धरली. तेव्हापासून त्यांनी शेकडो विधवांचे केस उतरले असून त्यांच्या नवऱ्यांना स्वर्गात चढवले आहे. बाबांचा वस्तरा म्हणजे मरणाऱ्या नवऱ्याचा स्वर्गाचा परवानाच म्हटले तरी चालेल. सुधारकांनी विधवांच्या स्थितीसंबंधी आणलेल्या आक्षेपांचे त्यांनी शास्त्रीबोवांच्या तोंडावर उत्कृष्ट निरसन केले आहे. 'विधवांचा जन्म फुकट जातो' या प्रश्नाला 'जगात फुकट काहीच जात नाही' हे त्यांचे रसायनशास्त्रातील शास्त्रीय उत्तर आहे. दहा-बारा वर्षाच्या कोवळ्या पोरीच्या मुंडनाचे मंडन करताना तिला सर्व मायापाशातून दूर केल्याचे श्रेय ते पटकावतात. इतक्यावरच ते स्वस्थ होत नाहीत; तर कित्येकांची उरलीसुरलेली माया लुबाडून अन्नदानाच्या पवित्र मार्गाला त्यांना ते लावतात. तिचे अलंकार काढून घेताना 'पति हाच स्त्रीचा अलंकार' या न्यायावर ते आपली बाजू लढवतात व दागिन्यांकरता तिच्या अंगावर कोणीही हात टाकणार नाही हा फायदा सांगतात. पुनर्विवाहाच्या बंधनाचा तर त्यांना पूर्ण तिटकारा आहे. विधवांचे पाऊल वाकडे होता होता ते पुन्हा सरळच होते या सिद्धान्तावर त्यांची पूर्ण मदार आहे. 'भ्रूणहत्या व बालहत्या' यांच्या रोगावर त्रिसुपर्णांतील 'वागे ते भ्रान्ति'ची ते मलमपट्टी करत असतात. भ्रूणहत्या व बालहत्या यामुळे राष्ट्राच्या दारिद्र्याचाही प्रश्न सुटण्यासारखा आहे व गुप्त रीतीने मोठमोठी कामे करण्याची राजकारणाची कलाही आमच्या अंगवळणी पडणार आहे, हा तर त्यांचा नित्यपाठ आहे. हत्येसंबंधानेच विचारिले तर 'नैनं छिन्दन्ति शस्त्राणि' मग आईच्या नखाची काय कथा, असा ते अजिंक्य सवाल टाकतात. सध्या सुधारकांच्या वेडगळपणामुळे अशा कार्यांनी काठोकाठ भरलेले वैधव्य कमी होण्याचा संभव असल्यामुळे त्यांनी 'केशवपनोत्तेजक' सभा स्थापन करण्याचे निश्चित केले आहे. आबा, दाजीबा, शास्त्रीबोवा वगैरे तिचे तहहयात (म्हणजे सभा हयात असेपर्यंत असे वाटते) सभासद होतील असा रंग आहे. सरकारकडे केलेल्या अर्जातही प्रयोगशाळा जोडलेले असे एक न्हाव्याचे कॉलेज काढण्याविषयी विनंती केली असून, एक पैही न घेता आपण फुकट शिक्षण देऊ असे लिहिले आहे. परंतु या स्वार्थत्यागाचा व कळकळीचा सुधारकांवर परिणाम होण्याचे लक्षण दिसत नाही, तेव्हा बाबा म्हणतात त्याप्रमाणे 'विधवांच्या कपाळी पुनर्विवाह आला तर त्यांचेच कपाळ फुटके' दुसरे काय?

◆

समुद्रमंथन - रत्न १ले

लग्न व युद्ध

लग्न व युद्ध हे शब्द एके ठिकाणी बघताच अशी क्रांति घडून येईल, की तशी कुठल्याही महायुद्धानेदेखील केली नसेल. बोहल्यावर चढणाऱ्या शेंदाड शिपायाचे पाय भीतीने थरथर कापू लागतील आणि वधूचे मुख दिसण्याच्या आधीच, त्याच्या ठिकाणी सर्व सात्त्विक भाव प्रकट होतील. लग्नाच्या पाठोपाठ युद्ध आलेले पाहून नेहमी मंडपाकडे धावत सुटणारे भट मंडपातूनच धूम ठोकतील आणि अहमहमिकेने पुढे सरण्याऐवजी 'मी नव्हे तो' म्हणून सांगू लागतील. लग्नात आणि युद्धात एका 'व' शिवाय काहीच अंतर राहिले नाही असे पाहून भद्रेश्वरांची भुजंगनाथांपेक्षाही अधिक तारांबळ उडेल. लग्नाच्या आमंत्रणपत्रिका म्हणजे युद्धावरचे बोलावणे वाटून, त्यांच्यावरले कुंकवाचे थेंब रक्ताचे भासू लागतील. लग्नाची अक्षत दुरून वाजू लागताच ती पाहण्याकरता घराबाहेर तोंड काढण्याऐवजी लोक तोंड दडवू लागतील. अक्षत एखाद्या जडबुडाच्या गणपतीला देण्यापेक्षा, गदा खांद्यावर टाकून पवित्र्यात उभ्या राहणाऱ्या मारुतीलाच द्यावी; म्हणजे ऐन वेळी देवाचा धावा केला तर उपयोग तरी होईल, अशा सूचना लगीनघरात पुढे येऊ लागतील. शिर सलामत राखायचे असले तर अंगाखांद्यावरचे उतरून ठेवा, असा शंकर मामंजी अक्षतीतील बायकांना खडखडीत हुकूम सोडतील आणि पोलिसचे डगले शोभेपेक्षा उपयोगाकरताच आणण्याची प्रवृत्ती होईल. इतर खर्चापेक्षा दारूकामाकडे अधिक रक्कम खर्च होईल आणि त्यातील बाण उडविण्यापेक्षा साठ्यात ठेवण्याचीच काळजी घेतली जाईल. लग्नाच्या अपौरुषेय चालीरीतीत माझ्यासारख्या धर्मनिष्ठ माणसाच्या हातून अशी क्रांति होईल हे शक्यच नाही व म्हणून वरील सर्व धर्मवीरांनी कावरेबावरे होण्याचे मुळीच कारण नाही. लग्न ही प्रीतीच्या पुढील पायरी आहे व प्रेमात आणि युद्धात जर सर्व काही क्षम्य आहे, तर लग्नात व युद्धात ते असलेच पाहिजे.

'लग्न व युद्ध' या विषयावर लिहायला मी लग्नाचे सूत जुळवणारा भद्रेश्वरही नाही किंवा युद्धाची सूत्रे चालवणारा हरिपंत तात्याही नाही अगर युद्धात किंवा लग्नात हस्तकौशल्य गाजविले आहे अशातलाही प्रकार नाही, पण आनुवंशिक संस्काराच्या दृष्टीने या विषयावर लिहिण्याचा अधिकार माझ्याइतका प्रत्यक्ष परमेश्वरासदेखील नसेल.

आमच्या गेल्या बेचाळीस पिढ्यांत कोणीही ब्रह्मचारी राहिला नाही, इतकेच

नव्हे, तर एक मेली तर दुसरी, दुसरी मेली तर तिसरी, हा प्रयत्नांती परमेश्वराचा धडाही पुष्कळांनी घालून दिलेला आहे. कित्येकांनी तर एक बायको जिवंत असतानाच दुसरी तिच्या उरावर आणून ठेवली होती. या दोन बायकांच्या कुस्त्या सोडविण्याकरता सरकारी पंचांचीही मदत कित्येक वेळा घ्यावी लागत असे. एकदोघांनी तर घरातल्या बायकोच्या नाकावर टिच्चून नाकावरची टिचकी घरात आणून ठेवली होती. माझ्या आजोबांच्या घरातल्या तीन बायकांशिवाय बाहेरही काही धर्मपत्न्या होत्या व ते त्यांच्याशी लग्नाच्या बायकोसारखा संबंधही ठेवीत असे म्हणतात. बाबांनी तर नोकरीची चतकोर भाकरी लाथाडून लग्नाचे मक्ते घेण्याचा पवित्र धंदा केला व त्यातल्या पोळी तुकड्यावर कसेबसे दिवस काढले. आमच्या घरासमोरच एका ताशेवाल्याचे घर असल्यामुळे व त्याला नेहमी ताशा वाजवायाचा नाद असल्यामुळे आमच्या दारातील ताशा कधीच खळला नाही - यापेक्षा लग्नाचा आनुवंशिक संस्कार तो कसला असायचा?

युद्धाच्या बाबतीतही आमचा नावलौकिक काही कमी नव्हता. पणजोबांनी मी मी म्हणणाऱ्या किती लोकांची खांडे करून टाकिली होती. परक्याशी युद्ध कोणीही करील, पण स्वजनांशी युद्ध करणे फार कठीण. अशा प्रसंगी धनुर्धर अशा अर्जुनाचेदेखील हातपाय गळाले व तोंडचे पाणी पळाले; मग इतरांची काय कथा! पण आमच्या आजोबांनी कुठल्याही कृष्णाची मदत न घेता आणि गीता न वाचता अगर ऐकता स्वजनांशी - खुद्द आपल्या बायकोशी - रात्रंदिवस तुमुल युद्ध करून शेवटी विजय मिळवला होता. बाबांना तर फौजदार कचेरीतून दररोज निकडीची बोलावणी येत असत व एक-दोन वेळा त्यांचा सल्ला फौजदारांना इतका आवडला की, त्यांनी त्यांना सहा सहा महिने घरी लावूनच दिले नाही. बाबांच्या जाण्यायेण्यासंबंधाने शेजारीपाजारी 'ते हातघाईवर येतात आणि लग्नघाईने जातात' असे म्हणत असत. माझ्या इतर पूर्वजांनी कुठल्या कुठल्या लढाया मारल्या होत्या हे वाचकांना कळावे म्हणून आमच्या घरातील सर्व कागदपत्र (बाजारातल्या पुड्यांचे कागददेखील) एका इतिहास संशोधकाचे हवाली केले आहेत. 'लग्न व युद्ध' यात अद्वितीय अशा एका घराण्याच्या इतिहासाची लवकरच मराठी वाङ्मयात अमूल्य अशी भर पडेल.

केवळ बापजाद्यांच्या बढाईवरच न थांबता मी माझे पराक्रमही वर्णन केले असते; पण करणार काय? परस्त्रीप्रमाणे आत्मस्तुती साधूंनी निषिद्ध मानली आहे. एवढ्याकरताच कित्येक वर्तमानपत्रकार आपली स्तुती आपल्या पत्रात न छापता दुसऱ्याच्या पत्रात छापून येण्याची तजवीज करतात. परंतु येथे एवढे सांगितल्यावाचून राहवत नाही, की लग्न व युद्ध या विषयावर बोलण्याचा माझा सारखाच हक्क आहे. कारण भातुकलीतल्या लग्नातदेखील मी अद्याप भाग घेतला नाही व तालमीतल्या युद्धालाही मी कधीच मिळालो नाही.

लग्नावर आमची जितकी मदार आहे, तितकी दुसऱ्या कुठल्याही राष्ट्राची नसेल. इतरांच्यापेक्षा लहानपणी 'कच्च्याबच्च्यांची लग्ने' करण्यात व इतरांच्यापेक्षा म्हातारपणी जांबुवंताची लग्ने करण्यात - दोन्हीतही - आमचा हातखंडा आहे. इतर देशांत स्वत:च्या काही व्यंगामुळे किंवा दुसऱ्यावर उपकार करण्याच्या इच्छेमुळे पुष्कळ पुरुष व स्त्रिया आजन्म अविवाहित राहतात. परंतु आमच्यात अविवाहित अशी व्यक्ती औषधालासुद्धा मिळायची नाही. मुलगी थोटी असली तरी वर तिचे पाणिग्रहण करतो व तीही मुलाला गावात घर नसले तरी त्याची गृहिणी होते. आमच्या सृष्टीत जन्ममरणाइतकेच लग्नाचेही महत्त्व आहे.

(इतकेच म्हणणे चुकीचे होईल; कारण उभ्या जन्मात माणूस एकदाच जन्मतो व एकदाच मरतो. परंतु लग्ने मात्र पंचोत्रीनीदेखील होतात) या आमच्यातल्या विशिष्ट गुणांमुळे बापाला परीक्षेच्या वारीसाठी मुंबईला जायचे असले, तरी हरकत येत नाही; कारण घरातील साम्राज्य राखण्याकरता त्यांचे युवराज असतातच!

या गोष्टीवरून लग्न हे माझ्या आर्यांचे लक्षण गणण्यास हरकत नाही. काडीमोडासारख्या चालीवरून व इतर इतिहासावरून पाश्चात्त्यांचे लक्षण युद्ध असावे असे वाटते. त्यांना युद्धाच्या गडबडीत जेवायला फुरसत सापडत नाही, तर आम्हाला लग्नांच्या जेवणावळीत पोटावरून हात फिरवायलादेखील फुरसत मिळत नाही. आतापर्यंत मोठमोठ्या विद्वानांनी आमचे आर्यांचे हरएक बाबतीतले श्रेष्ठत्व आपल्या जोरदार लेखणीने व जिभेने सिद्ध केलेच आहे, परंतु लग्नातल्या गडबडीमुळेच 'लग्न व युद्ध' या विषयाकडे लक्ष द्यायला त्यांना वेळ मिळाला नसावा. प्रस्तुत लेखात आमचे लग्न युद्धापेक्षा किती श्रेष्ठ-श्रेष्ठतर-छे श्रेष्ठतम आहे हे दाखवण्याचा प्रयत्न केला आहे. तो त्या गौरीहराच्या चरणी समर्पण असो.

पहिलेच उदाहरण पहा! पाश्चात्त्यांचे अनुकरण करणारे सुधारक युद्धावर जाण्याची गोष्ट आली की मागे-पुढे पाहू लागतात; परंतु पुनर्विवाहाच्या बाबतीत मात्र बेशक पुढे पाऊल टाकण्याविषयी सांगतात! लग्नाचे श्रेष्ठत्त्व इतके ढळढळीत आहे की, ते आंधळ्या सुधारकांनाही दिसत आहे व पटत आहे.

'यतोधर्मस्ततोजय:' या न्यायाने पाहिले, तर लग्नाच्या व युद्धाच्या शर्यतीत लग्नालाच जय मिळाला पाहिजे. लग्नाचा एकंदर विधीच धार्मिक स्वरूपाचा आहे. युद्धात प्राचीन काळी धर्मयुद्ध होते खरे! परंतु धर्म यात असतानाच अभिमन्यू अधर्माने मारला गेल्यामुळे तेव्हापासून धर्मयुद्धाने पळ काढला आहे. ही झाली द्वापारातली गोष्ट! मग या कलियुगात तर धर्मयुद्धाचे नावदेखील काढायला नको! आमच्यातील लग्न म्हणजे काही करार नव्हे किंवा लग्नाचे मंत्र म्हणजे काही जुना करार नव्हे! धार्मिक रीतीने न झालेले असे एक लग्नदेखील दाखविता यायचे नाही. तेव्हा अभ्युदय व नि:श्रेयस यांचे साधन जो धर्म, त्याच्या दृष्टीने लग्नच युद्धापेक्षा

श्रेयस्कर ठरते.

युद्ध म्हणजे दोन हात करणे; परंतु अगदी भिकारडे लग्न असले, तरी ते दोन हाताचे चार हात केल्याशिवाय काही राहणार नाही. युद्धात फार झाले तर कुणाचे हात तुटतील. हात फुटण्याचा त्यात संभवच नाही. परंतु लग्न मात्र चतुर्भुज केल्याशिवाय राहणार नाही. युद्धात शत्रुपक्षाच्या हाती सापडून एखादे वेळी चतुर्भुज व्हावे लागते हे खरे, पण दोन्ही चतुर्भुजपणात जमीन-अस्मानाचे अंतर! लग्नात चतुर्भुज झाले की हंड्याझुंबरांनी, शृंगारलेल्या दिवाणखान्याने संभावना होते आणि युद्धात चतुर्भुज झाले की अंधार कोठडीतील गारशी हवा खात बसावे लागते. लग्नात चतुर्भुज झाले की भोवताली सुंदर बायकांचा हा घोळका जमतो, पण युद्धात चतुर्भुज झाले की दारावरल्या कल्लेवाल्या व गांजेकस पहारेकऱ्याखेरीज कुणाचे तोंडदेखील दिसायचे नाही. लग्नाच्या चतुर्भुजपणात सप्तपदीचा प्रवास झाला की जावईबोवा दमले भागले असतील म्हणून त्यांना मेजवानी देण्यात येते, पण युद्धाच्या चतुर्भुजपणात सात सोडून सातशे मैल पायपीट केली, तरी थंड्या फराळावरच राहायची पाळी येते. फार काय, युद्ध संपले की युद्धातील कैद्यांच्या बेड्या तुटतात, पण लग्नाची बेडी मात्र कायमची असते. आम्ही लोक युद्धापेक्षा लग्नाच्या भानगडीत पडतो ते काही उगीच नव्हे! लग्नाचे फायदे आहेतच तसे!

वधुवरांच्या पत्रिका व युद्धातील दोन्ही पक्षांचा पत्रव्यवहार यांची नुसती लांबी व तुलना केली, तरीदेखील लग्नाचे महत्त्व मनावर ठसल्याखेरीज राहणार नाही. पत्रिकेप्रमाणे शंभर शंभर योजन लांबीचा कागद कुठल्याही वकिलातीच्या कचेरीत सापडणार नाही. असल्या शंभर योजनांच्या लांबीवरून उड्डाण मारण्याला नवरदेवही मारुतीसारखाच असावा लागतो. त्याचे लग्नच व्हायचे असल्यामुळे तो ब्रह्मचारी असतो हे कायदेशीर तऱ्हेनेदेखील सिद्ध करता येईल; परंतु मारुतीशी त्याचे साम्य एवढ्यावरच थांबत नाही. लग्नातल्या त्याच्या माकडचेष्टा पाहून पत्रिकेचा शंभर योजने समुद्र ओलांडण्याला देवाने यालाच बळ दिलेले कळून देवाच्या करणीचे कौतुक वाटू लागते. युद्धातील कागदपत्रांपेक्षा लग्नातील पत्रिकांचे महत्त्व अधिक असण्याचे दुसरेही कारण आहे. पत्रिकांतील ग्रह आकाशातून मागविले असल्यामुळे, मुलामुलींची लग्ने तेच जुळवीत असल्यामुळे 'आकाशातील बाप' या पदवीला ते पूर्ण पात्र आहेत. हे बाप युद्धात मात्र अद्याप आपल्या मुलांच्या साहाय्याला आल्याचे ऐकिवात नाही. लग्नाच्या श्रेष्ठपणामुळे पाश्चात्त्यांच्या देवांचीदेखील आमच्यावरच मेहरनजर झाली आहे. असल्याच एका पत्रिकेतील सूर्याला बाबांनी अर्घ्य देऊन संध्या-वंदन केले आणि शास्त्री बोवांनी पत्रिकेतला चंद्र पाहूनच भर दुपारी आपली संकष्टी सोडली. देव दयाळू आहे, याला आणखी कोणते प्रत्यंतर हवे?

लग्नातल्या पत्रिका पटल्या तरच ते उभे राहते व युद्धात कागदपत्रांचे पटले नाही

तरच युद्ध उभे राहू शकते. या गोष्टीवरून लग्नाचा सात्त्विकपणा सहज दिसून येईल. पत्रिका पटत नसल्या तरी पटवून घेता येतात. पत्रिका पटविणारांना ज्योतिषी अशी पारिभाषिक संज्ञा आहे. परंतु युद्धातल्या कागदपत्रात व वकिलांच्या धोरणात पटवून न घेण्याचाच रंग दिसत असतो. यावरून गीतेने सांगितलेली दैवी संपत्ती लग्नाच्याच बाजूला झुकते आहे हे उघड आहे. (गीता पाहा- अध्याय व श्लोक वाचल्यानंतर कळविण्यात येतील)

परंतु लग्नाचा खरा मोठेपणा तर यापुढेच आहे. पत्रिका पटली, तरी हुंड्याची खंडणी रोख पटल्यावाचून लग्न होऊ शकत नाही. व्युत्पत्तीच्या दृष्टीने खंडणी हा शब्द हुंडा या शब्दापासून निघाला असला पाहिजे. युद्धात आधी पाण्यासारखा पैसा खर्च करावा तेव्हा कुठे शत्रू जेरीला येऊन खंडणीबद्दल वाटाघाट सुरू होते. परंतु लग्नाचे तोंड लागते न लागते तोच वरपक्षाची खंडणी त्याच्या पदरात येऊन पडते. धनुष्याच्या टणत्कारावाचून असला दिग्विजय आजपर्यंत कुणीही मिळवला नसेल.

हुंड्यासंबंधाने लग्नाचा व युद्धाचा दुसराही संबंध आहे. शत्रूच्या लुटीवर आपला गुजारा करणे हे खऱ्या समशेरबहाद्दराचे कर्तव्य आहे. हा लुटारूपणा तात्पुरत्या गुजराणीपुरता नसून दूरदृष्टीने केलेला असतो. नादिरशहाने दिल्ली लुटली, पण तिने सत्तावन सालचे बंडाचे निशाण उभारले. शिवाजीने सुरत लुटली, तरी तिथे राष्ट्रीय सभेच्या निमित्ताने जोडाजोडी झालीच. परंतु वरपक्षाने हुंड्याच्या रूपाने लुटलेल्या वधुपक्षाला बंडाचे निशाण उभारण्याचीही ताकद नसते व जोडाजोडी करण्याचीही धमक नसते. युद्धात शत्रूला धूळ चारतात ती पुष्कळ वेळा आलंकारिक तऱ्हेनेच, परंतु हुंड्याच्या पायी धुळीस मिळालेल्या वधुपक्षाला धूळ खाऊनच आपला उदरनिर्वाह करावा लागतो. युद्धासारखा अर्धवट विजय लग्नाला मुळीच संमत नाही.

या हुंड्यानेच श्रीमती करणी, राजमान्य राजेश्री मानपान वगैरे वगैरे पोटभेद आहेत. या पोटभेदांनी खंडणीचे पोट फुगते, हे लग्नरहस्य मात्र कुठल्याही रहस्याला लाजविणारे आहे.

यानंतर दोन्ही पक्षांकडून जंगी तयारी सुरू होते. लग्न साहित्याचे कारखाने अस्तित्वात येतात आणि सामग्रीचे ढीगच्या ढीग पडू लागतात. कोठीच्या खोलीला कोठाराचे महत्त्व येते आणि म्हाताऱ्या आजीबाईंना अनुभविक सेनापति या नात्याने योग्य सन्मान दिला जातो. युद्धाची जय्यत तयारी करायला पाश्चात्त्य राष्ट्रांना वर्षानुवर्षे गुप्त तऱ्हेने काम करावे लागते, परंतु युद्धापेक्षा बिकट अशा लग्नाचे साहित्य गाजावाजा करूनही चार दिवसांत आम्ही करू शकतो. उद्योगाचा धडा कोणी कोणापासून शिकावा हे इंग्लिश शिकलेल्या लोकांनीच आता सांगावे.

लग्नाच्या पूर्व दिवशी सर्कशीलाही मागे टाकणारी अशी एक अक्षत नावाची वाजतीगाजती जाहिरात देतात. या ताशावाजंत्र्यांच्या आवाजात युद्धातील हलकल्लोळ

कुठे नाहीसा होईल हे सांगतादेखील यायचे नाही. या अक्षतीच्या व इतर वेळी बिनीला असणाऱ्या बायकांची चरित्रे लिहिण्याकरता बाबा लवकरच मोठे बक्षीस लावणार आहेत. अहल्याबाईने कुठे राघोबादादाला युद्धाचा निरोप पाठवला, तर तिची कीर्ती त्रिखंडात दुमदुमते आहे आणि लग्नामधल्या बिनीवाल्या बायकांचे नाव वर्तमानपत्रात छापूनदेखील येत नाही. नव्याचा अभिमान धरणाऱ्यांना हे शोभते काय?

सध्याच्या काळी तर अक्षतीतल्या बायकांसारखी लाइट ब्रिगेड (अजिंक्य तुकडी) मिळणे कठीणच आहे. कलियुगात स्वर्ग मिळण्याचे बाकीचे खटाटोप रद्द होऊन हरिनाम ज्याप्रमाणे सनदशीर मार्ग ठरला आहे, त्याचप्रमाणे बाकीची शस्त्रास्त्रे गंजून जाऊन पुणेरी जोडाच वीरांच्या हातात चमकू लागला आहे. पटेलबिलाच्या अनुकूल सभेनंतर कितीतरी चांभारांनी आपली बिले धर्माभिमान्यांवर लागू केली होती. अशा तऱ्हेने जोडा हे या काळातील ब्रह्मास्त्र असल्यामुळे शालजोड्या गुरफटून चाललेल्या अक्षतीतील बायका पाहिल्या की कुणाचीही घाबरगुंडीच उडली पाहिजे.

मराठ्यांच्या गनिमी काव्याने जर शालजोडीतले बाहेर सुटू लागले, तर शत्रू पक्षाची क्षणात 'दे माय धरणी ठाय' अशी अवस्था होईल.

युद्ध संपल्यानंतर लुटालूट होऊ लागते, परंतु अक्षतीच्या आरंभीच्या बायका पाहिल्या म्हणजे लग्नाआधीच भरपूर लुटालूट झाल्याची खात्री पटते. लग्नाप्रमाणे युद्धात देवाला अक्षत देण्याची मुळीच चाल नाही. देवावरची आमची दृढ भक्ती एवढ्यानेच सिद्ध होईल. लग्नामधली देवक ठेवण्याची चालही याचीच द्योतक आहे.

लग्न मुहूर्तावर ठरलेले असल्यामुळेच वरपक्षाला विजय मिळत असतो. युद्धे मुहूर्तावर करीत नसल्यामुळे त्यात कुठली बाजू हार खाणार हे शेवटपर्यंत कळत नाही. वेळेच्या किंमतीची पारख कोणाला आहे हे यावरून उघडच आहे. लग्न गोरजात पार पडत असते, पण युद्ध मात्र घोड्यांच्या टापांच्या धुळीत होत असते. उत्तर गोग्रहणाशिवाय कुठल्याही लढाईत गाईंची खिल्लारे अद्याप दिसली नाहीत.

लग्नाला वर वधूगृही जातो. युद्धातील वरपक्षही शत्रूच्या मुलखात जाऊन विजय संपादन करतो. लग्नात केवळ मुलगाच घोड्यावर असतो असे नाही, तर मोलकरणीपासून झाडून सर्व माणसे घोड्यावर असलेली दिसतात. कुठल्याही युद्धात घोडदळाची असली जय्यत तयारी दिसून यायची नाही. हे घोडदळ पाहिले की यांच्याशी दोन हात करण्याऐवजी दोन्ही हात जोडून त्यांना तबेल्यात - छे चुकलो मंडपात - नेण्यात येते.

लग्नातली मोठी लढाई म्हणजे हातातोंडाची होय. या प्रसंगी खऱ्या मराठ्या वीरांनी 'हरहर महादेव' केल्याबरोबर पानातील पक्वान्ने 'दीन दीन' दिसू लागतात. लग्नाच्या व युद्धाच्या या साम्यामुळे कुठल्याही युद्धाचे वर्णन थोडेसे तिखट-मीठ लावले की लग्नाचे म्हणून देता येईल. 'शत्रू कोण व मित्र कोण हे ओळखता येईना,'

‘भर दुपार असताना सूर्य मावळल्यासारखा दिसू लागला’, ‘एकच गर्दी होऊन गेली’, ‘तब्बल तीन प्रहर लढाई चालली होती, परंतु कुठलीही बाजू हार खाण्याचे लक्षण दिसेना’, ‘पाट वाहू लागले’, (हा वर बसणाऱ्या वीरांचा प्रभाव असावा) वगैरे वर्णन लग्नातल्या लढाईला पूर्णपणे लागू पडेल. या लढाईत काही अतिरथी महारथी थोडा वेळ जायबंदी झाले तरी मरत नाहीत. लग्नाची ही संजीवनी कुठल्याही युद्धात सापडणार नाही. या लढाईतील मुख्य जखम पोटास तडस लागणे ही होय. तथापि, तिच्यामुळेच पोट अगडबंब होऊन तो वीर गणपतीसारखा दिसत असल्यामुळे, देव-स्वरूप देणाऱ्या असल्या लढाया जितक्या अधिक होतील तितके बरेच!

बारीक नजरेने पाहिले, तर बारीकसारीक गोष्टीतदेखील लग्नाचेच श्रेष्ठत्व दिसून येईल. युद्धात जय मिळविणाऱ्या पक्षाला तोंडापुरता गोड शब्द मिळण्याची पंचाईत. मग लग्नाप्रमाणे तोंडात गोड घास मिळणे तर दूरच! युद्धात पराभव केला, तरी शत्रूपक्ष आपल्या नावाने खडे फोडीत राहतोच, पण लग्नात वराचे नाव प्रेमाने आणि मौजेने घेतले जाते. युद्धात विजयी झालेल्या पक्षाला दुसऱ्याच्या पायातील बेड्या तोडता येतील; पण आपल्या तोंडातील बिड्या दुसऱ्याच्या तोंडाने तोडवून घेण्याची कला लग्नातच दिसेल.

राजकीय गोष्टींतील उदाहरण घेतले, तरी लग्नाचीच योग्यता अधिक ठरेल. लोकसत्तेबद्दल चहूकडे सध्या ओरड सुरू आहे. परंतु लोकसत्ता स्थापण्याचे काम लोकांचा संहार करणाऱ्या युद्धापेक्षा, लोकसंख्या वाढवणाऱ्या लग्नाच्याच हातून अधिक लवकर होईल. उलट बाजूने पाहिले तरी तेच! युद्धाने जगातील शांतता जितकी नाहीशी केली आहे यापेक्षा लग्नाने अधिक नाहीशी केली याची साक्ष ‘तिचे’ तोंड व पाळण्यातली रडवी पोरे खास देतील.

कुठल्याही देशाचा इतिहास पाहिला, तरी याच सत्याची प्रचिती पटते. एवढे मोठे भारतीय युद्ध, पण सारे अठरा दिवस चालले. एखाद्या भिकंभटाचे लग्नदेखील याच्यापेक्षा अधिक दिवस गाजत असते. पानिपतची तिसरी लढाई इतिहासात फार मोठी मानतात. त्या लढाईत दोन मोती गळाले, सत्तावीस मोहरा हरपल्या व खुर्दा तर किती सांडला याचा पत्ताच नाही असे म्हणतात. पण आमच्या चिंगीच्या लग्नात (अर्थात पहिल्याच) दोन मोती, सत्तावीस मोहरा व खूपसा खुर्दा गेला, इतकेच नाही तर पुष्कळसे खोटे पैसेदेखील कामी आले. हल्लीच्या महायुद्धापेक्षा एखाद्या महामहोपाध्यायाचे लग्नच लोकांची अधिक त्रेधा उडवील.

याशिवाय मोठी गोष्ट म्हणजे युद्धातून जितकी लग्ने उत्पन्न झाली आहेत, त्यापेक्षा लग्नातून अधिक युद्धे उत्पन्न झाली आहेत. सीतेचे अगर ‘रुक्मिणीचे स्वयंवर’ पाहिले काय किंवा ‘संगीत शारदा’ पाहिले काय, लग्नाच्या पोटीच युद्धाचा जन्म होतो असे दिसते. लग्नाच्या वेळी गौरीहर पूजायचा असतो तो याच हेतूने.

गौरीहरांच्या पोटीच देवांचा सेनापती 'कुमार' जन्माला आला आहे; तेव्हा लग्नाबरोबर सुरू होणाऱ्या युद्धाकरता कुमार अवश्य हवा व त्याकरताच गौरीहराची पूजा करायला हवी.

मोठमोठ्या युद्धांनी महाकाव्ये निर्माण केली आहेत, त्याप्रमाणे मोठमोठ्या लग्नांनी महाकाव्येच काय - पण ती निर्माण करणारे महाकवीच निर्माण केले आहेत. लग्नाच्या वेळची कायमठशाची मंगलाष्टके सोडली, तरी अभीष्टचिंतन म्हणून कसलीशी कविता त्या वेळी वाटण्याचा प्रघात हल्ली बोकाळत आहे. एका कविराजाला लग्नाची खरी योग्यता कळली असल्यामुळे त्याने आपल्या अभीष्टचिंतनात ही बायको मरून तुझे दुसरे लग्न होवो व मला दोन कविता करण्याचा (पहिलीच्या मरणावर एक व दुसरीच्या लग्नावर एक) सुयोग लाभो, अशी मंगल इच्छा प्रदर्शित केली होती. लग्नाने निर्माण केलेल्या असल्या रसाळ काव्यात 'शास्त्रीबोवांच्या सातव्या लग्नाचा पोवाडा' फारच जोरदार व हृदयभेदक आहे. तो योग्य वेळी वाचकांना मिळेलच.

लग्नाची अशी थोरवी किती वर्णन करावी! आप्तेष्टांची लष्करभरती, योजनांना मागे टाकणारी प्रयोजने, गुरखे-शिपायांना हटविणारे तेलंगभट, युद्धाच्या कथापेक्षांही रम्य असणाऱ्या लग्नाच्या कथा, युद्धाच्या सपाट मैदानापेक्षा उंच असणारे बोहले व त्याच्यापेक्षाही उंच असा व्यंकोबाचा गिरी - छे! यापुढे लग्नाचे वर्णन गद्यात करणे म्हणजे वेडेपणा होईल.

लग्नाची ही महती वाचून युद्धकर्जाऐवजी लग्नकर्ज निघेल व सरकारला युद्धातली कमिशने देण्याऐवजी लग्नातली कमिशने देण्याविषयी अर्ज जातील हे मी जाणून आहे. म्हणून माझ्या लग्ननिष्ठ बंधूंना मी विनंती करतो, की लुटुपुटीच्या खेळाआधीच मुलांच्या लग्नाचा खेळ उरकून टाका म्हणजे त्यांच्या संसाराला चांगला रंग येईल.

लग्नाच्या बिकट भानगडीत पडलेले एखादे बुड्ढे बुवा हे वाचून काठी टेकत टेकत माझ्याशी युद्ध करण्याचा विचार करतील. त्यांना एवढेच सांगतो, की 'म्हातारे बाबा, युद्धापेक्षा लग्न श्रेष्ठ आहे हे आपण पाहिलेच आहे, तेव्हा युद्धाचा विचार सोडून परत आपण लग्नाच्या नादाला लागावे हे बरे, नाही?'

◆

समुद्रमंथन - रत्न २रे

जुन्याची ढाल

(गो) 'जुने ते सोने - एक जुनी म्हण.

(विं) 'जुन्या जुनेरातच बाळंत्यांतल्या बालकांचे बाळसे वाढते.' - आजन्म ब्रह्मचारी स्वामी महाराजांचा उपदेश.

(द) 'जुने जेथे जोडे । प्रेम तेथे वाढे ।।' - एका जुन्या कवीने केलेले भाषांतर.

(जागा नाही म्हणून पुराणपुरुषाच्या आकाशवाणीचे अवतरण दिले नाही.)

नवे लोक जुन्या मंडळींना 'पुराणमताभिमानी' म्हणून नेहमी चिडवीत असतात, पण ही पदवी सरकारच्या अथवा विद्यालयाच्या पदवीपेक्षा मला महत्त्वाची वाटते. सरकारी पदवी नुसती शेपटीचा गोंडा घोळवून मिळते असे काहींना वाटते, पण वरील पदवी पैदा करायला नुसते शेपूट कधीच पुरायचे नाही हे कोणीही कबूल करील. विद्यालयांची पदवी नावापुढे लागायला मागे होऊन गेलेले शेकडो ग्रंथ पाहावे लागतात व रक्ताचे पाणी करावे लागते, पण 'पुराणमताभिमानी' ही पदवी मिळायला पात्रता कुठलाही ग्रंथ कधीही न पाहिल्याची मात्र लागते हा तीतील विशेष होय. पुराणातील वांगी पुराणातच ठेवून हात हलवीत घरी येणे म्हणजे पुराणांच्या फायद्यावर आपण होऊन पाणी सोडणे आहे. अर्थात पुराणमताचे समर्थन व आचरण करणे हा प्रत्येक धर्माभिमान्यांचा धर्मच आहे. या धार्मिकपणामुळेच मी जुन्याचा इतका कट्टर भक्त झालो आहे, की हा लेख लिहिण्याकरतादेखील रद्दीतील अगदी जुना कागद, जुन्या बोरूची जुन्या (अर्थात मोडक्या) चाकूने केलेली लेखणी आणि एके काळी साधूंच्या हृदयाप्रमाणे असलेली पण आज सावकाराच्या मनाप्रमाणे झालेली शाई, असली सामग्री मी जमविली आहे. ज्यांच्याज्यांच्यापाशी जुना माल पडून राहिला असेल - मग तो म्हातारा नवरा असो वा पाय मोडलेला बैल असो - त्यांनी हा लेख अवश्य वाचावा, म्हणजे आपल्या मालाला गिऱ्हाईक कसे मिळवावे हे त्यांना समजेल; कारण जुन्याचा प्रभावच असा आहे की, एखाद्या मुक्या पुराणिकाच्या पुराणाला जितक्या विधवा जमतात तितक्या दुतोंडी सुधारकांच्या 'पुनर्विवाह'वरील व्याख्यानालादेखील जमत नाहीत.

जुन्या नव्याचा झगडा सर्व काळी सर्व देशांत सुरू असतो. इंग्लंड-फ्रान्सपेक्षाही

पिढीजात असलेली सास्वा-सुनांची भांडणे व पितापुत्रांमध्ये सुरू असलेले नि:शस्त्र प्रतिकार ही या झगड्यांचीच निरनिराळी स्वरूपे होत. चार दिवस सासूचे व चार दिवस सुनेचे अशी व्यवहारात म्हण आहे. यावरून कधी जुन्याचे वर्चस्व तर कधी नव्याचा पगडा समाजावर असतो असे वाटण्याचा संभव आहे, परंतु हे मत नव्या माणसाइतकेच आचरट आहे. धारातीर्थी पतन पावणाऱ्या वीराप्रमाणे, सासूबाई सुनेचा छळ करीत असतानाच आपली तापलेली पळी घरातल्या घरातच ठेवून वरची वाट धरतात, परंतु त्यांची राजवस्त्रे अंगावर आल्याबरोबर पूर्वीच्या सूनबाईंचा कोलदांडा सुदर्शनाप्रमाणे आपल्या सुनेच्या मागे लागतो. सासू-सुनेच्या या जगजाहीर कुस्त्या तिकिटे लावून जरी होत नसल्या, तरी त्यात नव्याचा पाडाव व्हायचा हे देव बोलूनच चुकला आहे. सुनेच्या जाचाने जीव दिलेली सासू लाखो रुपयांचे बक्षीस लावूनही पाहायला मिळायची नाही. उलट सासूच्या भीतीने विहिरीचा तळ पाहणाऱ्या सुना इतक्या आढळतील, की त्या तिथेच राहिल्या असत्या तर जगातल्या सर्व विहिरी आतापर्यंत बुजून गेल्या असत्या. लढाईत तलवार गाजविणाऱ्या वीरांपेक्षाही केवळ शब्दाने शत्रू नाहीशा करणाऱ्या स्त्रिया कोणालाही अधिक पूज्यच वाटतील. पिता-पुत्रांकडे वळले तर बापाला बाप न म्हणणारी मंडळी नव्या माणसात आढळतात खरी, परंतु श्राद्धाच्या रूपाने नव्याला जुन्याच्या पायी लोळण घ्यावी लागते हे लक्षात आणले म्हणजे जुन्यांचा 'अभिमान' दुणावतो, कुणालाही भीक न घालणारी ही नवी कुत्री, बाप मेलेल्या तिथीदिवशी मात्र भटांचे पाय धरतात व पाया पडतात. जुनी माणसे मेली तरी जिवंत नव्यांना भारीच!

नव्याजुन्यातला केसभर फरक जरी लक्षात घेतला, तरी हीच गोष्ट सिद्ध होते. राम-कृष्णाच्या यशाला ज्याची उपमा देतात तो जुन्या केसांचा पांढरेपणा कुठे व दुर्जनांच्या दुष्ट कृत्यांचा नव्या लोकांच्या डोक्यावर गाजणारा काळेपणा कुठे! 'जुन्याचा बालेकिल्ला' या आपल्या ग्रंथात बाबा म्हणतात, 'नव्या लोकांनी कितीही नवेनवे चोचले आणले, तरी जुन्या चालींच्या कसलेल्या शस्त्रापुढे त्यांचा क्षणभरदेखील टिकाव लागणार नाही. नव्या लोकांनी सिगारेट आणली, परंतु चिलमीच्या एका झुरक्याने जितका धूर नाकाच्या इंजिनाबाहेर सोडता येतो, तितका सिगारेटने येईल काय? व्हिस्की आणि दुसरी नवी नवी पेये पिऊन नवे लोक अधिक बडबडू लागतात, परंतु आमच्या जुन्या चंडोलाची ब्रह्मानंद प्राप्त करून देण्याची शक्ती त्यांच्यात आहे काय? अफूच्या बाळगोळीत सन बदलल्यावाचून वृद्ध करण्याची जी शक्ती आहे, ती प्रत्यक्ष परमेश्वरातदेखील नाही. आमच्या दुधाचा निष्कलंक शुभ्र वर्ण पाहूनच पेल्यातला चहा रागाने लाल होत आहे! जुन्या गुळाचा गोड स्वभाव पाहून त्याच्याशी टक्कर द्यायला आलेली साखर पांढरी फिकट पडली आहे. आमच्या जुन्या चुली बघून स्टोव्हच्या अंगाची आग होऊन तो तोंडातून सुस्कारे टाकत प्राण

सोडत आहे. भस्मांच्या नुसत्या दर्शनाने बाटल्यातील नव्या औषधांना दरदरून घाम सुटून त्यांचे पाणी झाले आहे. देहाचे तुकडे होत असताना चिरणाराच्या डोळ्यातून पाणी काढणारे कांद्याचे शौर्य पाहून बटाट्याने पिवळसर पापुद्र्यात आपले तोंड दडविले आहे. आमच्या जुन्या लाडवांचा देह पाहून इराण्याच्या दुकानातील बिस्किटे भीतीने रोडली आहेत. आमच्या (गंगाजळ) वस्तऱ्यांकडे बघून नवी हत्यारे आपले तोंड मुठीत लपवत आहेत. पापडखार व रिठे यांच्या नुसत्या स्मरणानेच साबणाच्या तोंडातून सारखा फेस निघत आहे. जुन्या सुईदोऱ्यांनी पाठपुरावा करू नये म्हणून शिंप्यांची नवीनवी यंत्रे झरझरा फिरत राहिली आहेत. बैलांच्या शिंगांना भिऊनच पंजाब मेल वाऱ्यासारखी धावत सुटली आहे. आमच्या श्यामकर्ण शिंगरांना दचकून मोटार (पो पो करत) पळत जात आहे. जुन्या लेखण्यांची काळी तोंडे बघूनच नव्या टाकांनी गणपतीसारखे वाटेल ते शिर लावायला कबुली दिली आहे. जुन्या शाईच्या भस्मी रंगाचा इतिहास वाचताच नवी शाई काळीठिक्कर पडली आहे. जमिनीला टेकणाऱ्या जुन्या घरापुढे टिकाव लागेना म्हणून नवीनवी घरे आकाशात उंचउंच जाऊन स्वर्गाची वाट धरत आहेत. पोथ्यांच्या भयाने नवी पुस्तके स्वतःचा देह कापून घेऊन छापखान्यातून बाहेर पडत आहेत. जुन्या तेलांना भिऊन नवी सुवासिक तेले आत्महत्या करण्याकरता बाटल्यांमध्ये आपला जीव कोंडून घेत आहेत. सारांश, जेथे जुन्याने नव्याला सळो का पळो करून सोडले आहे.'

वरील उतारा वाचकांना नव्या मंडळींच्या कानांपेक्षाही लांबलचक भासण्याचा संभव आहे. परंतु एका तिथीला घरातील बरीचशी माणसे मेली म्हणजे श्राद्ध-पक्षात जसा फायदा होतो, तसा या उताऱ्यापासूनही होणार आहे. पहिली गोष्ट ही, की हा उतारा वाचल्यानंतर 'जुन्याचा बालेकिल्ला' हे दुर्मिळ पुस्तक (आवृत्ती संपल्यामुळे त्याच्या प्रती मिळत नाहीत असे ग्रंथकार सांगत. पण खरा प्रकार असा आहे की या पुस्तकाच्या प्रती छापण्यापूर्वीच खलास झाल्या होत्या) विकत घ्यायला नको. कारण दरपिढीची भर घालत घालत सध्याचे धर्मशास्त्र ज्याप्रमाणे तयार झाले आहे, त्याप्रमाणे 'जुन्याचा बालेकिल्ला' झुंजताझुंजता वरील स्वरूपाला येऊन पोचला आहे. सदरहू उतारा मूळ ग्रंथापेक्षा मोठा आहे एवढ्यावरूनच त्याचा मोठेपणा सिद्ध होतो. बापसे बेटा सवाई खरा! दुसरा फायदा हा, की या ग्रंथाबद्दल ग्रंथकाराला एका अमेरिकन विश्वविद्यालयाने पदवी देऊ केली होती, परंतु सदरहू विद्यालय अगदी नवे असल्यामुळे त्यांनी ती नाकारली. (ही गोष्ट खुद्द ग्रंथकारांनीच सांगितली आहे. स्थळ - पशुपतींचे देवालय! दिवस बहुधा शिवरात्रीचा असावा!) अशा प्रकारच्या शेकडो फायद्यांपैकी शेवटचा हा, की प्रस्तुत ग्रंथ बाबांनी कोणत्याही फायद्याच्या आशेने लिहिला नव्हता. 'कर्मण्येवाधिकारस्ते' असे निरपेक्ष वर्तन स्वयंपाकासाठी पुनर्विवाह करणाऱ्या सुधारकांच्या कोशात सापडणे कठीणच!

पोशाखातला जुन्याचा विजयही काही निव्वळ पोशाखी नाही. उलट 'एक नूर आदमी तर दसनूर कपडा' या म्हणीप्रमाणे जुन्या कपड्यांचा पराक्रम दसपट मोठा आहे. बाराबंदीचा बळकट किल्ला बघून श्वासदेखील टाकता येईना म्हणून कोटाने आपला गळा उघडा टाकला आहे. शर्ट तर कोपरापर्यंत हात जोडून उभे आहेत. पगडीने आपली अणकुचीदार चोच मारल्यामुळे मोठीमोठी माणसे टोपी घालायला कधीच तयार होत नाहीत. वहाणांना भिऊन काळवंडलेले बुटाचे तोंड दररोज रंगवावे लागत आहे. जुन्या सोट्यापुढे नेहमी उभ्या केल्यामुळे, हातातील काठ्या वाघापुढे बांधलेल्या शेळीसारख्या बारीक झाल्या आहेत. फार काय सांगायचे, जुन्या कल्लेदार गुलमिशांना भिऊन नव्या मिशा जन्मायच्या आधीच वस्तऱ्यांच्या धारेवर आपले प्राण देत आहेत. घडोघडी सक्षौर प्रायश्चित्त घ्यावे लागत असूनही तरुणांचे डोळे अजून उघडत नाहीत हे आश्चर्य नव्हे काय?

आमच्या बाबांना जुन्याचा किती जाज्वल्य अभिमान होता हे त्यांच्या ग्रंथांवरून कळून येईलच. हा त्यांचा अभिमान काही अकारण नव्हता. आजाराला चांगले काय जुने लोणचे, औषधाला चांगले काय जुने तूप असा लहानपणापासून त्यांना जुन्याचा चांगुलपणा कळला असल्यामुळे जुन्याविषयीची त्यांची आवड अगदी कळसाला जाऊन पोचली होती. शाळेत नेहमी त्यांची जुन्या मुलात गणना होत होतीच, परंतु शाळा सोडल्यानंतरदेखील एका वधूच्या बापाकडून 'मुलगा जून आहे' असे शिफारसपत्र त्यांना मिळाले होते आणि नवनवसांनी झालेलं मूल मिरवणाऱ्या आईपेक्षाही अधिक हौसेने वेळी-अवेळी ते मिरविण्यात त्यांना भूषण वाटे. लग्नाच्या वेळी शक्य तितकी जुनी बायको करायची असा त्यांचा निश्चय होता, परंतु केवळ जुन्या माणसांचा व चालीचा मान राखण्याकरता, एका आठ वर्षांच्या मुलीच्या बापाला, बाबांच्या आजोबांनी रुकार दिला होता. त्याला बाबांनी मान दिला. प्रौढ वधू केली असता ती लवकर मरून पुन्हा लग्नाच्या खर्चात पडण्याची पाळी येते. त्याकरताच आपण या मार्गाचे अवलंबन केले असे ते वारंवार सांगत असत. परंतु पोटातलेच ओठात येते असे थोडेच आहे. लग्नापूर्वी थोडे दिवस त्यांना पोटदुखीची व्यथा जडली होती, तेव्हा वैद्यराजांनी हुंड्याचा ओवा खाण्याविषयी आग्रह केला होता असेही कळते. काही असो, बाबांनी बायको केली ती आपल्या मताप्रमाणे प्रौढच होती. पाळण्यातल्या पोरीपेक्षा आठ वर्षांची मुलगी मोठी असते हे त्या पोरीदेखील सांगतील. नव्या बाजारापेक्षा जुना बाजारच त्यांना अधिक आवडे व तेवढ्याकरता पुण्याचे स्थायिक रहिवासी होण्याचा त्यांचा विचार होता. त्यांनी वर्तमानपत्रातून पुण्यात दत्तक व्हायला तयार, पुण्यात घरजावई व्हायला तयार, अशा जाहिराती देऊन पाहिल्या. पण त्यांचा फायदा खिशाला चाट बसण्यापलीकडे काही एक झाला नाही. शेवटी निर्वाणीचा उपाय म्हणून साधू या नात्याने तेथे डेरादांडी देऊनदेखील पाहिली, परंतु

दिल्लीच्या सोद्यात नाही तर ठकात गावंढळ चोर कुठल्याकुठे नाहीसा व्हावा तशी त्यांची स्थिती झाली. पुण्याच्या कर्मभ्रष्ट नास्तिकांनी त्यांची यथेच्छ पाद्यपूजा (पायांनी केलेली पूजा) करून त्यांना आपल्या गावी रवाना केले तेव्हापासून पेशवाई बुडाल्याचे उदाहरण देऊन पुण्याचा पायगुण फार वाईट असं ते म्हणत असत. पुण्यात असलेल्या मुदतीत त्यांनी जुन्या बाजारात एखादा अजबखाना उघडण्याइतक्या जिनसा खरेदी केल्या, नव्यापेक्षाही अधिक किंमत देऊन त्यांनी एक फार जुना रांजण विकत घेतला. परंतु तो फार जुना - हरिश्चंद्राला डोंबाच्या घरी मिळालेला असल्यामुळे बायकांच्या मनासारखे त्याच्यात गुप्त असे काही राहीनाच - त्याने पाणी आणणे म्हणजे विहिरीपासून घरापर्यंत चिखल करणे; त्याच्यात धान्य ठेवणे म्हणजे जमिनीवर ठेवणे असे अनुभव येऊ लागले. तेव्हा बाबा त्याला कंटाळले व तो एखाद्या इतिहास संशोधक मंडळाला व्ही.पी.ने नजर करण्याचा त्यांनी विचार केला. थोडीशी काटकसर करण्याकरता त्यांनी जुन्या बाजारात सगळ्या कुटुंबाला जन्मभर पुरतील इतके कपडे विकत घेतले; परंतु देवदयेने त्या कपड्यांनी त्यांनी केलेली कसर चक्रवाढ व्याजाने परत केली. जुन्या बाजारात त्यांनी घेतलेल्या धोतरांच्या दहा-वीस जोड्या नेसूनदेखील चार-चौघात जाण्याची कुणाची छाती झाली नसती. बाराबंदी घालताना तिचे दहा बंद हातात आल्यामुळे ते काम बेबंद झाले म्हणून बाबांनी टाकून दिले. डोक्यावरल्या रुमालाला त्यांचे टक्कलदेखील न लपविता आल्यामुळे असली गृहछिद्रे उघडी करणाऱ्या माणसाला डोक्यावर बसविणे त्यांना पसंत पडले नाही. बायकोला आणलेली चंद्रकळा तर खरोखरीचीच चंद्रकला झाली; कारण तिच्यात काळा भाग कुठे नावाला दिसण्यासारखा होता एवढेच! मुलांना आणलेल्या गंजीफ्राकांना मलमलीच्या सदऱ्यांइतकीही घडी राहीना आणि पायातील पायमोजे तर आपले नाव सार्थ करून पाय मोजण्याकरता वर वर सरकू लागले. तेव्हा बाबांनी ही वस्त्रे साठवणीची म्हणून पेटाऱ्यात भरून ठेविली. पुस्तकांचीही तीच गत झाली. जुन्या बाजारातील जुनी पुस्तके, तेव्हा त्यात जुन्याचीच तरफदारी असणार अशी त्यांची खात्री! परंतु घरी आल्यावर उघडून पाहतात तो त्यात सुधारकी नाटके आणि कादंबऱ्या! एकदा वाटले की त्यांची राखरांगोळी करून पट्टे ओढायला जुनेसे भस्म तयार करावे. परंतु सुधारकी मते काय असतात हे पाहण्याकरता त्यांनी ती सर्व वाचून काढली व त्यातील पदे किती वाईट असतात हे जगाच्या कानावर पडावे म्हणून वाटेने जातायेतादेखील ते ती मोठ्याने म्हणू लागले. त्यातील एक कादंबरी नावे बदलून आपल्या नावावर छापण्याचा बाबांनी पुढे प्रयत्न केला, पण चोरीचा माल म्हणून कोणीच ती छापायला तयार होईना. मुलीचे नाव बदलले की सासरचा हक्क तिच्यावर उत्पन्न होतो, मुलाचे नाव बदलले की दत्तक सोयर सुतकाला तो मालक होतो, मग कादंबरीतील नावे आपण बदलली असता आपला मात्र तिच्यावर हक्क

नाही असे लोकांनी का म्हणावे हेच त्यांना समजेना.

बाबांच्या या जुन्याच्या आवडीमुळे त्यांनी जे हाल सोसले आहेत, जे कष्ट काढले आहेत त्यांच्या पासंगाला सर्व देशांतील सर्व देशभक्त, आजपर्यंत सती गेलेल्या स्त्रिया आणि रणांगणावर मेलेले वीर हे सर्व मिळूनदेखील लागणार नाहीत - राहण्याकरिता त्यांना जुन्यातले जुने घर मिळेना म्हणून कित्येक दिवस त्यांनी वनवास स्वीकारला होता. सृष्टीपूर्वी उत्पन्न झालेले घर मिळावे म्हणून त्यांनी एका देवाला खडीसाखरेचा नवसदेखील केला होता. पण पुढे मिळणाऱ्या साखरेच्या आधारावर असले घर बांधण्याइतके बळ देवाच्या अंगात आहे असे दिसेना. कित्येक मालकांनी आपली पाचपाचशे वर्षांची जुनी घरे त्यांना दाखविली, परंतु बाबा घर पाहत असताच दुसऱ्या भाडेकऱ्याला घराला पाच वर्षेदेखील झाली नाहीत असे मालक सांगत असल्याचे त्यांनी ऐकले. तेव्हा यक्षिणीप्रमाणे क्षणात तरुण होणाऱ्या त्या घरावर त्यांचे मन बसेना, शेवटी एक पडके घर महिना चार गंडे (देण्याचे नव्हे तर घालण्याचे) भाड्याने त्यांनी पसंत केले. परंतु त्या दिवशीच दुसरीकडे त्याच्यापेक्षाही जुने भुताटकीने ओसाड पडलेले एक घर आहे असे कळल्याबरोबर त्यांनी आपला मोर्चा तिकडे वळवला. बाबांची ही जुन्यावरली भक्ती पाहून देवांनी त्या वेळी पुष्पवृष्टी केली अशी दंतकथा आहे. बाबांनी तत्काळ जाऊन ते घर पाहिले. घर चंद्रमौळी असल्यामुळे तर त्यांना फारच आवडले; कारण त्यांचा 'शंकरा' वर इतर देवांपेक्षा अधिक विश्वास होता. त्या घराच्या डोक्यावर छप्पर मुळीच नसल्यामुळे सकेशा विधवेची आठवणही मुळीच होण्यासारखी नव्हती. शिवाय दारातल्या एक-दोन खिडक्यांना चारदोन गज शिल्लक उरले असल्यामुळे दारात गजान्तलक्ष्मी खेळत होती. हवेच्या दृष्टीने तर महाबळेश्वरावरील बंगले या घरापुढे तळघराप्रमाणे वाटले असते. घरात अंधार काय तो कृष्णपक्षात रात्री पडे. बाकी नेहमी लखख उजेड! ताळवीमुळे धराच्या भिंती इतक्या लठ्ठ झाल्या होत्या की जुनी माणसे अंगापिंडाने नव्यापेक्षा बरी असतात हे एखाद्या अंधळ्यालादेखील दिसून आले असते. मागील दारी एक पडकी विहीर - श्रीविहीर होती. त्यातील पाणी बाबांच्या सारखेच जगावेगळेच होते. 'पानी तेरा रंग कैसा । जिसमें मिलावे वैसा ।' हा चंचलपणा या जुन्या पाण्याने पूर्ण झुगारून दिला होता. त्याच्या एका थेंबाने अमृत पुढे दिसू लागे व नास्तिकांनादेखील देवाचे दर्शन घडे अशी शक्ती त्याच्यात होती. जवळ रान वगैरे खूप वाढले असल्यामुळे द्यूत न खेळताच पांडवांच्या वनवासाचे फळ बाबांच्या पदरात पडणार होते. घराभोवती आमच्याइतक्याच जाती असलेली, साप, कोल्हे, माकडे वगैरेंची पृथकपृथक राज्ये होती. माकडांनी रामराज्य स्थापन केले असल्यामुळे व कोल्ह्यांनी दुर्योधनाला अपशकुन करून भारतीय युद्ध जिंकल्यामुळे या प्राण्यांवर बाबांचे पोटच्या पोरांपेक्षाही अधिक प्रेम होते. अशा आपल्या कुटुंबात

व आप्त-इष्टात राहून जुन्यावर व्याख्याने द्यायची, जुन्याचे गोडवे गायचे, सारांश, जिकडेतिकडे जुनेच जुने करून सोडायचे अशी बाबांची प्रतिज्ञा होती. उदेपूरच्या राण्याची गवतावर निजण्याची प्रतिज्ञा त्यांच्या करारी निश्चयापुढे तृणवत वाटे. आपली प्रतिज्ञा पुरी झाल्याशिवाय आपण राज्यावरदेखील बसणार नाही, शास्त्रीबोवांच्या आठव्या लग्नाचा प्रयत्न करणार नाही, इराण्याच्या दुकानात जायचे सोडणार नाही वगैरे सर्व अटी त्यांनी आजन्म पाळल्या. 'निश्चयाचे बळ । तुका म्हणे तेचि फळ ॥'

मुलीला बरेसे घर पाहण्याकरिता होणाऱ्या प्रयत्नापेक्षा शेकडोपट अधिक श्रम करून बाबांनी वर वर्णन केलेले घर पत्रिका पाहून पसंत केले, या एकाच गोष्टीवरून आपणाला 'हिंदुस्थानचे कोलंबस' लोकांनी म्हणावे असे ते प्रतिपादन करीत असत. एखादा नवा ग्रह सापडल्यामुळे ज्योतिषाला जो आनंद होतो, त्यापेक्षाही अधिक आनंदाने बाबांनी व दाजीबांनी अर्ध्या अर्ध्या घरात राहण्याचे निश्चित केले. पण त्या घराची साडेसाती सरली नव्हती हेच खरे. ते त्या घरात विधिपूर्वक प्रवेश करणार तोच येथील तुरुंग फार जुना असल्याची गोष्ट सहज त्यांच्या कानावर आली. झाले, बाबांचे मन पालटले व त्यांनी तडक तुरुंगाची वाट धरली; पण तुरुंगात सहकुटुंब सहपरिवार त्यांना जागा देतो कोण? त्यांनी जेलरला पुष्कळ जुने आधार दाखविले, स्मृतीतले श्लोक सांगितले, पुराणातल्या गोष्टी पुढे केल्या, पण रामाचे नाव! जणू काय तो राजवाडाच होता अशा तऱ्हेने तो परवानगीवाचून त्यांना आत घेईना. 'ज्या पाण्याला उपसा नाही ते नासून जाते, तेव्हा आतील लोक बाहेर सोडून बाहेरील आत घेणे फार हितावह आहे. नाहीतर आतील सर्व सन्मान्य लोक बिघडून जातील' वगैरे तत्त्वज्ञान बाबांनी त्याच्यापुढे ठेवले; पण गाढवापुढे गीता वाचून उपयोग काय? शेवटी अर्थशास्त्रातला एक नेहमीचा सिद्धान्त रामबाण म्हणून त्यांनी पुढे काढला 'तिजोरीत बाहेरून कितीही रुपये आले तरी धनी हूं का चू करत नाही, पण तिच्यातून बाहेर एक कवडी जाऊ देणे त्यांच्या जिवावर येते. तेव्हा माझ्यासारख्या हिऱ्याला आत घेणे तुम्हाला कठीण वाटू नये. मी परत बाहेर जाईन अशी आपल्याला भीती वाटत असली तर मी आजन्म सभासद (Life Member) होण्यास तयार आहे, माझा विमा उतरलेला आहे' इत्यादी मुद्देसूद वक्तृत्वाचा त्यांनी पाऊस पाडला, पण तुरुंगावरील अधिकारी पडला निगरगट्ट! तेव्हा बाबा नव्या शिक्षणाला व कायद्याला शिव्या देत देत माघारी आले. दुसरे दिवशी एक भलेसे घबाड चोरून राजरोस मार्गाने तुरुंगात जाण्याचा व जेलरवर मात करण्याचा त्यांचा विचार होता. पण जुन्या-विषयीच्या अभिमानाला आवडले नाही, म्हणून तो बेत त्यांनी रद्द केला. महात्म्यांना तत्त्वापुढे आपल्या इच्छा बाजूला ठेवाव्या लागतात त्या अशा!

अन्नाच्या जुनेपणाबद्दलची त्यांची चिकाटी पाहून जळूने लाजावे आणि सावकारांनी धडे घ्यावे. ताजे अन्न त्यांना विषासमान वाटे व ते दृष्टीसमोर मुळीच ठेवू देत नसत.

पानावरल्या भातातून वाफा निघत असल्या की त्यांच्या अंगाची आग होई. उन्हउन्हीत भाकरी पुढे आली की तिचा समाचार घेण्याऐवजी ते वाढणारणीचाच आधी घेत असत. लोणकढे तूप यथेच्छ खायच्याऐवजी ते घालणारालाच खाऊ की गिळू असे त्यांना होऊन जात असे. ताजी भाजी तोंडात टाकण्याऐवजी ते बायकोवरच तोंड टाकू लागत. रस्त्याने ताजा चिवडा विकणाऱ्या पोरावर ते एकदा इतके गरमागरम होऊन गेले, की ताजा चिवडा विकणे हा राजद्रोह समजला जावा अशाबद्दल त्यांनी खटपट सुरू केली. फार काय, वर्तमानपत्रातील ताज्या बातम्या हे सदर ऐकले की त्यांची तळपायाची आग मस्तकात जात असे. ही आग मस्तकाला पोचताना त्यांच्या हाताला अगर तोंडाला लागत नसे म्हणून बरे. नाहीतर त्यांच्याबरोबर जुन्या लोकांच्या आशा जळून खाक झाल्या असत्या. जुन्या व शिळ्या बातम्यांचे शिळ्या भज्यांप्रमाणे चर्वितचर्वण करणे त्यांना फार आवडे.

बाबांच्या स्वभावामुळे सणाच्या आधी आठ आठ दिवस घरातल्या बायकांना गोडधोड करून ठेवावे लागत असे. 'नॉर्वे देशातील तीस वर्षांची भाकर' या नावाचे एक महाकाव्य लिहिण्याचेदेखील त्यांनी योजिले होते, परंतु पुढे लवकरच त्यांच्या चार हाताचे दोन हात झाल्यामुळे ते काम अर्धवट राहिले ते राहिलेच! 'अक्षरश: पक्वान्न व्हायचे असल्यास ते शिळेच झाले पाहिजे' अशी पाटी त्यांनी आपल्या स्वयंपाकघराच्या दरवाजावर लावली होती. आपल्या मुलीच्या लग्नात व्याह्यांना मेजवानी देताना ते आपल्या या तत्त्वापासून केसभरदेखील ढळले नाहीत. साखरभाताऐवजी शिळा कांदेभात पाहून मंडळींच्या तोंडाला पाणी सुटण्याऐवजी डोळ्यांना मात्र सुटले. बुंदीच्या लाडवादाखल मागील श्रावणातील सातूच्या पिठाचे गोळे येऊन पडताच जावयासारखा अजिंक्य वीरदेखील इतका जमीनदोस्त झाला की त्याच्या हातातोंडाची गाठच पडेना. ती पडती तर पंचगव्याची बासुंदी मनमुराद चापायला मिळून त्याने चौऱ्याऐंशी लक्ष जन्मातले पाप नाहीसे झाले असते. याच प्रकरणात बाबांचा जुना देव त्यांना इतका पावला, की जावयाने पुन्हा सासुरवाडीचे तोंडदेखील पाहिले नाही. म्हाताऱ्याने मागितली एक बायको तर देवाने दिल्या एकशे आठ!

नेहमीच्या व्यवहारातही त्यांची खोल गेलेली ही आवड वरवर पाहणारांनादेखील दिसत असे. पुष्कळ म्हातारडे तरुण होण्याकरता आपल्या केसांना कलप लावतात, परंतु बाबांनी तरुपणीच आपल्या मिश्या पांढऱ्या केल्या होत्या व त्या वेळी पंधरा-सोळा वर्षांच्या असलेल्या आपल्या बायकोलाही आजीबाई बनविण्याच्या नादाला ते लागले होते. एके दिवशी तो रंग कुठे गडप झाला म्हणून बरे, नाही तर बाबांच्या बायकोला केस काळे ठेवण्याकरता तोंड काळे करण्याची पाळी खास आली असती, याच स्तुत्य हेतूने त्यांनी सहज भांडताभांडता एकाची बत्तिशी पार पाडली होती. त्या दुष्ट माणसाने यांचे आभार मानायच्याऐवजी मारामारीची फिर्याद मात्र केली. तरुणाने

त्यांच्या पायावर डोके ठेवले तरी त्यांचे अंत:करण द्रवायचे नाही, पण पायाला डोके लागलेला म्हातारा पाहिला की त्याला पाझर फुटलाच म्हणून समजावे. पट्ट्यापेक्षा पाठीच्या तिरकमठ्यानेच ते वश होत असत. काठी टेकीत चालणारा माणूस बाबांचा अगदी जानी दोस्त!

मंडईत गेले तरी त्यांचे जुनेपण त्यांच्याबरोबर. असेच भेंड्या व वाळके कोवळी मिळावीत म्हणून इतर लोक धडपडतात, पण बाबा मात्र जून असली तरच ती विकत घेत, जणू काय त्यांची भाजी करायची नसून ती बियांकरिताच राखायची आहेत. जुना गणपती बुडवायच्या वेळी ते असा शोक करीत, की तितका प्रत्यक्ष पार्वतीमाईलाही होत नसेल. त्यांची मित्रमंडळी पुड्यातल्या खाऊप्रमाणे क्षणाक्षणाला कमी होत गेली ती गेलीच. मरून गेलेले मित्र पंचपक्वान्नांचे आमिष दाखविले तरी परत येईनात व नव्यांशी तर यांचे इळ्या-भोपळ्याइतके सूत! त्यांनी प्रेम केले नाही फक्त जुन्या शत्रूंवर व नवीन काही संपादन केले असेल तर शत्रूच! परंतु या अपवादानेच त्यांचा जुन्याचा बाणा बरोबर सिद्ध होत असे.

या त्यांच्या पुराणप्रियतेमुळे 'नूतन मराठी विद्यालय', 'न्यू इंग्लिश स्कूल', अशा नावांच्या शाळात त्यांना काहीच राम वाटत नसे. 'न्यू इंडिया' शी टक्कर देण्यासाठी 'ओल्ड इंडिया' नावाचे वर्तमानपत्र काढण्याच्या ते खटपटीत होते. वर्तमानपत्र भरेल इतक्या जुन्या जिनसांच्या जाहिराती मिळवून त्यांनी आगाऊ वर्गणी मागितली होती; परंतु वर्गणी म्हणजे हुंडा व संपादक म्हणजे जावई अशी वाचकांची समजूत नसल्यामुळे ते वर्तमानपत्र न चालविताच त्यांना बंद करावे लागले. या जुन्या- नव्याच्या संबंधामुळेच त्यांना 'ज-जा' ची बाराखडी फार आवडू लागली असून 'न-न्ना' ची डोळ्यांसमोर नकोशी झाली होती. 'नन्नाचा पाढा' बाबांसारखी जुनी मंडळी वाचतील हे स्वप्नातदेखील शक्य नाही. मंदाकिनी अगर सौदामिनी असली नाटकी नावे ठेवण्यापेक्षा 'जखाई' हेच नाव त्यांनी धाकट्या मुलीकरता निवडून काढले.

भिक्षुकाला दररोज घृतकुल्ल्या मिळत असल्यामुळे चांगले जेवण कशाशी खातात हे जसे समजत नाही किंवा दररोज हजार-पाचशेचा डल्ला मारणाऱ्या पुणेरी भामट्याला कोल्ह्याचे तोंड केव्हा पाहिले होते हे ज्याप्रमाणे आठवत नाही, त्याप्रमाणे या जुन्या महामहोपध्यायांची एकनिष्ठ भक्ती कशी वर्णन करावी हे सांगणे कठीण आहे. पोष्टात, रेल्वेत व नाटकमंडळ्यांत जुनी तिकिटे चालविण्याकरता त्यांनी केलेले श्रम व सोसलेले अपमान पाहिले म्हणजे मन गहिवरून येते. पहिली बायको नावडती झाल्यामुळे त्यांनी दुसरे लग्न केले होते, पण दुसरीची माळ गळ्यात पडताच पहिली 'जुने' पणामुळे आवडती झाली व दुसरीचेच मीठ अळणी ठरले. बाजारात दुकानदाराशीदेखील ज्ञानेश्वरीइतक्या जुन्यापुराण्या भाषेत बोलण्याचा त्यांनी

क्रम ठेवला होता, परंतु लोकांची कडू बोलणी मात्र नित्य कानावर पडू लागल्यामुळे त्यांनी ती बाजूच सोडून दिली.

'जुन्याची ढाल' या नावाची सर्व जगाची सभा भरवण्याचा प्रयत्न त्यांनी केला होता. त्या सभेतील त्यांचे भाषण इतके जोरदार व कडक होते की, त्या दिवसापासून ती जागा स्मशानाइतकी (शंकराच्या देवळाइतकी) पूज्य झाली आहे. अजीर्ण होण्याचा संभव फार, म्हणून शितावरून भाताची परीक्षा करण्याकरता खाली एक उतारा देत आहे.

'जुन्याचे फायदे कुठवर वर्णन करावे? अंगावर जुने कपडे असले म्हणजे रस्त्याने जाताना सहज भिकारी समजून कोणीही पै-पैसा हातावर ठेवतात. तेच नवे कपडे घाला की खिशातून तुम्हालाच पैसे काढून द्यावे लागतील. जुन्याची केवढी महती ही! विद्यार्थ्यांची पुस्तके जुनी दिसत असली म्हणजे ते अभ्यास करीत नाहीत असा संशयदेखील वडिलांच्या मनात येत नाही. डोक्यावर केस पांढरे असले म्हणजे आत काहीही काळेबेरे असले तरी चालते, वृद्धा नारी पतिव्रता! अहाहा! स्त्रीला पतिव्रता करणाऱ्या या वृद्धपणाचे-जुनेपणाचे-गोडवे कोण गाणार नाही? सारांश, जुने तेवढे चांगले! नवे सर्व ढंग! म्हणून पाळण्यातल्या पोरापोरींची जारीने लग्ने लावा, गोत्रागोत्रागणिक जात पाडा, तीन महिन्यांची मुलगी अविवाहित राहिली तर तिच्या बापाला वाळीत टाकण्याचा प्रयत्न करा, बाजारबसव्यांना कोणी सुधारू पाहत असेल तर त्यांचे कान उपटा, कारण त्या बाजारातून उठल्या की बाजार बसलाच! सारांश, आपले जुने काय असेल ते पुढे चालवा! गाईच्या पावलाएवढी शेंडी नसेल तर त्याला हत्तीच्या पायी द्यावे व गळ्यात जानव्याचा दोरा नसला तर गळफास घालावा अशा शिक्षा अमलात आणा. चाळिशी लावणारे जन्मांध होतील आणि केस ठेवणाऱ्यांना पुढल्या जन्मी जन्मत:च टक्कल पडेल अशा अर्थाचे श्लोक पुराणात घुसडून द्या; तेहेतीस कोटी देवांपैकी निनावी भटकणाऱ्या दैवतांची बारशी करा आणि त्यांना माणसात आणून सोडा! करा, जुन्याचा जयजयकार करा!'

पुढील भाषण जयजयकारात नाहीसे झाल्यामुळे बाबांसदेखील ऐकू आले नाही.

या सभेत एकमताने पास झालेले ठराव खाली दिले आहेत, त्यावरून या 'ढाली'च्या कार्याची वाचकांना कल्पना येईल.

(एकमताने ठराव पास झाले हे कित्येकांना खोटे वाटण्याचा संभव आहे; परंतु सभेला एकटे बाबाच हजर असल्यामुळे ते अक्षरश: एकमताने पास झाले हे नमूद करणे आवश्यक आहे.)

ठराव पहिला - कित्येक जुन्या चालीरीती चांगल्या असून, मागे पडल्या आहेत, त्यांना पुढे आणण्याकरिता खालील संस्था स्थापून त्या स्वार्थत्यागपूर्वक चालवाव्या.

(अ) केशवपनोत्तेजक सभा

(ढ) विधवा लाइफ ॲशुअरन्स कंपनी

(श) शिक्षण विध्वंसक मंडळी

(ष) धी शुक्राचार्य मिशन

(स) प्रौढ विवाह निषेधक संस्था

(क्ष) वपन - विद्या - संशोधन मंडळ

(ज्ञ) धी भिक्षुक असोसिएशन (लिमिटेड)

इत्यादी, इत्यादी.

ठराव दुसरा - Ignorance is bliss (अज्ञान हेच सुख) अशी इंग्रजी भाषेत म्हण असल्यामुळे इंग्रज सरकारने परीक्षा जितक्या अधिक तितकी नोकरीला नालायकी जास्ती असा कायदा करावा, नोकरी देताना चौल झाल्याचा दाखला अवश्य मागवावा.

ठराव तिसरा - जुन्या चालीरीतींना धरून वागणाऱ्या लोकांनाच पदव्या व किताब देण्यात यावेत. दहा दिवसांच्या आत सुनेचे वपन करणाराला कमीतकमी रावबहादूर तरी केले पाहिजे.

ठराव - शेवटचा व अत्यंत महत्त्वाचा -

ही अपूर्व सभा भरविण्याकरिता बाबांनी जे रक्ताचे पाणी केले, त्याबद्दल त्यांचे एखादे स्मारक करावे. स्मारकाचा उत्कृष्ट मार्ग म्हणजे नेहमी त्यांना आपल्या घरी जेवायला बोलावणे हा होय.

नव्या बंदुका आणि तोफा मारे धुमाकूळ घालीत आहेत, नवी हत्यारे नव्या नव्या तऱ्हेने चमकत आहेत, पण आमची 'जुन्याची ढाल' आहे तशी आहे. पोरांनी चिडविले म्हणून लग्नाचा बेत रद्द केला तर तो भुजंगनाथ कसला?

◆

धर्म-स्थापना
अर्थात
केशवपनोत्तेजक सभेचा स्थापना-समारंभ

'केशाच्या वपनाविणे न दुसरा आधार देशाप्रति ।'

एका जुन्या स्मृतीतील उतारा.

'हतो वा प्राप्स्यसि स्वर्गं जित्वा वा भोक्ष्यसे महीम् ।'

(हजामतीला बसलेल्या राजाला श्रीकृष्णाचा उपदेश.)

'आत्याबाईला मिशा असत्या तर तिला काका म्हटले असते.'

(केवळ केसांनी मनुष्यात केवढा फरक पडतो व तो किती दुष्ट होतो हे दाखविणारी म्हण.)

हजामतीला परमेश्वराने प्रत्येकाच्या डोक्यावर बसविले आहे, हीच गोष्ट तिचा मोठेपणा सिद्ध करायला समर्थ आहे. एक वेळ देवावाचून जग चालेल, पण हजामतीचा अवतार आटोपला तर केसांचे जंगल दंडकारण्यासारखे वाढून प्रत्येकाला जगणे म्हणजे वनवासच वाटू लागेल. एवढेच नव्हे तर कोणाच्याही डोक्यात एखादी साधी गोष्ट शिरवताना मोठमोठे इंजिनिअरदेखील थकून जातील. केसांचा हा घटोत्कची बाजार ओळखूनच समाजाने न्हाव्याला (या राक्षसांचा नि:पात करणाऱ्या वीराला) 'डोके करणारा' ही ब्रह्मदेवाची पदवी बहाल केली आहे. न्हावी व ब्रह्मदेव यांचे हे साम्य इथेच संपते असे नाही. चारी तोंडाने वेदपठण करणाऱ्या ब्रह्मदेवाप्रमाणे आपल्या हातातील शस्त्रास्त्रांनी केसांच्या पलटणीच्या पलटणी गारद करणारा न्हावी हादेखील धर्माचा आधारस्तंभ आहे. नाटक हे संसाराचे चित्र आहे, अर्थात नाटकातल्या प्रत्येक पात्राला ज्याप्रमाणे आधी न्हाव्याचे पाय धरावे लागतात त्याप्रमाणे संसारातही सकाळी उठून न्हाव्याच्या हवाली डोके करणेच रास्त आहे. आमचा कोणताही संस्कार पहा. त्यात श्री 'हजामत'बाईंना पुढाकार नाही असे नाही. मुलगा दोन-तीन वर्षांचा झाला की त्याच्या डोक्याला जंगलखात्याचे नियम लावून त्याचे चौल केलेच पाहिजे. मुंजीच्या वेळी गायत्रीमंत्र देण्याच्या गुरूच्या आधी न्हाव्यापुढेच मान वाकवावी लागते. लग्न समारंभात वरपक्षाकडील मंडळी रुसूनफुगून विरुद्ध पक्षाची आलंकारिक

हजामत काढतातच. एकमेकांच्या आईबापांचा उद्धार करणाऱ्या व्याह्यांना (हजामत) शब्द कदाचित ग्राम्य वाटेल; पण डोळ्यांतून पाणी येणे व ज्याने हजामत केली असेल त्याला पैसे द्यावे लागणे या गोष्टी न्हाव्यांप्रमाणे व्याह्यांच्याही बाबतीत प्रत्ययाला येतात. अंत्यविधीसंबंधाने तर बोलायलाच नको! मुलाच्या मिशीवरून वस्तरा खाली उतरला की बाप तिकडे स्वर्गात चढलाच म्हणून समजावे. बायकांचे मुंडन करून तिला कोनाकोपऱ्यात तोंड दडवायला लावले की स्वर्गात नवऱ्याला उजळ माथ्याने फिरता येते. भाकड कथा म्हणून सुधारकांनी याला हसण्याचे तर मुळीच कारण नाही. बिनतारी तारायंत्राने जर दूरदूरचे मनुष्य जवळ येऊ शकतात, तर बायकोच्या केसांच्या विमानात बसून नवऱ्याला स्वर्ग गाठता आलाच पाहिजे.

शिवाय सध्याच्या लढायांत तोफांचेच राज्य असल्यामुळे धारातीर्थी पडून मिळणाऱ्या स्वर्गाचा संबंध न्हाव्याच्या वस्तऱ्यांशीच असला पाहिजे. न्हाव्याच्या लहानशा मोडक्या वस्तऱ्यात अग्न्यस्त्र (हजामतीनंतर चारआठ दिवसपर्यंत याचा डोक्याला अनुभव येत असतो), पर्जन्यास्त्र (खुद्द हजामतीच्या वेळीच याचा प्रभाव प्रेक्षकांनादेखील दिसतो), वातास्त्र (हजामत पुरी झाली नाही तोच अंगात वारे शिरल्याप्रमाणे) वगैरे सर्व अस्त्रे साठविली असल्यामुळे हजामतीचा प्रसंग म्हणजे कपिलाषष्ठीचाच योग होय. सुधारकांनी हातातल्या चिरुटाप्रमाणे ही पर्वणी बायकांना लाभू दिली नाही. पण दयाळूपणाच्या शर्यतीत ख्रिस्त वृद्धांना मागे टाकणाऱ्या आमच्या बाबांनी केशवपनाकरता कंबर बांधली आणि न्हाव्याच्या फडक्याचे निशाण उभारले.

बाबांसारख्या करारी धर्ममार्तंडांनी 'केशवपनोत्तेजक' सभेची कल्पना डोक्यात घेतल्याबरोबर त्यांच्या डोक्यात पुण्यामुंबईच्या सभांइतका गोंधळ सुरू झाला असल्यास नवल काय? या कार्याविषयी त्यांची तळमळ इतकी विलक्षण होती, की डोक्यातील केशवपनोत्तेजक विचारांनी डोक्यावर एक केसदेखील वाढेनासा झाला! (अशा तऱ्हेने हजामतीचे वाचलेले पैसे सभेला देणगी म्हणून देण्याचा त्यांचा विचार होता.) सभेची कल्पना डोक्यात खेळत होती, तोपर्यंत त्यांना दाढी मात्र करवून घ्यावी लागे. पण 'केशवपनोत्तेजक' या विषयावर ते (स्वतःशी) भाषणे करू लागल्याबरोबर दाढीनेही आपला पाय काढता घेतला. वस्तऱ्याच्या धारेवर आठ आठ दिवसांनी प्राण कचाप्रमाणे पुन्हा जिवंत होणाऱ्या दाढीलादेखील या जुन्याच्या अभिमानापुढे पळ काढावा लागला हे भित्र्या सुधारकांनी लक्षात ठेवावे. असला हजामतीचा पास आपल्याला मिळेल तर वर्षाकाठी आणखी चार-आठ आणेतरी व्याजी लागतील अशी जगाच्या कल्याणाची आशा दाजीबांना वाटू लागली. यासाठी अड्ड्यावर जाऊन त्यांनी न्हाव्याचे पाय धरले आणि बाबांच्या केशवपनाच्या मंत्राचा अहोरात्र जप करायचे ठरविले! पण तळमळीशिवाय यश येते थोडकेच! खोट्या कागदपत्रांनी मिळणारी मिळकत काही त्याच्या नकला करून मिळत नाही.

जुन्या माणसांच्या चिकाटीप्रमाणे (ही मरतानादेखील अनुभवाला येते असा शास्त्रीबोवांचा सिद्धान्त आहे) बाबांना केशवपनाशिवाय दुसरे काही सुचेनासे झाले. डोके करणारा कारागीर व त्याची शस्त्रास्त्रे यांच्यावर त्यांचे पोटच्या पोरांपेक्षा किंबहुना मोतिचुराच्या लाडवांपेक्षाही अधिक प्रेम बसले. खाकेला धोपटी लावून जो मुलगा शाळेत येईल त्यालाच वर्गात पहिला नंबर द्यावा अशी ते शिक्षकांना विनंती करू लागले. शिकलगाराचे घर त्यांना मंत्रदृष्ट्या ऋषींच्या आश्रमाइतके पूज्य वाटू लागले. खिसेकापूदेखील केवळ कात्र्या बाळगतात म्हणून देशभक्त मानावे व त्यांचे नाव एखाद्या सभेच्या अध्यक्षांकरता सुचवावे अशीही कल्पना त्यांच्या मनात येऊन गेली. घरात बायकांनी विळीच्याऐवजी वस्तरा वापरावा असे ते एकदा बोलूनसुद्धा चुकले. ऐतिहासिक गोष्टीत समशेरबहाद्दरच्या ऐवजी वस्तराबहाद्दर नराणीजंग वगैरे विशेषणे ते मोठ्या आवडीने वापरू लागले, झोपेतदेखील ते या संबंधानेच बडबडत व एखादे वेळी ओरडले असले, तर गळ्यावर वस्तरा ठेवल्याचे स्वप्न पडूनच ओरडले असतील. सभेच्या कामाला हात कसा घालावा या विचारात रात्रीच्या रात्री झोपेवाचून गेल्यामुळे त्यांचे डोळे तांबडे दिसू लागले. याचा फायदा मात्र फार मोठा झाला. त्यांचे डोळे तांबडेलाल झाल्यामुळे समोरून येणारी प्रत्येक सधवा त्यांना तांबडे लुगडे नेसलेली दिसे व त्यामुळे त्यांच्या तडाख्यातून जिवंत सुटे. त्यांचे डोळे जर तांबडे होत नसते, तर त्यांच्या दृष्टीला पडणाऱ्या प्रत्येक सधवेचे डोळे मात्र पांढरे होण्याची वेळ आली असती. पुढेपुढे तर ते इतके तन्मय होऊन गेले की, त्यांना आमटीला न्हाव्याची वाटी असावी असे वाटू लागले व घर आरशांनी भरल्यामुळे हजामखान्यासारखे दिसू लागून, निराळे धुण्याची आवश्यकता मुळीच उरली नाही.

'भाव तिथे देव' ही म्हण आमच्या जुन्या चालीप्रमाणे कायमची ठरूनच गेली आहे. बायकांनी शिंकू नये इतके मनात असले म्हणजे झाले. त्याला आधार भास्कराचार्यांच्या लीलावतीतदेखील सापडतात, इतकेच नव्हे तर कित्येक वेळा गुप्त असणाऱ्या आधारांना आपल्या भक्ताच्या सत्त्वरक्षणासाठी नरसिंहाप्रमाणे एकदम प्रकटही व्हावे लागते. महारमांगांना दूर ठेवायची इच्छा असली म्हणजे तिला पाठिंबा पाच हजार मैलांवरच्या दूर देशातूनदेखील मिळतो. असाच काहीसा प्रकार बाबांनी मनात आणलेल्या चळवळीसंबंधाने झाला. विश्वामित्राला लाजविणारी त्यांची उग्र तपश्चर्या बघूनच की काय लाखो न्हावी हेच जिचे हात आहेत अशी मुंडनदेवता प्रसन्न झाली व डोक्यावर वस्तरा फिरताना होणाऱ्या मंजुळ आवाजाने म्हणाली 'वत्सा, माझ्यावरील तुझी एकनिष्ठ भक्ती बघून मी प्रसन्न झाले आहे. संकट आले की देवाची आठवण कुणालाही होते. मरताना संन्यास घेऊन व माझे उपासक होऊन लाखो लोकांनी स्वर्गातल्या रिझर्व खुर्च्या पटकावल्या आहेत. डोक्यात खांडके वगैरे झाल्यामुळे माझ्या पायांवर सुधारकांनी डोकी ठेवली आहेत. पापाच्या भीतीने कित्येक

माझ्या पाठीमागे दडून राहिले आहेत. परंतु यापैकी एकही कारण नसताना तू माझा एकनिष्ठ भक्त झाला आहेस हे पाहून मी संतुष्ट झाले आहे. माझी थोरली बहीण जी शस्त्रदेवता, तिची तुम्ही खांडेनवमी दिवशी पूजा करिता आणि तिला घरात जपून ठेवता. परंतु मी दर आठवड्याला तुमच्या डोक्यावर वरदहस्त ठेवीत असताना माझा सण, उत्सव, जयंती, पूजा, देऊळ काहीच असू नये हे दरमाणशी एक देव असणाऱ्या तुम्हा हिंदू लोकांना लांछन आहे. हत्यारे वापरण्याची परवानगी नाही म्हणून सरकारविरुद्ध ओरडता, पण तुम्हाला मिळालेल्या वस्तऱ्यांचातरी तुम्ही कुठे पूर्ण उपयोग केला आहे? तो कराल तर धर्मविरुद्ध आचरण करून महागाई वाढविणारी आणि केस जवळ करून स्वराज्य दूर लोटणारी एकदेखील विधवा मिळणार नाही. तुम्ही कंबरेला लटकणाऱ्या बायकी तरवारीपुढे डोके नमविता आणि डोक्यावर झळकणाऱ्या पुरुषी वस्तऱ्यापुढे हातदेखील जोडत नाही, हेच सध्याच्या अवनतीचे कारण आहे. तेव्हा माझा उत्सव करा, माझ्यासारख्या मूर्धाभिषिक्त देवतेचे गुणानुवाद गा! खरोखर पाणीदार अशी जर कुठली देवता असली तर ती मीच! विधवांचा भगवा झेंडा जर पुन्हा फडकवणार असाल तर मला हाती धरा! ऊठ वत्सा ऊठ, आजपर्यंत सुळावर फाशी जाऊन अगर जंगलात दडी मारून पुष्कळ नामधारी धर्म-संस्थापक झाले, परंतु वस्तरा हाती घेऊन व केसांचे जंगल तोडून कोणीही धर्म स्थापिला नाही व पुढे स्थापणार नाही. तो मान मी तुला देत आहे. माझ्या प्रतिमेपुढे तपश्चर्या कर, तुझी तपश्चर्या पूर्ण झाली की मी तुला एक अलौकिक वस्तरा देईन. तो नुस्ता दाखविला की विधवांचे केस गळून पडतील; मग इतर भानगडीची जरूर उरणार नाही.'*

हा दृष्टावा पाहताच केशवपनोत्तेजक सभा स्थापायचीच, मग तिच्या पायी प्राण गेला तरी बेहत्तर अशी बाबांनी प्रतिज्ञा केली. कर्मधर्मसंयोग असा की, बाबांच्या केशव नावाच्या भाच्याच्या लग्नाचे याच वेळी घाटत होते. मुलाने मुलीचा फोटो दुरून पाहिला होता, आईला हुंड्याची हुंडी पटली होती, वधूपक्षाला गळ्याशी लागलेल्या मुलीवर नवरा नावाचे औषध मिळत होते, मग छत्तीस गुण जुळायला काय उशीर. तथापि, बाबा जाणते म्हणून बहिणीने ती सर्व हकिकत त्यांना सांगितली व कार्य लवकरच उरकून घ्यायचे आहे असे ती बोलली, परंतु बाबा लगेच उसळून म्हणाले 'ज्योतिषीच काय पण सर्व ग्रह पृथ्वीवर उतरून आले तरी हे लग्न जुळायचे नाही. मुलीचे नाव काय म्हणालीस?' 'चिमा' भीत भीत बहिणीने उत्तर दिले.

---

* हे वीररसपरिप्लुत भाषण बाबांच्या 'साग्रसंगीत केशवपन' या अपूर्ण नाटकात आढळते. भाषणाच्या शेवटी गायकी चालीवरले एक पद आहे, परंतु बऱ्याच वाचकांना गाता येत नसेल म्हणून ते गाळले आहे.

त्याबरोबर बाबा नरसिंह रूप धारण करून म्हणाले 'कसली ही सुधारकी नावे! नावापुरतादेखील हे लोक जुनेपणा पाळीत नाहीत. नावेदेखील जुळत नाहीत यांची! मुलाचे नाव केशव आहे तर मुलीचे नाव पनोत्तेजक सभाच असले पाहिजे!' लग्नाच्या नमनालाच बाबांनी केशवपन पुढे केलेले पाहून बिचाऱ्या बहिणीचे बोलणेच खुंटले. कित्येकांना बाबांनी वर दिलेले उत्तर वेडगळपणाचे वाटेल, पण त्यात शहाणपणा ओतप्रोत भरला आहे. 'पनोत्तेजक सभा' नावाची मुलगी मिळणारच नाही व अशी मुलगी मिळाली नाही की अर्थातच आपला भाचा अविवाहित राहील व देशाच्या अधिक उपयोगी पडेल, म्हणूनच बाबा असे बोलले असावेत. स्वतःच्या भाच्याच्या सुखावर आज ना उद्या पाणी सोडणारी किती जाज्वल्य देशभक्ती ही!

सभा स्थापन करायचे तर ठरलेच! परंतु आम्ही सगळे पाकशास्त्रात किंवा एखाद्याची अब्रू सहज खराब करण्यात तरबेज असलो, तरी सभा कशाशी खातात हे कुणालाच माहीत नव्हते. पुण्या-मुंबईकडे सभासभा म्हणून कायसे बंड निघाले आहे एवढे आमच्या कानावर आले होते, पण आम्हाला कधी अशा प्रकारचे बंडखोर बनण्याचा प्रसंग येईल अशी कल्पना नसल्यामुळे आम्ही त्या बंडाच्या धामधुमीकडे लक्ष दिले नव्हते. आबांनी वेदांत चाळून सर्व जगाला व्यापणाऱ्या मायेलाच सभा म्हणतात असा कयास काढला, तर दाजीबांनी सभा म्हणजे जास्ती व्याजाने रकमा उसनी देणारी एखादी बाई असावी असा तर्क बांधला. शास्त्रीबोवांच्या मते सभा म्हणजे एक वाढलेली मुलगी असून, तिला नवरा मिळत नसल्यामुळे तिच्याबद्दल एवढी गडबड चालत असावी. (आपले मत सांगत असताना त्यांच्या तोंडावर समाधान दिसत होते हे सांगायला नकोच!)

परंतु बायकांची नालस्ती करणाऱ्या कंपूकडे कोणतेही नाते ज्याप्रमाणे तडकाफडकी पडते, त्याप्रमाणे आगच्या सर्वज्ञ बाबांपुढे आमचे अज्ञान फार वेळ टिकले नाही. जुना बाजार या संस्थेचा फायदा घेण्याकरता (व पर्यायाने) देशातील उद्योगधंदे वाढविण्याकरता बाबांनी पुण्यावर स्वारी करून तेथे आपला तळ चार-सहा महिने ठोकला होताच. ते आपल्या बिऱ्हाडी निजले असताना अगर पत्त्यासारखा राजे नाचविण्याचा खेळ खेळत असताना गावात पुष्कळ सभा होत असाव्यात, अर्थात पदार्थविज्ञान शास्त्राप्रमाणे (या शास्त्रात लहान मुलेदेखील फार पारंगत असतात; घरात आई करंज्या तळत आहे हे अंगणात खेळणाऱ्या मुलांना तत्काळ समजते हा नेहमीचा अनुभव आहेच.) या सभांत घडणाऱ्या सर्व गोष्टी बाबांच्या डोक्यात, किंबहुना गळी उतरल्या होत्या. एकदा तर बाबा आत सभा चाललेल्या एका वाड्यावरून गेले होते. अर्थात सभेला इतकी खाली टाकणाऱ्या माणसाला तिचे ज्ञान नसेल हे संभवत नाही, याशिवाय त्यांचा सभेशी फारच मोठा संबंध आला होता. सुरतेच्या सभेत फेकलेला जगप्रसिद्ध जोडा ज्या चांभाराने केला होता,

त्याच्याशी अशाच काही बाबतीत बाबांची जोडाजोडी झाली होती. अशा रीतीने सभा म्हणजे बाबांच्या तळहाताचा मळ झाल्यामुळे ती काढण्याविषयी आम्ही नि:शंक झालो.

'न भूतो न भविष्यति' अशी ही सभा, तेव्हा तिच्या स्थापना समारंभाला बोलवून तो मोठा मान कुणाला द्यावा असा बाबांनी सर्वांपुढे प्रश्न ठेवला. आमच्यापैकी कोणी अध्यक्ष होणे म्हणजे आचाऱ्याने स्वत:च अन्नाचा फडशा पाडणे अगर न्हाव्याने आपलेच डोके करीत बसणे होय हे उघड होते. परंतु बाबांची ओळख दांडगी असल्यामुळे ती या जगातूनच काय परंतु परलोकाहूनही एखादी जगन्मान्य व्यक्ती खेचून आणणार असा आमचा होरा होता. शिवाजी महाराजांचे नाव आबांनी सुचविले, पण केशवपनाऐवजी स्वराज्यासारख्या भलभलत्या गोष्टीकडे त्यांनी लक्ष दिल्यामुळे या परीक्षेत ते नापास झाले आहेत, असे बाबांनी सांगितले. दुसरे नाव नेपोलिअन बोनापार्टचे पुढे आले. परंतु इंग्रजांपुढे तरवार टाकून तो कुठल्याशा बेटात गेला असल्यामुळे वस्तऱ्याची झाकली मूठ उघडण्याच्या कामी त्याचा फारसा उपयोग होण्याचा संभव दिसेना. ज्याने बायकी तरवार खाली ठेविली तो पुरुषी वस्तरा उचलताना हातपाय गाळणार, हे नुकतेच लग्न झालेली एखादी मुलगीदेखील सांगू शकेल. जगाने डोक्यावर नाचविलेली पुष्कळ माणसे आरोपीप्रमाणे बाबांनी पुढे आणली, पण केशवपनाच्या बाबतीत बाबांच्या नखाची सर त्यांना येईल तर शपथ! शेवटीं एक फाटका कोश चाळून 'लोमहर्ष', 'सुकेशा' वगैरे मंडळी बाबांनी निवडली, पण त्यांचा पत्ताच माहीत नसल्यामुळे त्यांना 'डेड लेटर ऑफिस' मध्ये टाकून द्यावे लागले. बाबांनी मनातल्या मनात शेकडो देवांचा धावा केला, पण त्यांच्या हाकेला एखादा देवच काय पण त्याचे वाहनदेखील धावून येण्याचे लक्षण दिसेना. केशवपनोत्तेजक सभा असल्यामुळे डोक्यावर जटाभार धारण करणाऱ्या शंकराने तर स्मशानच गाठले. केशवपनाच्या कामी विष्णूसारखे चतुर्भुज दैवत मिळाले तर धंद्याच्या दृष्टीने फायदा होता खरा, पण कृष्णावतारी त्याने एकट्याने १६,१०८ बायका अडवून विधवांची संख्या कमी केली असल्यामुळे बाबांचा त्याच्यावर घुस्सा होता. केशवपन व अंधार ही जुळी भावंडे असल्यामुळे सभेचा समारंभ अंधारातच पार पाडायचा होता, त्यामुळे सूर्य, चंद्र, अग्नि असल्या आपल्या अकलेचा उजेड पाडणाऱ्या देवता कटाप करणेच प्राप्त होते. देव सोडून ऋषींकडे वळले तरी तीच रड! सगळ्या ऋषींनी आपली तोंडे केसाच्या जंगलात दडविली असल्यामुळे केशवपनाचे फायदे त्यांना सांगणे अरण्यरुदन करण्यासारखेच होते. न्हाव्याला एक पैसा अधिक गेल्यामुळे आपल्या बायकोची हजामत करून घेणारा ब्राह्मण पठ्ठ्या मात्र बाबांच्या कसाला उतरला, पण त्याचे धड नावदेखील माहीत नसल्यामुळे एका मोठ्या विभूतीच्या दर्शनाला आम्ही मुकलो. उरता उरले संन्यासी, पण आमच्या गावातील सर्व लोक गॅलिलिओप्रमाणे आमचा छळ करून आमच्यापासून

दोन पावले दूर राहत असल्यामुळे या बाबतीत पाऊल मुळीच पुढे पडण्यासारखे नव्हते. पुण्या-मुंबईला ऑर्डर देऊन एखादा (बोके) संन्यासी मागवावा तर वेळ नव्हता, सभेच्या आरंभालाच इतक्या अडचणी आल्या. सभा काढणे हे काही असल्यतसल्या गबाळ्यांचे काम नव्हे.

इतक्यात कंटाळलेल्या बापाला जसा म्हातारा जावई सापडावा, त्याप्रमाणे बाबांना काही विचार सुचला व त्यांनी आनंदाने टाळी वाजविली. त्याबरोबर आम्ही सगळ्यांनी इतक्या टाळ्या वाजवायला सुरुवात केली की, बाबांचे बोलणेच आम्हाला ऐकू येईना. ते हातवारे करीत होते, बहुधा 'थांबा' म्हणून ओरडत असावेत; परंतु एकाने टाळी वाजविली की सगळ्यांनी टाळ्यांचा कडकडाट करावा, हा त्यांनी शिकविलेला सभेचा पहिला नियम आम्ही पूर्णपणे अमलात आणीत होतो. 'ज्याची खावी पोळी त्याची वाजवावी टाळी' या न्यायाने आमच्या टाळ्यांचा विचार केला असता तर आमचे ऋण फेडण्याकरता बाबांना आम्हाला जन्मभर पुरणपोळ्यांचे जेवण घालावे लागले असते. हातांची बरीचशी रग जिरल्यावर आम्ही शांत झालो.

बाबांना जसा राग आला तसा आनंदही वाटला. सभेचा ओनामा आम्ही इतका चांगला गिरविलेला पाहून लवकरच आम्ही यातले प्रोफेसर होऊ असे त्यांनी बोलून दाखविले.

बाबांनी आपल्या आनंदाचे कारण सांगितले. आमच्या सभेच्या समारंभाला सर्वस्वी योग्य असा महात्मा पुरुष त्यांना सापडला होता. तो आमच्याच गावातला फाकड्या न्हावी हा होय. फाकड्या म्हणजे वस्तराधारी भीमच होता, त्याच्यापुढे हजामतीकरता माणूस बसला आणि तो पुन्हा उठला असे कधीच झाले नाही. आत्महत्या करणारांना पाप न लागता मरणाचे साधन फाकड्याच्या रूपाने उपलब्ध झाले होते. राधे नख काढायचे असले, तरी तो रक्ताचे पूर वाहविल्याशिवाय राहत नसे. अशा शूर माणसाने न्हावगंडाचे काम करणे कमीपणाचे वाटून सरकारने त्याला घरी बसण्याविषयी विनंती केली होती. लोकही त्याला हजामत करवून पैसे देण्यापेक्षा न करविताच पैसे द्यायला तयार होते. एका सावकाराचे सबंध घराणे त्याने आपल्या वस्ताऱ्याने बसविले होते असे म्हणतात. तो दावा धरून कोणी त्याचा उजवा हात कापून टाकला होता. अशा थोट्या फाकड्याच्या हातूनच सभेचा स्थापनासमारंभ (Opening Ceremony) करायचे बाबांनी ठरविले.

'बोलेल तो करील काय' ही म्हण बाबांची आवडती असल्यामुळे आपल्या सभेचा गाजावाजा त्यांनी आधी बिलकूल केला नाही. सर्व जग आमच्या सभेने एकदम चकित व्हावे असा त्यांचा मानस होता आणि त्याप्रमाणे ते झालेही. या बेतामुळे जाहीरपत्रके, जाहिराती, फंड वगैरे गोष्टींची वाच्यता आधी करायची नाही असे ठरले - मुख्य प्रधानांच्या बोलावण्यावरून केशवपनोत्तेजक सभेचे शिष्टमंडळ

विलायतेला जायला निघाले हीच बातमी वर्तमानपत्रात एकदम फडकवून द्यायची.

पण सगळेच मुसळ केरात! सभा कुठे करायची याचा पत्ताच नव्हता. आधी आम्ही बातमी दिली नाही तरी सभा सुरू झाली की निजलेला गावदेखील जमू लागणार अशी आमची खात्री असल्यामुळे प्रथमपासूनच विस्तीर्ण व मोठी जागा पाहणे इष्ट होते. केशवपन हे धर्माचे कार्य असल्यामुळे धर्मशाळा हे या सभेला योग्य ठिकाण आहे, असे आम्हाला वाटले व तेवढ्याकरता गावातल्या सर्व धर्मशाळा आम्ही पालथ्या घातल्या; परंतु एके ठिकाणी त्यात मुसलमान उतरलेले तर दुसऱ्या ठिकाणी एक ओवळ्यानेच जेवत बसलेला! तिसऱ्या जागी तर एक सकेशा विधवाच दृष्टीला पडली. त्याबरोबर ती धर्मशाळा नसून अधर्मशाळा आहे असे ठरवून आम्ही तो नाद सोडला.

राहता राहिली देवळे! पण कुठल्याही देवळातील मूर्ती आमच्या सभेला पोषक अशी नव्हतीच! अंधारात बसायला कुठलाच देव कबूल नाही. स्मशानात राहून अंधाराला सरावलेला शंकर, पण देवळाच्या गाभाऱ्यात पाऊल टाकताच त्याचे ते स्मशानवैराग्य मावळून त्याला नंदादीप लागतो. शिवाय शंकराच्या देवळात त्याचे सर्व गण सभेला जाण्याची भीतीही होतीच. राधाकृष्णाच्या देवळात निदान रात्रीच्या वेळी तरी अंधार असेल अशी आमची कल्पना! परंतु पाहिले तो भर उजेडात राधा-कृष्ण एकमेकांच्या गळ्यात गळा घालून उभे आहेत. कलियुगात देवदेखील निर्लज्ज झाले म्हणायचे. आणखी काय? राम वनवासी असले तर तिथे तरी दिवा मिळायचा नाही म्हणून राम मंदिराकडे वळलो. पण तिथले लक्ष्मणाचे धनुष्य पाहिल्याबरोबर आम्हालाच राम म्हणावा लागेल असे वाटून बाहेरूनच परतलो. नंतर दत्ताच्या देवळाकडे गेलो; परंतु अनोळखी माणसे बघून त्याची कुत्री भुंकत आमच्या अंगावर आली आणि तुझ्या देवळाची भीक नको पण कुत्रा आवर, असा दत्ताला नवस केला तेव्हा कुठे जीव बचावला. पुढे देवीच्या देवळाचे नाव काढायचे तर कारणच नव्हते. गणपतीच्या पायाचा आश्रय करणे म्हणजे जुन्या काळची हत्तीची शिक्षा भोगण्यासारखेच होते. केशवपनासारख्या धार्मिक कार्याला उत्साहाने हात घालण्याच्या वेळी कटीवर हात ठेवलेल्या विठाई माउलीचा मुळीच उपयोग नव्हता. मारुतीकडे जावे, तर तो नि:सीम रामभक्त! रामाला आम्ही दुरूनच रामराम केलेला पाहून उगारलेली गदा आमच्याच टाळक्यात घालायचा व अशा तऱ्हेने केशवपनाची मजल फारच पुढे जायची. तेव्हा अशा अर्धवट माणसाच्या वाटेला न जाणेच श्रेयस्कर असे आम्ही ठरविले. या आमच्या सभेच्या कामात साऱ्या जन्मात घडली नव्हती इतकी देवदर्शने आम्हाला झाली. पुण्यमार्गाला लागले की पुण्यामागून पुण्यच पदरात पडते.

पुण्याप्रमाणे आमच्या गावी जर खुन्या मुरलीधर असता, तर गोकुळातल्या

गोपींपेक्षाही आपण सुखी झालो असतो, असे बाबांनी उद्‍गार काढले. पण त्याचा उपयोग काय? पेशवाई असती तर डोक्यावर केस ठेवणाऱ्या विधवांची डोकी उडविली असती, शास्त्रीबोवा शंकराचार्य असते तर बाबांना 'केशवपनालंकार', 'न्हावी मुकुटमणी' अशा पदव्या मिळाल्या असत्या. हात लिहावाचायला येणाऱ्या स्त्रियांना राखेचे तोबरे देऊन कलम करून टाकले असते - सगळे असते! नाही मात्र काही.

शेवटी 'अडला हरी' अशी स्थिती होऊन गावच्या अगदी टोकाशी असलेल्या म्हसोबाच्या पडक्या देवळात सभा साजरी करायचे ठरले. सुधारकात व शहाणपणात जितके अंतर असते तितकेच गावात व देवळात असल्यामुळे आमची लोकप्रियताही कसाला लागणार होती व लोकांची गर्दी श्राद्धाच्या पक्वान्नांप्रमाणे झाली असती तरी पलीकडेच मसणवट असल्यामुळे जागेची काळजी मुळीच नव्हती. शिवाय मसणवटीपाशीच अशी सभा असणे इष्ट होते; कारण मेलेल्या म्हशीला दूध फार या न्यायाने मेलेल्या नवऱ्याच्या पाठिंब्याची किंमत आम्हालाही अधिक होती. आमची सभा काही बोलघेवड्यांची नसल्यामुळे प्रेक्षकांना पहिल्या दिवशी फुकट घ्यायचे असे बहुमताने ठरले.

जितकी गोष्ट मोठी तितकी संकटेही अधिक हा नेहमीचाच अनुभव आहे. अर्थात आमच्या या महत्कार्याला पुन्हा अडथळा येण्याचा रंग दिसू लागला, यात काही नवल नाही. म्हसोबाच्या देवळाच्या भिंती इतक्या धडधाकट होत्या, की स्मशानातला उजेड त्यातून देवळात येऊन पडे! परंतु ज्या दिवशी गावात कोणी मरायचे नाही त्याच दिवशी सभा करायची असे बाबांनी ठरविले. मुहूर्त मंगल खरा. पण केशवपनोत्तेजनाला अमंगलच! कुणीतरी मेल्याशिवाय केशवपन करायचे कुणाचे?

'बोले तैसा चाले । त्याची वंदावी पाऊले ।।'

साक्षीदार खोटे बोलतो आणि खोट्या रीतीने वागतो म्हणून लोक त्याच्या नुसते पाया पडतात. एवढेच नव्हे, तर कोपरापासून त्याला हात जोडतात. अर्थात वरील साधूक्तीप्रमाणे सदरहू सभेच्या संस्थापकांनी अस्सल केशवपन केले पाहिजे हे उघड होते. शास्त्रीबोवांच्या सर्व अंगावर इतके केस होते की, लहानपणी अस्वलाचे पोर म्हणून एका दरवेशाने त्यांच्या नाकात वेसण घातली होती, असे त्यांची पाचवी सावत्र सासू सांगत असे. भर थंडीच्या दिवसात त्यांना पांघरूण मुळीच लागत नसे हे कापडवाल्याच्या दुकानातील त्यांच्या खात्यावरून दिसून येते. तेव्हा अशा केसाळ माणसाला तासायला निदान चारदोन न्हाव्यांना दहापाच तरी दिवस लागणार व तेवढ्यात पुन्हा केसांचे पीक सोळा आणे येणार हा प्रश्न दत्त म्हणून पुढे उभा राहिला. पण बाबांनी या समुद्रावरही सेतू बांधला! बुद्धिबळात राजा अडविला की डाव फत्ते होतो; त्याप्रमाणे डोक्याच्या वपनात बाकी केशवपन आले असा बाबांनी गागाभट्टी अभिप्राय ठोकून दिला व सभेच्या दिवशी संध्याकाळी सर्वांना संन्यासी बनवण्याची

लगीनघाई सुरू झाली. शास्त्रीबोवा प्रथम आपल्या डोक्यावरला भार दुसऱ्याच्या पदरात टाकण्यास तयार नव्हते. तथापि, शेंडी गेली तरी जानव्याच्या जाळ्यात तुम्हाला मुलगी सापडेल व संसार थाटता येईल, अशी समजूत घातल्यावर शेंडीच्या ऋणानुबंधाची गाठ त्यांनी तोडली.

पाश्चात्त्य राष्ट्रांनाही खाली पाहायला लावणाऱ्या या सभेच्या समारंभाची रात्र उगवली. माझ्याजवळ या वेळी एकही कवितेचे पुस्तक नसल्यामुळे तिचे अधिक वर्णन करण्याला मला वेळ नाही. पण केसाचे ढीगच्याढीग दाखविणारा तो अंधार - तो अंधार! सर्वांनी हजामती वगैरे करवल्या. फांकड्या आसपास असतानाही कुणी दगावले नाही. नंतर सभेची प्राणप्रतिष्ठा सोवळ्यानीच केली पाहिजे असे ठरून सर्व जण सोवळ्यानीच बाहेर पडलो. जाता जाता सभेच्या कायम फंडातून चिरमुरे-फुटाणे विकत घेण्यास आम्ही विसरलो नाही. ब्राह्मणाला जानवे, धार्मिक मनुष्याला शेंडी, लफंग्याला खोट्या सहीची कला, प्रसिद्धीला पोशाखी देशभक्ती ही ज्याप्रमाणे आवश्यक असतात, त्याप्रमाणे सभेला उपाहार हा पाहिजेच हे बाबांना ऐकून माहीत होते. 'अन्नमय प्राण' या न्यायाने मोठमोठे लोक उपाहारालाच सभेचा प्राण अगर मुख्य भाग समजतात हे योग्यच होय!

रात्रीचे दहा वाजून गेले होते, अर्थात रस्त्यात चिटपाखरूदेखील नव्हते. मध्येच एक-दोन माणसे भेटली, पण पुढे थोटा फांकड्या व पाठीमागे लख्ख डोक्याचे सोवळे नेसलेले ब्राह्मण पाहून बहुधा आम्ही या लोकातील नाही असा त्यांनी तर्क बांधला व धूम ठोकली. आम्ही झपाझप पावले उचलून सभागृह गाठले. त्याला दरवाजा वगैरे नसल्यामुळे सभेची पूर्वव्यवस्था अनायासेच झाली होती. शास्त्री-बोवांनी काढून दिलेला मूहूर्त चुकणे म्हणजे लाखो रुपयांचे नुकसान करणे असल्यामुळे बाबा 'केशवाय नमः'ला प्रारंभ करत होते. इतक्यात सभामंदिराच्या पायाचा दगड बसविण्याचे काम तसेच राहिल्याची आठवण झाली. पायाचा दगड तर बसविला पाहिजे व घरून येताना दगड तर लांबच राहो, पण मूठभर मातीदेखील आम्ही आणली नव्हती, तेव्हा म्हसोबाच्या पायापाशी बसायचे भाग्य आमच्यापैकी कुणाला लाभते इकडे माझे लक्ष लागले. परंतु बाबांनी निराळेच ब्रह्मास्त्र काढले. त्यांनी बाजूला पडलेला एक खडा घेऊन तो अध्यक्षांच्या पायांनी पायाचा दगड म्हणून बसवला. देवतेचा नेवैद्यदेखील जर अक्षतांवर (कित्येक वेळा वाटाण्याच्यासुद्धा) उरकता येतो तर वास्तूदेवतेची शांती मोठ्या चिऱ्याऐवजी लहानशा खड्याने व्हायला मुळीच हरकत येणार नाही. शिवाय हा आमच्या संस्थेचा जन्मकाळ असल्यामुळे दगडाऐवजी खड्याची योजना फारच मार्मिक होती. कृष्णावतारात मुखात विश्व दाखवणारा परमेश्वर सृष्टीच्या आरंभी एका वडाच्या पानावर ऐसपैस पाय पसरून निजतो हे कुणाला माहीत नाही!

बाहेर दगड बसवून आत गेलो तो मुहूर्त अगदी हातघाईवर आला होता. इतका वेळपर्यंत न सुचलेली गोष्ट एकदम आमच्या लक्षात आली. अध्यक्षांना बसायला खुर्ची नव्हती! बाबांनी तात्या पंतोजीच्या खुर्चीचा पोटभर अनुभव घेतला असल्यामुळे त्यांनी अध्यक्षांना तसली खुर्ची घेण्याची विनंती केली. पण अध्यक्ष थोटे पडल्यामुळे तो प्रकार मुक्या गळ्याच्या गाण्यासारखा होऊ लागला. शेवटी बाबांना 'मी या जागेला मुळीच पात्र नाही' वगैरे सांगून नाइलाजास्तव यांच्याबद्दल ती खुर्ची घेतली व कामाला सुरुवात झाली. अध्यक्षांची माहिती सगळ्या गावाला व त्यातल्या त्यात आमच्या डोक्यांना वाजवीपेक्षा फाजील असल्यामुळे ती आमच्या डोक्यात न कोंबण्याचे बाबांनी ठरवले.

अध्यक्षांनी आपले भाषण शुद्ध मातृभाषेतच केले, पण इंग्रजीने बहकलेल्या लोकांना अशुद्ध वाटण्याचा संभव आहे म्हणून येथे देत नाही. 'तुका, माका' इत्यादी महाराष्ट्रातील व कोकणातील जुने जुने साधूही यांच्या बोलण्यात आधाराकरता येत असत. अध्यक्षांच्या घशात मात्र मधून मधून काहीसे अडकत होते, मग केशवपनाविषयीच्या प्रेमाने त्यांचा गळा दाटून आला होता की काय नकळे! सभेनंतरचा उपाहार त्यांच्या हवाली केला होता, तो सभेतच उरकून घेऊन आमचा वेळ व खाण्याचे श्रम ते वाचवितात की काय अशी मला भीती वाटू लागली. अध्यक्षांचे शब्द फुटाण्यासारखे उडण्याच्याऐवजी अध्यक्षांच्या तोंडात फुटाणे उडाले तर आपल्याला हात चोळीत चुरमुरे खात बसावे लागेल म्हणून माझ्या अंगाची लाही झाली. पण करणार काय! अंधारामुळे दिसण्याची बाजूच नव्हती! शेवटी सरपटत सरपटत मी अध्यक्षांजवळ गेलो व एकदम त्यांच्या तोंडाला हात लावणार तोच बकणा मारण्याकरता त्यांनी खाली केलेला हात माझ्या हातावर पडला. त्याबरोबर ते 'चोर चोर' म्हणून एकदम ओरडले. शेवटी तो मीच आहे न ऐकायला कमी येत असल्यामुळे इतक्या जवळ येऊन बसलो आहे असे सांगितल्यावर त्यांनी आपले काम (खाण्याचे) सावधगिरीने सुरू केले. जागे असणे काय व झोपी जाणे काय एकच, अशा वेदान्ताने आबांनी एका कोपऱ्यात जाऊन स्वस्थ ताणून दिली होती. दाजीबा डुलक्या घेत घेत कुठल्याशा व्याजाचा हिशोब करत होते. शास्त्रीबोवा बहुतेक ब्रह्मार्पण झालेल्या शेंडीच्या जागी हात फिरवत 'लवकर केस आणणाऱ्या' औषधाचा विचार करत असावे. अध्यक्षांचे भाषण आटपून ते खाली बसले व टाळ्यांचा प्रचंड कडकडाट झाला. मोठेपणामुळे खुद्द अध्यक्षांना टाळ्या वाजविता आल्या नाहीत, नाहीतर कानठळ्याच बसून गेल्या असत्या!

नंतर बाबांनी बोलायला सुरुवात केली. आपले भाषण छापायला गेले असल्यामुळे आपण त्यासंबंधी इथे बोलत नाही असे त्यांनी सांगितले. अशा रीतीने मधला भाग छापायला गेला असल्यामुळे ठरावांची पंचपक्वान्नेच पुढे आली. बाबांनी पहिला ठराव

पुढे मांडला :-

ठराव पहिला :- केशवपनाने अंगात सात्त्विकपणा येतो. याकरता एकवेळ संध्या नाही केली तरी चालेल, पण दररोज केशवपन केलेच पाहिजे हे या सभेचे (पाचामुखी परमेश्वर या न्यायाने परमेश्वराचेच!) निक्षून सांगणे आहे.

या ठरावाला पाठिंबा देण्याकरिता मी उठणार तोच बाबा वक्तृत्वाच्या भरात पुढे आले होते. त्यांच्या पाठीला माझी पाठ लागली. खराखुरा पाठिंबा मिळालेला पाहून मीही बोलण्याच्या भरीला पडलो नाही.

ठराव दुसरा :- (केशवपन) या धार्मिक कार्याला न्हाव्यांनी आपले हात वाहिले असल्यामुळे ब्राह्मणांनी न्हाव्याला मुलगी देऊन दोन हाताचे चार हात केल्याचे पुण्य संपादन करावे. (कोकणस्थ ब्राह्मणाने आपली मुलगी देशस्थ मुलाला देणे हेदेखील पाप आहे हे मात्र विसरू नये.) या ठरावाला अध्यक्ष दुजोरा देणार होते, पण बाबांनी त्यांच्या जातीविषयी दाखविलेल्या प्रेमाने गळा भरून आल्यामुळे त्यांनी नुसता बाबांच्या हाताला हात लावला.

ठराव तिसरा :- लग्ने मोठेपणी झाल्यामुळे नवरा मरून मुलगी विधवा होण्याला बराच उशीर लागतो, याकरता पाळण्यातल्या पोरींची लग्ने करावीत व प्रत्येक पुरुषाने कमीत कमी दहा-वीस तरी बायका कराव्यात, असे या सभेचे ठाम मत आहे. या ठरावाला शास्त्रीबोवांनी आनंदाने आपल्या अगडबंब देहाचा टेकू दिला.

ठराव चौथा :- मुलगी विधवा झाली की ती तत्काळ विकेशा व्हावी असे यंत्र शोधून काढणारास ही सभा बहुमानाची पदवी देईल. हा ठराव मांडत असतानाच कोपऱ्यात निजलेल्या आबांना विंचू चावला व त्यांनी ओरडून थैमान मांडण्याला सुरुवात केली. पण तो वक्तृत्त्वपूर्ण दुजोरा आहे असे बहुमताने ठरून त्यांना पुढचा ठराव पुढे मांडण्यास बाबांनी विनंती केली.

ठराव पाचवा :- आपण सर्वांनी आत्महत्या करावी, म्हणजे आमच्या बायका विधवा होतील व अशा तऱ्हेने केशवपनाला प्रत्यक्ष मदत मिळेल.

आबा ठराव मांडत असतानाच सभागृहात कोणी शिरल्याची चाहूल लागली. बाबा आवेशाने ओरडले 'येऊ देत, येऊ देत, हा हा म्हणता कशी गर्दी जमते आहे ते बघा? राष्ट्रीय सभा फिक्की पडेल या गर्दीपुढे.' इतक्यात दुरून थोडा थोडा उजेड दिसू लागला, थोड्याच वेळात पाच-सहा पोलीस तिथे आले. (आमच्या भाषणांची टिपणे करण्याकरता आले असतील म्हणून माझा आनंद गगनात मावेनासा झाला.) दिव्याच्या उजेडात आम्ही पाहतो तो चारदोन गोधड्या, फाटकी धोतरे वगैरे माल बाजूस पडलेला. राजद्रोही भाषण न करताच आम्ही चतुर्भुज झालो व स्थापनेच्या समारंभापेक्षाही अधिक लवाजमा घेऊन गावात परत निघालो. सरकारने हलविली म्हणूनच सभेची ही पहिली बैठक ढळली. नाही तर -? ◆

गाजराची पुंगी

सप्तक १ले - सूर १ला

जोड्याचे आत्मवृत्त

जनी जनार्दन या भावनेने प्रत्येकाच्या पायाशी लोळण घेणाऱ्या कुणाचीही पायधूळ झडली, तरी आनंदाने मार्गक्रमण करणाऱ्या व शूर्पणखेसारख्या काळ्या टोपीला घरात जागा मिळत असताना, मारुतीचा रंग असूनही कुत्र्याबरोबर कशाचीही ठाणे देणाऱ्या माझ्यासारख्या विनयशील मनुष्याला नाइलाजाने हे आत्मवृत्त लिहावे लागत आहे, हे आरंभीच नमूद केलेले बरे. दुसऱ्यासाठी पावलोपावली देह झिजविणे व निढळाच्या घामाने लालबुंद चेहरा काळाठिक्कर करून घेणे या कामात माझा हात सभेत भाषणाची व घरी मेजवानीची तोंडपाटिलकी करणारा कुणीही देशभक्त धरू शकणार नाही. (देशभक्त मला हाताशी धरून इतरांची तोंडे रंगवतात हा भाग निराळा!) माझ्या साहाय्याने लहानसा खडादेखील मी मी म्हणणाऱ्याला त्राही भगवान करतो याची साक्ष 'मृच्छकटिकम्' नाटकाचा कर्ता शूद्रदेखील देईल.

महात्म्याप्रमाणे माझा जन्मही 'परित्राणाय साधूनां विनाशाय च दुष्कृताम्' यासाठीच आहे. अनवाणी पावलाचे रक्षण व काट्याकुट्यांचा नाश मीच करीत नाही काय? तोंडातोंडीने भांडण मिटले नाही म्हणजे ते प्रकरण जोडाजोडीवर जाते हा अनुभव कुणा शूर पुरुषाला व वीराच्या बच्च्याला नाही?

मी वर्णाने क्षत्रिय आहे हे अनेकांना माहीत नाही. चर्मकार नावाच्या लज्जारक्षणापुरती चिंधी धारण करणाऱ्या व नेहमी लोकांच्या पायावर दृष्टी (दृष्टीबरोबर डोकेही आलेच!) ठेवणाऱ्या तपस्व्याच्या कुलात माझा जन्म झाला आहे. चर्मकाराच्या पर्णकुटीत बाळपण घालवून व दाभणाचे वार सोसून सार्वजनिक कार्यासाठी नंतर मी निरनिराळ्या ठिकाणी संचार करतो. क्षतापासून रक्षण करणारा तो क्षत्रिय या व्याख्येनुसार काटा, काच, खिळे यांच्यापासून होणाऱ्या क्षतापासून पायांचे रक्षण करणारा मी अस्सल क्षत्रिय आहे, हे काय सांगायला पाहिजे? अक्षत निघाली की प्रत्येक जण माझे (संधिसाधू वृत्तीमुळे) व मी प्रत्येकाचे पाय धरतो याचे कारण 'क्षतापासून रक्षण करतो तोच क्षत्रिय' हेच असले पाहिजे. माझ्या क्षत्रियत्वाचा दुसरा पुरावा आतापर्यंत बायका मला स्पर्श करायला भीत असत हाच होय. काही वर्षांपूर्वी घरंदाज बायकांच्या पायात जोडा असणे हे तोंडात बिडी असण्याइतकेच वर्ज्य होते. माझ्यासारख्या सभाधुरंधर वीराच्या दर्शनाने भित्र्या भागूबाई माजघरात पळत असत

यात नवल ते काय? अलीकडे बायका धीट होऊन चळवळीत पडू लागल्यामुळे माझ्यासारख्या शूर वीराचा पाठिंबा (निदान वाघोबा) त्यांना आवश्यक वाटू लागला आहे. अळत्याचा रथ व नुपूर हे माझा मत्सर करू लागले आहेत व लवकरच नेपथ्य कचेरीत साखळ्याही माझ्यावर फिर्याद ठोकण्याच्या विचारात आहेत, असे कळते. त्यांना माहीत नाही की मी नावाचा जोडा आहे.

माझे जीवन म्हणजे एकीचा मूर्तिमंत उपदेश आहे. कधीही पाहा मी तुम्हाला एकटा सापडणार नाही. शंकराचे चित्र म्हणजे जसा अर्धनारीनटेश्वर किंवा नाटक म्हटले की, नायक व नायिका यांची जोडी त्याप्रमाणे आम्ही जुळे भाऊ नेहमी एके ठिकाणी असतो. आमच्यापैकी एक हरवला तर दुसरा त्याच्यावाचून पाऊल उचलायलाही तयार होत नाही इतके आमचे बंधूप्रेम अलौकिक आहे. 'धिक् सर्व जोडीविणे' हे आमच्याइतके टोपी, कोट, सदरा अगर धोतर यांना कधीच वाटत नसल्यामुळे वस्त्राभरणाच्या राज्यात कवींचा मान आमचाच आहे. आम्ही इतके स्वामिनिष्ठ असतो की, आम्हाला कुणी बळजबरीने पळवून नेले तरी आम्ही कधी फितूर होत नाही. शत्रूने आम्हाला खिशाच्या पहाऱ्यात घालून आपल्या घरी कोंडून ठेवले, तरी त्याच्या संगतीत एक पाऊल टाकण्याचीदेखील आमची इच्छा नसते. सीतेची रावणाशी जी वर्तणूक होती, तीच आम्हाला पळवून नेणाऱ्यांशी आमची असते.

माझ्या बायकोचे नाव (जुन्या मताची मंडळी या ठिकाणी हसून मला बाईलवेडा म्हणतील, पण देवाचे नाव घेण्यात पाप नाही तर बायकोचे नाव घेण्यात तरी का असावे? देवघर व स्वयंपाकघर ही नेहमी जवळजवळ असतात व पहिल्यात देवाची व दुसऱ्यात बायकोची कायमची स्थापना केलेली असते. देवाच्या अंगावर चार फुले आणि बायकोच्या अंगावर चार दागिने फेकले की दोन्हीही घरधन्याच्या अंगावर कधीच येत नाहीत. देवापुढे नैवेद्य ठेवून तो त्याला दाखवून डोळे मिटून जसा स्वतःच मटकवायचा असतो, (नाक दाबले की तोंड उघडते या म्हणीप्रमाणे डोळे मिटले की तोंड उघडते हे प्रत्येक देव 'चक्षुर्वैसत्यम्' म्हणून सांगेल.) त्याप्रमाणे बायकोला घरकरीण म्हणून घर दुसऱ्या एखाद्या बाईच्या नावाने करून द्यायचा हक्कही 'स्वतः'चाच असतो. संकटाच्या काळी देवाप्रमाणे बायकोही विहिरीत बुडवणे इष्ट असते. या साम्यावरून बायको म्हणजे देव हे तत्त्व द्विभुज असलेल्या द्विपाद प्राण्याखेरीज प्रत्येकाला पटेल! जोडी हे आहे. राजकीय सभा असो, सार्वजनिक परिषद असो, अगर साहित्य संमेलन असो, आमचे दांपत्य या प्रत्येक ठिकाणी नेहमी हजर असते. गांधी एक दिवस सूत काढल्यावाचून राहतील, गडकरी एखादे वाक्य अनुप्रासविरहित लिहितील, खाडिलकर परदेशी राजकारणाचा काथ्याकूट एखादा आठवडा थांबवतील, आमचे १९२५ कवी (म्हणजे १९२५चे ताजेतवाने कवी संख्येने १९२५ नव्हेत. एवढी संख्या झाली की महाराष्ट्राचे धरण झाले म्हणून

समजावे.) फारशी शब्दावाचून एखादा चरण लिहू शकतील, दारात फंड आला नाही असा एखादा दिवस येईल, पण मी व माझी सौभाग्यवती ज्या सभेला हजर राहिलो नाही, अशी सभा महाराष्ट्रात नाही. गेल्या तीन-चार वर्षांत तर मतभेदाला (जोडाजोडी या दांपत्याचे हे संस्कृत नाव आहे.) प्रत्येक ठिकाणी मानाचे स्थान देण्यात आले आहे हे प्रत्येकाला माहीत आहेच.

मी जसजसा म्हातारा होतो, तसतसे मला बायकांविषयी प्रेम उत्पन्न होऊ लागते. माझे केस पांढरे व टाके ढिले झाले म्हणजे मी बाळंतिणीची सेवा करतो ती याच हेतूने! आपल्या देशात सध्या अर्भकांची अत्यंत आबाळ होत आहे; ती यथाशक्ती कमी करावी म्हणून 'दंताजींचे ठाणे उठले, फुटले दोन्ही कान' अशा वयातही मी बाळंतिणीच्या खोलीच्या कोंदट हवेत दरवाज्यावर पहारा व तिच्या पायांचे परित्राण करतो.

लग्नासारख्या शुभ प्रसंगी तर प्रत्येक जण माझ्या नावाचा पदोपदी उल्लेख करतो. 'जोडा कसा लक्ष्मीनारायणासारखा आहे नाही बयाबाई? काय पण *होकलकरी! मुलाला धोतरजोडा दिला आहे त्याची लंगोटीदेखील नाही करता यायची! 'अरे पण माझा जोडा कुणी लंबे केला वाटते. लग्न म्हणजे एक नवा जोड जमवायचा व जुना गमवायचा कारखानाच!' इत्यादी वाक्ये लग्नघरात सारखी कानावर पडत असतात. जोड्यांचा जयजयकार जगात जोराने होत आहे याचा आणखी कोणता पुरावा पाहिजे?

सरकारदरबारी जाण्याचा मी पोशाख केला की माझे रूप मिस्टर बूट यांच्यासारखे होते. इतिहासाची पाने आपल्या रक्ताने रंगविणाऱ्या मावळे-मराठ्यांना भेटायच्या वेळी मी देशी पोशाख धारण करतो व तो इतका नेभळट दिसतो की, त्या वेळी लोक मला श्रीमती व्हाणा या नावाने संबोधतात. या मुख्य जातीशिवाय स्लिपर वगैरे युरोपीअन आमच्यात आहेतच. पण मी जातिभेदाविरुद्ध असल्यामुळे हे भेदाभेद सांगण्याच्या भानगडीत पडत नाही.

कवींना मी अनेक वेळा स्फूर्ती दिली आहे. सुरतेला राष्ट्रीय सभेत जर जोडा फेकला गेला नसता तर त्या प्रसंगावर काव्ये रचण्याचे (व वाचण्याचेही) परिश्रम कुणी घेतले असते? एका आधुनिक कवीचे अरुणाचे खालील वर्णन ऐका -

सूर्य घालुनी जोडे पायी येई आकाशी ।
रंग तांबडा जोड्यावरला अरुण जसा म्हणशी ।।

---

* वधूपक्ष

ज्या पुण्यात छत्रपतींनी शाहिस्तेखानाची बोटे कापली, त्याच पुण्यात महाराष्ट्राचे पाय रक्षणाऱ्या वीराचे - माझे-मूळ घर आहे, ज्या पुण्यातील शनवारवाड्यावर भगवा झेंडा फडकत असे, त्याच पुण्यातील बुधवार पेठेत तांबडे लाल जोडे अद्यापी झळकत आहेत. (राज्ये भंगूर पण प्रेम अमर असते, याचे हे उत्कृष्ट उदाहरण आहे. मी प्रेममय ऊर्फ तांबड्या रंगाचा आहे हे काय राजस रसिकांना सांगायला पाहिजे?) पुणेरी पगड्यांच्या आतील डोके बुद्धिमत्तेबद्दल व पुणेरी जोड्यांच्या आतील पाय + + + बद्दल जगप्रसिद्ध आहेत. पुणे हे विद्येप्रमाणे जोड्याचेही माहेरघर आहे. महाराष्ट्रातील कवींनो, तुम्हाला जर खरीखुरी ऐतिहासिक कविता लिहायची असेल, तर प्रथम जोड्याचा 'जयजयकार' हे महाकाव्य लिहा.

'आपुली आपण करी स्तुती। तो एक मूर्ख' असे समर्थांनी म्हटले आहे. केवळ जगाचा फायदा व्हावा म्हणून विनयाच्या भाराने खचून गेली असतानाही हे चार शब्द आपल्यापुढे मांडण्याचे धाडस मी केले आहे. टोपीपेक्षा जोड्याचा किती जास्ती उपयोग आहे, आपल्या अर्धांगीला आपण पायीची वहाण म्हणतो व अर्धांगीसंबंधाने 'यत्र नार्यस्तु पूज्यन्ते रमन्ते तत्र देवता:' हे उद्‌गार काढतो. यावरून वहाणांची योग्यता किती मोठी आहे? एखादी नवी कल्पना शोधून काढणे याअर्थी 'बूट काढणे' हा संप्रदाय भाषेत कसा रूढ झाला आहे, हे लक्षात आणा आणि मला व माझ्या देशबांधवांना योग्य तो मान द्या. हत्यारांचा कायदा असलेल्या या काळात, आर्यजन हो, आम्हाला हातात धरल्याखेरीज तुम्ही बाजाराच्या चव्हाट्याच्या समरभूमीवर आपले अतुल शौर्य कसे व्यक्त करणार? शिरस्त्राणाचा काल संपला असून, पादत्राणाचा काल आला आहे हे ध्यानात आणा!

'उत्तिष्ठत! जाग्रत! प्राप्यवरान्निबोधत!!'

◆

+++ कशाबद्दल ते नीट आठवत नाही; पण हा शब्द तीनअक्षरी असून, त्याचे पहिले अक्षर ला, तिसरे ळी व दुसरे था आहे हे पक्के स्मरते.

सप्तक १ले - सूर २रा

मुंबईचा ऐरावत

आहात कुठे गबाळराव? मुंबईच्या मजुराच्या करंगळीच्या नखाची सर तुमच्या खेड्यातल्या उपकाराच्या हाताच्या पाची बोटांना येणार नाही. मुंबईत हलालखोर होणे पुरवले, पण तुमच्या खेड्यातली मामलेदारी नको. मला तर लहानपणापासून मुंबईची एवढी आवड आहे की, शाळेच्या सर्टिफिकेटात जन्मग्राम हरिपूर होते, ते खोडून मुंबई केल्याबद्दल मला एक वर्ष शाळाखात्याने रजा दिली होती. मुंबईवर माझे अगदी सक्रिय आणि स्वार्थत्यागाचे प्रेम आहे की नाही हे तुम्हीच ठरवा!... असे मुंबईत आहे तरी काय म्हणता? शिव शिव! इंग्रज सरकारला हिंदुस्थानच्या अज्ञानाची येत नसेल इतकी मला तुमची कीव येते. मुंबईत आहे काय हे विचारण्याऐवजी मुंबईत नाही काय तेच विचारा. मुंबईत लक्ष्मी आहे, सरस्वती आहे; भीम आहे, सुदाम आहे; धन्वंतरी आहेत, यमराजाचे दूत आहेत; मुंबई म्हणजे श्रीकृष्ण परमात्म्याचे तोंड आहे. दही-दूध चोरून खाण्याच्या वेळचे अगर यमुनातीरावरील कदंब वृक्षाखालचे नव्हे हं! अर्जुनाला विश्वरूप दर्शन दाखविण्याच्या वेळचे!

मी या तुमच्या भिकारड्या, घाणेरड्या कुतरड्यांना योग्य अशा खेड्यात मास्तर होऊन राहू म्हणता? यापेक्षा एखादा खटारा आणून त्याला मला जुंपा, नाहीतर कुंभाराच्यातरी हवाली करा! भले समाजसेवक दिसता की हो! मी हे वाघिणीचे दूध प्यालो ते मेंढरे हाकण्याकरिता की काय? आहे काय तुमच्या खेड्यात! मुंबईतील एका चहाच्या दुकानात सकाळी चहा खपतो, तेवढा उभ्या वर्षात तुमच्या खेड्यातल्या दुकानात खपायचा नाही. इंग्रजी शिक्षणाप्रमाणे इंग्रजी दारूही खेड्यात दुर्मिळच! दारूचा ज्या मानाने खप जास्त, त्या मानाने सुधारणेचे पाऊल पुढे असे माझे तर बोवा ठाम मत झाले आहे. पाश्चात्त्य लोक सुधारलेले आहेत आणि ते सर्रास दारू पितात हे तर जगजाहीर आहे. पण तुमच्या खेड्यात इंग्रजी दारू औषधालादेखील मिळायची नाही. केस कापायला न्हावी आणला म्हणजे रणदेवता त्याच्या अंगात संचरून तो अशी कापाकापी करतो की, हजामतीनंतर चेहरा आरशात पाहिला की त्याने मान कापली असती तर उपकार झाले असते असे वाटू लागते. कपडे कसे धुतल्या तांदळासारखे पाहिजेत म्हणून परिटाला सांगितले की तो आणतो करून उकड्या तांदळासारखे! परीट म्हणजे कपड्यांचा ब्रह्मदेव! पण कधी त्यांची नीट घडी बसवील तर शपथ!

संस्थेतली इतर माणसे चांगली आहेत म्हणता? ह्य ह्य ती माणसे आहेत की नाही याचीच मला शंका आहे. आयाळ नसलेल्या प्राण्याला तुम्ही सिंह म्हणाल काय? नाही ना? मग फॉरेस्ट खात्याचे नियम स्वतःच्या डोक्याला लावणाऱ्या, चंद्रावरल्या कलंकाप्रमाणे तुळतुळीत डोक्यावर शेंडीची बट धारण करणाऱ्या लोकांना माणसे कोण म्हणेल? असा आंबट चेहरा करू नका. इस्त्रीवाचून कोट म्हणजे स्त्रीवाचून संसार! गालांची दररोज खरडपट्टी करणे - दाढी काढणे म्हणाना - हे संध्येइतकेच आवश्यक आहे. मी तर आता प्रातःदाढी, मध्यान्ह दाढी व सायंदाढी करायला सुरुवात करणार आहे. तशाच तुमच्या खेडेगावातल्या मिश्या! जुन्या नाटकांतल्या राक्षसपार्ट्यांच्या तोंडावरची जंगलेदेखील त्या मानाने लहान वाटतात. मिश्यांचा सुधारणेशी काय संबंध म्हणता? दाढीदीक्षितांचे वडील बंधूच आहात. मिश्या हीच स्वराज्याच्या मार्गातली मोठी धोंड आहे. सूत काढण्यापेक्षा मिश्या काढण्यानेच स्वराज्य मिळणार आहे, असे माझे मत बनत चालले आहे. मिश्यांचा स्वराज्याशी बादरायण संबंध आहे म्हणता? छे हो! असे पहा, स्वराज्यविषयक गोष्टी चहा पितापिताच वर्तमानपत्रातून लोक वाचतात. ते तरी काय करणार बापडे! दाढी करताना, टेनिस अगर घोड्याच्या शर्यती खेळताना वर्तमानपत्र हातात धरायला दुसरा हात रिकामा असतो कुठे? तेव्हा स्वराज्यविषयक विचार लोकांच्या गळी चहा पिताना उतरले तरच उतरणार! पण या मिश्यांच्या निवडुंगी कुंपणामुळे चहा जातो आत आणि स्वराज्यविषयक विचार पडतात कुंपणातच अडकून. मला फुकट महिना ६० रु. दिले, तरी मी नाही येणार त्या खेड्याच्या खुराड्यात! तुमची शाळा मुंबईत आणा, मग तिच्यात कारकुनाचे काम करीन. पण खेड्यात मला हेडमास्तर केलेत तरी नको. माझ्या बायकोचे नाव लग्नापूर्वी होते पार्वती! वरातीच्या दिवशी केली पार्वतीची मुंबई. आता गुलगा झाला तर कलकत्ता आणि मुलगी झाली तर मद्रास, असा बेत आधीच ठरवून टाकला आहे. माझे स्वतःचे नाव होय? (चाचरत) पाळण्यातले होते असेच काही पशुतुल्य गजानन का नरसिंह. बारशादिवशी मला बोलता येत नव्हते, नाहीतर दाखविला असता नरसिंहावतार बाबांना! लग्नाच्या वेळी मी बायकोला सांगितले की मी तुझे नाव बदलले तसे तू माझे बदल म्हणून. पण फिट्टंफाट करायला ती तयारच होईना. आता एखादा दत्तक बाप शोधून 'न्यूयॉर्कपंत' होता येईल का पाहणार आहे. (पिंजऱ्याकडे पाहून) अरे, पेशावर पोपट मेला कुठे? आमच्या मांजरांची नावेदेखील दिल्ली, प्रयाग, तंजावर अशी ठेवली आहेत. माझी बालंबाल खात्री आहे की, एक नूर आदमी आणि दस नूर गाव!... खट्! अंदमान पुरवले, पण तुमचे खेडे नको! तिथे ना केशकर्तनालय, ना चहापानालय! बॅकबेवरील मजा नू नाटकगृहातल्या दुर्बिणीची गम्मत काय तुमच्या शाळेत येणार आहे? बस्स! 'मुंबापुरी की जय!'

◆

सप्तक १ले - सूर ३रा

यत्र नार्यस्तु पूज्यन्ते

(सदरहू षटकर्णीं न झालेले व्याख्यान शेजारच्या शिकलेल्या मुलीचा तीव्र निषेध करणाऱ्या टोलेजंग सभेचे अध्यक्ष, केशवपनोत्तेजक मंडळाचे चिटणीस, नवऱ्याने मरेपर्यंत मारले तरी हूं का चू न करणाऱ्या बाईचा पुतळा उभारण्याकरिता नेमलेल्या कमिटीचे खजिनदार, महामहोपाध्याय (म्हणजे सर्व उपाध्यायांचे मूर्धाभिषिक्त राजे - जसा मुंग्यांत डोंगळा, भाजीपाल्यात भोपळा, तसा पक्ष्यात कावळा; शास्त्रीबोवांच्या उपाध्यायगिरीने पंढरपूरच्या बडव्यांना चंद्रभागेत व प्रयागच्या पंड्यांना संगमात जीव देण्याची पाळी आणली होती.) शास्त्रीबोवा यांचे आहे..

भगिनी बंधूंनो,

माझ्या रंभेप्रमाणे सुंदर अशा आजच्या व्याख्यानाचा विषय 'यत्र नार्यस्तु पूज्यन्ते' हा आहे. इंग्रजी अमलापासून आम्ही बायकांना नीट वागवत नाही, त्यांना योग्य मान देत नाही, असे म्हणण्याची रूढीच पडून गेली आहे. पण बोहल्यापासून स्मशानापर्यंत व ओसरीपासून मागील दारापर्यंत आर्य पुरुष स्त्रियांनाच पुढाकार देत असतात, असं आपणाला दिसून येईल. लग्नाचा व मांडीवर मूल खेळवण्याचा हक्क १२-१३ वर्षांच्या कोणत्या पुरुषाला - ओठावरचा जार न वाळलेल्या पोरट्याला पुरुष तरी कोण म्हणणार म्हणा - सध्या मिळत आहे? अपत्याचा लाभ म्हणजे स्वर्गसुख आहे, असे एक कवी म्हणतो. हे स्वर्गसुख पुरुषांपेक्षा स्त्रियांनाच आम्ही लवकर प्राप्त करून देत नाही काय? लक्ष्मीनारायणाच्या व राधाकृष्णाच्या देवळाकडे पाहा. नारायणाच्या आधी लक्ष्मी व कृष्णाच्या आधी राधा आम्ही बसवली आहे. बायकात रामसीता नाव नसते, पण पुरुषात सीताराम नाव ठेवतात हा बायकांचा शिकंदराला लाजवणारा विजय नव्हे काय? हिंदूंचे मुख्य क्षेत्र पाहा. त्याचे नाव काशी. रामेश्वराप्रमाणे त्या क्षेत्रास विश्वेश्वर म्हणता आले नसते काय? पण स्त्रियांविषयीच्या आदरामुळे आम्ही त्याला काशी अगर वाराणशीच म्हणतो.

श्रुतिस्मृतींचा मान पुराणापेक्षा व धर्मसिंधूपेक्षा अधिक आहे, हे स्त्रीदाक्षिण्याचे लक्षण नव्हे काय? आपल्या मराठी वाङ्मयातदेखील 'दासबोध' ज्ञानेश्वरीमागाहून व

निबंधसंग्रह निबंधमालेनंतर प्रकट झाला हे ध्यानात आणा.

शिवछत्रपतींना आपण पूज्य मानता ना? शिवजयंती दरवर्षी साजरी करून त्या दिवशी पन्हे, कोशिंबिरीला 'दे माय धरणी ठाय' असं आपण करून सोडता ना? मग छत्रपती शहाजीपेक्षा जिजाईलाच अधिक मान देत असत, ही गोष्ट आपण आपल्या हृदयाच्या भिंतीवर (हृदय हे शाळा व देऊळ यांच्याप्रमाणे पवित्र आहे. शाळा देवळांच्या भिंती 'मौजेने' अलंकृत केलेल्या आढळतात) बुद्धीच्या कोळशाने लिहून ठेवलीच असेल.

कोट व अंगरखा हे डोक्याला न घालता, आपण पगडी अगर टोपी घालतो, याचे कारण 'यत्र नार्यस्तु पूज्यन्ते' हेच असले पाहिजे. मध्यंतरी काही अरसिक लोकांनी 'रुमाला'ला डोक्यावर बसवण्याचा प्रयत्न केला होता. पण डोक्यावर मिरे वाटणे, अगर डोक्यात राख घालणे ही कामे पाकशास्त्रपारंगतांची असल्यामुळे डोक्यावर स्त्रीचीच बैठक पाहिजे, असे आता बहुमताने ठरले आहे.

सणांमध्ये शिमग्याआधी दिवाळी येते, मंडईत जायच्या वेळी 'पालाभाजी' आणायला कुणी सांगत नाही, 'भाजीपाल्या'चाच हुकूम सुटतो; विवाहाच्या आधी मुंज उरकून घ्यावी लागते; या गोष्टी 'नारीपूजा' आम्ही विसरलो नाही, हेच सिद्ध करत आहेत. पुरुषांच्याआधी बायकांना उठावे लागते, वैलाच्या आधी चुलीवर आधण चढते, टाकाच्या आधी दौतीला शाई प्यायला मिळते इत्यादी पुरावे पाहिले म्हणजे हिंदुस्थानात स्त्रियांचा अपमान होतो, असे मुकादेखील म्हणणार नाही.

नाटकातल्या नायिकेवरून नाटकांना अनेक वेळा नावे मिळतात, पण 'शाकुंतल'च्याऐवजी 'दौष्यंत' 'शारदे'च्याऐवजी 'कोदंड', 'कांचनगडच्या मोहने'च्याऐवजी 'कांचनगडचा प्रतापराव' अशी चूक मोठ्या नाटककारांनी कधीही केली नाही.

मराठीतल्या मुळाक्षरांकडे पहा. 'श्रीगणेशायनम:' यावरून गणपतीला- एका पुरुषाला - वंदन केले आहे असे कदाचित वाटेल. पण गणेशाच्या आधी श्री- त्याच्या आतल्या गाठीची आजेसासू - ठाण मांडून बसली आहे, हे विसरू नका. इंग्रजी शिकलेले लोक बायकांची योग्यता कमी लेखून, नवरा वकील असला तर बायकोला वकिलीणबाई व पोलीस असला तर पोलिसीण बाई म्हणतात. पण आमची सनातन चाल बायकोवरून नवरा ओळखण्याची आहे. मंगलाष्टकात पहा 'लक्ष्मीपतेमंगलम्!' भोजनरणांगणावरील रणमंत्र ऐका. 'पार्वतीपते हरहर महादेव!!'

एखाद्या मनुष्याला हात, पाय, डोळे किताही असले, तरी एक छाती, नाहीतर त्याला विचारतो कोण? स्त्रीमाहात्म्याचे हे उदाहरण काय दर्शविते? नाटकगृहात खुर्ची बाकाच्या पुढे असते, तर घरात माडी सोप्याच्या डोक्यावर बसते, याचे कारण 'यत्र नार्यस्तु पूज्यन्ते' हेच नव्हे काय? इंग्रज सरकारने प्रथमत: हिंदुस्थानातील गुरुकिल्ला न मिळविता गुरुकिल्लीच पैदा केली. पाच वर्षांचे पोरदेखील अधेला-

अदेलीत उचलून घेते; कोणत्याही गावात लोक जोरापेक्षा बैठकांकडे धाव घेतात; हे काय आजच्या विद्वान श्रोत्यांना सांगायला पाहिजे?

व्रतवैकल्ये केली की त्यांचे पारणे फेडावे लागते व त्या निमित्ताने गोडधोडावर यथेच्छ ताव मारता येतो. ही उदरभरणाची सुवर्णसंधी पुरुषांना बायकांइतकी कधीच मिळत नाही.

स्त्रियांचे पूज्यत्व भाऊबीजेसारख्या सणातदेखील दिसून येते. बहीण भावाच्या घरी आली काय किंवा भाऊ तिच्या घरी गेला काय, भावाच्या खिशाला खार लागतोच. अशी एखादी 'भगिनीतृतीया' किंवा 'स्वसृचतुर्थी' कुठे आहे की, ज्या दिवशी एखाद्या निरांजनाच्या जळत्या तुपावर भावाला बहिणीपासून दहा-वीस रुपये उपटता येतील?

वर दाखल केलेल्या प्रमाणांइतकीच दुसरीही महत्त्वाची प्रमाणे मला आपल्यापुढे मांडता येतील. पण 'आज जेवायला लवकर आले पाहिजे' असे घरातून सांगणे झाले आहे. करणार काय, 'यत्र नार्यस्तु पूज्यन्ते.'

◆

सप्तक १ले - सूर ४था

कॅट - रॅट - फॅट

प्रवेश १ला

कॅट - रॅट

(काळोपंत 'मला मदन भासे' हे पद (आपल्या मताने) गोड आवाजात म्हणत आहेत. त्यांच्या चेहऱ्याचे भामिनीपेक्षा मदनदहन करणाऱ्या शंकराच्या चेहऱ्याशीच अधिक साम्य आहे. दारावर 'कट कट' असा आवाज होतो)

काळोपंत कॅटरॅटसाहेब आले वाटते. (धावत जातो व साहेबांना वंदन करण्यासाठी कंबरेशी पाठीचा काटकोन करून उभा राहतो.) यावे साहेबबहादूर! (फाटकी पैरण व एक टोपी घातलेला एक मुलगा येतो.) मी आपला बंदा गुलाम आहे. (९० अंशांचा कोन हळूहळू १८० अंशांचा होतो. तत्काळ पारा चढून) हडी हडी हडी! कुठले कार्टे आले आहे हे.

मुलगा - मी विद्यार्थी आहे.

काळोपंत - मग ही काय शाळा आहे वाटते? अरे, विद्यार्थीटल्या, नरसोबाच्या वाडीच्या दत्ताला जशी भुते, तशी मला शाळा थरकाप भितात. मी जितक्या शाळांत गेलो, तितक्या सगळ्या बुडाल्या! पण मी पट्टीचा पोहणारा म्हणून मात्र या शाळांच्या पुरातून बचावलो!

मुलगा - मी ग-री-ब आहे.

का. - मग म्हटले कुणी तू श्रीमंत आहेस म्हणून?

मु. - मला मदत...

का. - गरिबाला कशाला लागते मदत? देवाने चांगले पाय दिले आहेत. सायकल विकत घ्यायला नको. वाचून डोळे बिघडतात. पुस्तकेच नसली की डोळे बिघडण्याचा संभवच नाहीसा होतो.

मु. - मी नादार आहे.

का. - मग तर काय दुधात साखर पडली. सरस्वतीची सेवा इतरांसारखी वर दक्षिणा देऊन नाही करावी लागत तुला!

मु. - रुपयाभर तरी द्या -

का. - रुपये काय झाडाला लागतात वाटते! असे असे जर एखादे झाड असते तर त्याच्यावरला देवचार होण्याचा मान मीच पटकावला असता!

मु. - घरी पाठची...

का. - पोटची नाहीत ना? चल मग! पोटात न् पाठीत जमीनआस्मानाचे अंतर असते. दोघांचे स्वभाव अगदी भिन्न! पाठीपुढे एखादे पक्वान्न ठेव. त्याच्याकडे ती ढुंकूनही पाहणार नाही. पोट हा हा म्हणता त्याला होणारा माशाचा त्रास दूर करते. चल, ते बघ आले कॅटरॅटसाहेब! तुझ्यासारख्या गांवढळाबरोबर बोलताना बघतील तर पंचाईत! (मुलाला अर्धचंद्र देतो व इतक्यात साहेबांचा मुखचंद्र उदय पावतो.)

का. - गुड नाइट साहेब, गुड नाइट.

कॅटरॅट- (स्वगत) उद्योगी लोक रात्रीचा दिवस करतात. हा निरुद्योगाचा राजा दिवसाची रात्रच करत आहे. (प्रकट) तुमच्या पुराणातल्या कुंभकर्णाप्रमाणे तुम्हाला गुडनाइटची भारी आवड बोवा! बरे, पण त्या आमच्या ड्रंकर्ड फंडाचे काय?

का. - (स्वगत) मी म्हटले हा वेताळ विसरला असेल, पण फंडाची संथा गुरूने अगदी बिनचूक दिली आहे असे दिसते. (प्रकट) बरे त्या दारूबाजांना ५०० रुपये...

कॅ. - दारूबाज? छे! छे !मद्यपाननिषेध प्रतिकारार्थ सत्याग्रह करणारे वीर ते! त्यांना पाचशे रुपये आणि...

का. - (स्वगत) हे उभयान्वयी अव्यय इथेही आहेच का? च वे तु हि! च वे तु हि! बाकी हे अव्यय येणार व्यय करायला!

कॅ. - काळोपंत, तुम्ही बोलत का नाही?

का. - त्या सत्याग्रही वीरांच्या स्मरणाने कंठ अगदी सद्‍गदित झाला!

कॅ. - अहो, आम्ही दर बैठकीला हजारो दारूच्या बाटल्या फोडतो असे असून, दारूला न शिवणारांचा मद्यपानप्रतिबंधक म्हणून जयजयकार आणि आमचा दारूबाज म्हणून उपहास! शत्रूच्या अंगावर चालून जायला भिणारे शूर आणि अगदी हातघाईवर येऊन बेफामपणाने लढणारे व दंगलीत बेशुद्ध होणारे भ्याड! आहे की नाही खासा न्याय—

का. - शिवाय या लढाईत अत्याचारही विशेषसा नाही. ब्रह्मास्त्र म्हणजे काय ते बूच!

कॅ. - बरे, हे हजार रुपये...

का. - साहेब, मी पाचशेच म्हटले.

कॅ. - (हसत हसत) पाहिलेत, दारूने स्मरणशक्ती दामदुप्पट होते ती अशी. शतंवरून सहस्र! मध्ये पाचशेबिचशे नाहीत. बरे, ही तुमची फुलाची पाकळी आताच मिळेल काय?

का. - (स्वगत) पाचशे म्हणजे फुलाची पाकळी! साहेबांचे फूल भारी मौल्यवान दिसते आहे. (प्रकट) पण साहेब मी 'सर काळोपंत' झालो पाहिजे, नाही?

कॅ. - तुम्हाला 'सर' व्हायचे असेल तर एखाद्या शाळेत मास्तर व्हा म्हणजे झाले.

का. - शाळेत मास्तर! शाळेच्या पायरीऐवजी मी फासावर आनंदाने चढेन!

कॅ. - पण सर याचा अर्थ तुम्हाला समजतो का? सर म्हणजे सहा हजार! पहिले व शेवटचे अक्षर घेऊन संक्षिप्त रूप झाले आहे ते! तुम्ही तर पाचशेनेच सर होऊ पाहता.

का. - एक बारांश सर तरी झालो म्हणायचा! (पाचशेच्या नोटा काढून त्याच्या हातावर ठेवतो)

कॅ. - बरे आहे काळोपंत, येतो आता! (स्वगत) बेट्याला वाटते आहे पदवी देणे माझ्या हातात आहे म्हणून! 'सर' की ऐवजी तुरी हातावर न देईन, तर नावाचा कॅटरॅटच नव्हे!

प्रवेश २ रा

फॅट

(अंगणाच्या एका टोकाला एक म्हारीण लहान पोर घेऊन 'आई उंडी' म्हणून ओरडत आहे. सोप्यावर श्राद्धान्नाने घायाळ झालेली मंडळी आडवीतिडवी पडली आहेत. काळोपंत प्रेमळ पित्याच्या दृष्टीने आपल्या पोटावरून हात फिरवत आहेत)

पोर - आई, भूक लागली गं!

म्हारीण - माबाप, दया करा न् गरिबाला उंडी घाला.

का. - माबाप! खासे नाते जोडलेस. तुझा बाप झाल्यावर मग या घराचा उंबरा चढण्याचे कारण नाही मला. न् माय व्हायला तर दुसरा जन्मच घेतला पाहिजे!

म्हा. - पोर भुकेले आहे अगदी!

का. - उष्ट्या पत्रावळी मघाशीच टाकल्या!

पो. - आई, उष्टे नको मला!

का. - वा रे वा! अन्नछत्री जेवून मिरपूड मागायला पाहिजे? रामाने तर शबरीची उष्टी बोरे खाल्ली होती!

म्हा. - मला काही मिळाले नाही, दादा.

का. - वा, बापावरून भावावर आलीस! तरी भाऊबीज म्हणून ओवाळायला आली नाहीस हे माझे भाग्य! मागे मागे रहा. अंगणात सावली पडेल ना?

म्हा. - अंगणात गरिबाची सावली पडली म्हणून काय झाले, दादा?

का. - अगदी पाठची बहीण दिसतेस की गं, आई! तुळशीवर सावली पडली तर उद्या देव रागावेल ना!

म्हा. - पण देवांची फुलांची परडी मीच करून दिली आहे ना?

का. - तिला प्रायश्चित्त देऊन पुनीत करून घेतले आहे. वितंडवादी! चांभाराने केलेला जोडा ओसरीवर बसतो म्हणून काय चांभाराला तिथे कोण बसू देईल? चल हो चालती.

म्हा. - दादा, गरिबाच्या पोटाकडे बघा.

का. - पोटाकडे काय बघणार? तोंड चुरुचुरु चालले आहे ते पोटात चुरुचुरु होत आहे म्हणूनच वाटते?

म्हा. - पोटाची खळगी...

का. - मला पुरूनदेखील उरेल!

म्हा. - पाठीवर मारा, पण पोटावर मारू नका!

का. - तुझ्या पाठीवर मारायचे म्हटले तरी जानव्याचा एक आणा जादा खर्च न् अंघोळीची कटकट! (गावातील तुंदिलतनु मुसलमान व्यापारी हुसेनखान येतात) यावे खानसाहेब, यावे! भर दुपारी घरी येणारा पाहुणा म्हणजे ईश्वरच!

हु. - पण तुमच्या देवात दाढी कुणालाच नसते ना?

का. - दाढी असली काय न् नसली काय, सारखीच! राम-रहीम हे एकच! जळी, स्थळी, काष्ठी, पाषाणी देव आहेच.

हु. - (म्हारणीकडे पाहून) पण माणसात मात्र तो नाही.

का. - (हसत हसत) पाषाणापर्यंतच देवाचे भांडवल संपले. आणखी काय? बरे, आज आमच्या वडिलांचे श्राद्ध होते, तेव्हा प्रसाद

हु. - मी अगदी पोटभर जेवून आलो आहे.

का. - असेना हो, भरल्या गाड्याला काही सूप जड होत नाही.

हु. - अगदी इच्छा नाही.

का. - तुमची नाही. पण माझी आहे ना? अहो, मेल्यावर त्यांच्या

प्रेतावरदेखील तुमच्याकडचेच कापड होते. आज तुम्ही प्रसाद ग्रहण केला नाही, तर त्यांच्या आत्म्याला वाईट वाटेल.

हु. - अजीर्ण होईल बोवा अगदी!

का. - काही हरकत नाही. डॉक्टरच्या बिलाची जोखीम माझ्यावर!

हु. - बरे चला तर; पण हो काळोपंत, तो कॅटरॅट साहेब दिवाळे काढून निघून गेला म्हणे!

का. - (स्वगत) आमच्या 'सर' कीचेही दिवाळे निघाले! (गोडधोडाचे जेवण झाले असतानाही आंबट चेहरा करून) अस्से! (म्हारीण 'आई उंडी' असे ओरडते)

हिची ही हुंडी! चल हो चालती! काम करायला नको न् भीक मागायला पाहिजे! जेवणे होऊन गेली केव्हाच! वरातीमागून घोडे! या घोड्याला कोरडे दिल्याखेरीज त्यांचे खेकाळणे काही बंद होणार नाही. चला हुसेनभाई. (दोघेही ओसरीवरून सोप्यावर जातात)+

◆

+ दुसरे दिवशी काळोपंतांची म्हैस मेली; (कशाने कुणाला माहीत! कदाचित कॅटरॅट साहेबांच्या शापानेही असेल!) तिची व्यवस्था करण्याकरता हुसेनभाई आले नाहीत, तर म्हारीणीचा नवराच आला!

सप्तक १ले - सूर ५वा

साधूसंत विश्वविद्यालय अर्थात नूतन औद्योगिक विद्यापीठ

प्रचलित शिक्षणपद्धती एकांगी आहे, हे तिचे पुरस्कर्तेदेखील कबूल करतात, पण ती एकांगीदेखील नाही हे आमच्यासारख्या विद्वानांच्या कधीच लक्षात येऊन चुकले आहे. ज्या चरकातून बाहेर पडलेल्या चिपाडांना धड विद्वत्तेचेही अंग नसते, त्या चरकाला एकांगी म्हणणे म्हणजे अंधळ्याला एकाक्ष म्हणणे (धृतराष्ट्राला शुक्राचार्य मानण्याइतकी ही मोठी चूक आहे) अगर पांगळा चालायला एका पायावर तयार आहे असे सांगण्याइतकेच हे हास्यास्पद आहे. विद्वत्तेचे अगर एखाद्या कलेचे अंग असणे लांबच राहिले. उलट प्रचलित शिक्षण घेणारे लोक देवांनी दिलेले व आईबापांनी रक्ताचे पाणी करून राखलेले अंगही गमावून बसतात, ही गोष्ट पदवीधरांच्या हाडांप्रमाणे सहज दिसून येण्यासारखी आहे. (अंगवस्त्राचा सध्याच्या सुशिक्षितांना इतका तिटकारा का असतो हे वरील गोष्टीवरून सहज लक्षात येईल, शास्त्रीबोवा.) या शिकलेल्या शेळपटांचे एखाद्या दरोड्यात अंग आहे, असे सहसा आढळणार नाही. सार्वजनिक कामात त्यांच्यापैकी कित्येक अंगचोरपणा करतात, असे त्यांचेच बाकीचे भाऊबंद म्हणतात; पण अंग गमावून बसलेल्या बहाद्दरांचा अंगचोरपणा म्हणजे रिकाम्या तिजोरीतून शून्य पैसे घेतल्याइतकीच मोठी चोरी असते. (अशा रीतीने अंग गमावून बसणाऱ्या सुशिक्षितांनी अनंगाच्या भजनी लागू नये, तर करावे तरी काय? एखादी दहा वर्षांची बापाच्या गळ्याला लागलेली मुलगी कुणी भद्रेश्वर अवघ्या साठ वर्षांच्या म्हाताऱ्याच्या गळ्यात बांधू लागला, तर 'या मुलीचे प्रेम कुठे आहे या नवऱ्यावर?' म्हणून ही मंडळी बिब्बा घालायला पुढे सरसावतात याचे कारण त्यांचे अनंगत्व हेच असले पाहिजे! अनंगाप्रमाणे आग लागो या प्रेमविवाहांना! - शास्त्रीबोवा)

अशा रीतीने खरोखर एकांगीदेखील नसलेले शिक्षण देशाचा किती घात करत आहे याची कल्पना खऱ्या देशभक्तालाच व्हायची. (ती अद्याप फक्त आम्हाला व शास्त्रीबोवांना झाली आहे.) राष्ट्रीय शिक्षणदेखील याच शिक्षणाची सुधारलेली आवृत्ती असे आमचे ते निघण्यापूर्वीपासूनच ठाम मत झाले आहे. राष्ट्रीय सोडून परराष्ट्रीय

अगर आंतरराष्ट्रीय शिक्षण दिले, तरी त्याचा आपल्या देशाला काडीमात्रही उपयोग नाही, हे श्रुतिस्मृतिपुराणातील अनेक आधारांनी एखादे पाळण्यातले पोरही सिद्ध करू शकेल. शिवाय शिक्षण इतके महाग होऊन बसले आहे की, पदवी घेण्यासाठी मुलाने झगा (Gown) घालण्याच्या आधीच बापाच्या अंगावर लक्तरे येतात व विद्यार्थ्यांच्या हातात सर्टिफिकेट येऊन तो ते घेऊन दारोदार हिंडू लागण्यापूर्वीच त्याचा पालक हातात नरटी घेऊन तेच काम करू लागतो. आजच्या शिक्षणाने पोटापाण्याचा प्रश्न सुटत नाही अशी ओरड आहे. पण आमच्या साधूसंत विश्वविद्यालयात भक्ताचे पाणी ओळखून स्वतःचे पोट कसे भरावे याचेच मुख्यतः शिक्षण द्यायचे असल्यामुळे पोटापाण्याची काळजी मुळीच उरत नाही. प्राथमिक शिक्षण मोफत करताकरता सरकारच्या नाकी नव येत आहेत. पण आमच्या विद्यालयातील 'अट्टल' व 'गट्टी' अत्यंत उच्च पदव्यांपर्यंतचे शिक्षणही पैदेखील न घेता दिले जाईल. 'विद्यार्थ्याला नोकरी लागल्यानंतर म्हणजे साधू होऊन तो पोटाच्या व लोक त्याच्या भजनी लागल्यानंतर त्याने आपल्या उत्पन्नाचा सहावा भाग संस्थेला दिला पाहिजे.' (नोकरी लागल्यानंतर फी वसूल करणारे विद्यालय इंग्लंड, अमेरिकेसारख्या सुधारलेल्या देशातही आढळणार नाही अशी आमची खात्री आहे.) सध्या काही काही प्रकारचे शिक्षण पोष्टामार्फत दिले जाते, प्रसंग पडल्यास आमचे शिक्षणही नॉट पेड पत्रांद्वारे (शिक्षण मोफत असल्यामुळे नॉट पेड पत्राशिवाय दुसरी गतीच नाही) आम्ही देऊ. विद्यार्थी उत्सुक असल्यास तारेनेही शिक्षण देण्याची आमची तयारी आहे, परंतु गुरू-शिष्य एके ठिकाणी राहिल्यावाचून खरे शिक्षण होत नाही असे आम्हास वाटत असल्यामुळे शिक्षणेच्छु विद्यार्थ्यांनी लेखी शिक्षणापेक्षा तोंडी शिक्षणच घ्यावे, अशी आमची विनंती आहे.

अभ्यासक्रमाची रूपरेषा

अंकलिपी व चित्रकला - नखे वाढवून स्वतःच्या मांडीवर त्यांनी चित्रे काढणे.

पाढे - कुणी काही विचारले तरी नन्नाचा पाढा वाचणे.

झडती - (उजळणी वगैरे) भक्तजनांच्या खिशाची व अंगाची झडती घेऊन त्यांचे दागिने (फक्त सोन्याचे) घेणे व आजचा साधूंच्या दर्शनाचा दिवस आपल्या आयुष्यातील सोन्याचा दिवस आहे याची त्यांच्या डोळ्यांना खात्री करून देणे.

व्यायाम - व्यायाम थोडा थोडा घेण्याला सुरवात केली पाहिजे. नाहीतर तो बाधतो, असा अनुभव आहे. करिता प्रथम नुसते हातवारे करणे, नंतर हळूहळू भक्तांना लाथा मारणे, हातापायांना अशा रीतीने पुरेसा व्यायाम मिळाल्यानंतर मलखांब, जोडी, सिंगलबार, डबलबार वगैरेना हात घालावा. पाया पडायला आलेल्या एखाद्या भक्तिणीची मिठी पंधरा पंधरा मिनिटे न सोडणे हे जोडीतल्या पारंगतपणाचे लक्षण

आहे. कुचेष्टेने भेटीला येणाऱ्या टवाळ सुशिक्षितांपुढे (धिक्कार असो या साधुद्रोह्यांचा!) मल्लाच्या पवित्र्यात मुखस्तंभाप्रमाणे राहिले असता मलखांब केल्याचे श्रेय येते. आपला महिमा भक्तांच्या डोक्यात चांगला ठसावा म्हणून जवळ पडलेला लोखंडी दांडा त्यांच्या डोक्यात एकदाच घालणे हा सिंगलबार होय! एवढ्याने भक्ताचा उद्धार होणार नाही असे वाटल्यास तोच प्रयोग पुन्हा करणे हा डबलबार होय! आट्यापाट्या, खोखो वगैरे देशी व क्रिकेट, फुटबॉल वगैरे परदेशी खेळात सोईस्कर अशा सुधारणा करून ते खेळणे. उदाहरणार्थ-रस्त्यावर एखादी सुंदर बाई दिसल्यास तिला दर्शनसुख देण्याकरता आट्यापाट्यांचा आश्रय केला पाहिजे, परंतु हे इतरांच्या लक्षात येऊ नये म्हणून 'रघुपती राघव राजाराम' हा सूरही त्याच वेळी धरणे उत्तम! श्रीमंत भक्त, गरीब व सेवेला येणाऱ्या तरुण बायका वृद्ध झाल्यावर त्यांना खो देण्यात खोखोच्या खेळाचे ज्ञान व्यक्त होते. पुरुषभक्ताने पायाला हात लावला तर तो फुटबॉल आहे असे मानावे; पण तोच हात स्त्रीभक्ताचा असल्यास तो फुटबॉल नसून क्रिकेटचा चेंडू आहे व आपण चेंडू पकडणारे गडी आहो ही भावना धरावी.

व्यावहारिक शिक्षण

१. **बुककीपिंग** - एखादी फाटकी पोथी जवळ बाळगणे.

२. **पोस्टाचे शिक्षण** - पोस्टाच्या कामात तार हपीस महत्त्वाचे असते. तारेसाठी भांग, गांजा, अफू, (विशेषत: पहिला पदार्थ) यांना गुरू करावे.

३. **भूगोल** - आपल्या आसपासच्या गावांतील भोळ्या व भाविक लोकांची घरे नक्की माहीत असणे, प्रत्येकाच्या घरची आयात-निर्गत माहीत असल्यास दुधात साखर पडेल.

४. **इतिहास व चरित्र** - आपणाला विरक्ती कशी प्राप्त झाली याचा इतिहास (हा तुळशीदास, तुकाराम वगैरे साधूंच्या चरित्रांचा काढा करून तो आटवून आटवून मूळच्या एक सप्तमांश केल्यास मिळतो.), येणाऱ्या भक्तमंडळींची पूर्वचरित्रे.

५. **शास्त्रीय विषय** - एखाद्याच्या अंगात येणारे भूत काढून टाकणे, बिनतारी तारायंत्राप्रमाणे त्याच्या मनातील विचार ओळखणे. (हा भाग जरा कठीण आहे, पण आमच्या विद्यापीठाचा अभ्यासक्रम अत्यंत उच्च दर्जाचा आहे हे जिज्ञासूंनी विसरू नये.)

६. **गणित** - या विषयाचे अंकगणित, बीजगणित व भूमिती असे तीन भाग आहेत. आपल्यापुढे येणारी केळी मोजण्यात अंकगणित, जसे बीज तसे फळ हे ओळखून त्यांपैकी सुकेळी खाण्यात बीजगणित व केळ्याच्या सरळ रेषेचे आठ सारखे भाग पाडून त्यांपैकी पायाकडचा एक प्रसादादाखल परत देण्यात

भूमिती या तिन्ही शास्त्रांचे ज्ञान व्यक्त होते.

७. **भाषाविषय** - (अ) तोंडाला येतील त्या शिव्या भक्तांना हासडणे, (ब) ज्यांचा अर्थ शंकराच्या डमरूलाही समजणार नाही असे शब्द नेहमी पुटपुटणे.

८. **दुसरी भाषा** - मुख्य भाषेखेरीज दुसऱ्या भाषेचेही ज्ञान आवश्यक आहे. भक्ताच्या तोंडावर एक व त्यांची पाठ फिरली म्हणजे दुसरी भाषा वापरावी.

९. **अन्नवस्त्र** - (१) दारू मनमुराद प्यावी. तेहेतीस कोटी देवांतला साधू जो शंकर (स्मशानात राहणे, जटा वाढविणे, भांग पिणे, दिगंबर फिरणे इत्यादी गोष्टींवरून त्याचे साधुत्व उघड उघड सिद्ध होत आहेच) त्याने जर समुद्रमंथनातील एक रत्न - हलाहल - फस्त करून टाकले, तर आपणतरी दुसरे रत्न जी दारू, तिच्यावर ताव का मारू नये? (२) वस्त्राच्या बाबतीत शेल्यापासून घोंगड्यापर्यंत काहीही अंगावर घ्यावे. फक्त कोणतेही घोंगडे भिजत घालू नये, नाहीतर ते गळ्यात येण्याचा संभव असतो.

१०. **राहण्याचे ठिकाण** - धर्मशाळा अगर देऊळ. देवळापेक्षा धर्मशाळा! कारण आपण राहिल्यामुळेच तिच्यातील धर्म हा शब्द सार्थ होत असतो. शिवाय देवळात देवापुढे आपला मान दुय्यम होतो. स्वर्गीतल्या मांडलिक पदापेक्षा नरकातले सम्राटपद श्रेयस्कर असते, हे एका इंग्रज कवीचे म्हणणे लक्षात घ्यावे.

सदरहू अभ्यासक्रम अवघा तीन वर्षांचा असून, त्याचे प्राथमिक ऊर्फ अंगाला राख फासणे, दुय्यम ऊर्फ लंगोटी घालणे व उच्च ऊर्फ दिगंबर होणे असे तीन भाग आहेत. शिक्षण पूर्ण होताच धंदा बसल्याजागी सुरू होतो. 'आधी विठोबा व मग पोटोबा' हेच आमचे ब्रीदवाक्य आहे. विद्यार्थ्यांचे अर्ज भरपूर आल्यास सविस्तर उद्देशपत्रक प्रसिद्ध करू.

टीप - स्त्रियांना या विद्यालयात घेतले जाणार नाही.

तपखी बगळे (मुख्याध्यापक)

मनूमावशी बोकेसंन्याशी (चिटणीस)

ता.क. सदरहू त्रोटक टिपणातील शास्त्रीबोवांच्या साहाय्याबद्दल आम्ही त्यांचे अत्यंत आभारी आहो.

'आदर्श'

(वर दिलेल्या अभ्यासक्रमाच्या कसास अलीकडे साधू म्हणून प्रसिद्ध झालेले कितपत उतरतात हे पाहणे वैनतेयाच्या ठिकठिकाणच्या - निदान सावंतवाडी संस्थानातील - वाचकांस निःसंशय मनोरंजक वाटेल. -संपादक)

◆

सप्तक १ले - सूर ६वा

महात्मा गांधी की जय

प्रवेश १ला

राघोपंत क्षुधाशांतिगृहात प्रवेश करतात व खुर्चीवर आरूढ होतात, 'गृहा'चे यजमान 'काय पाहिजे?' म्हणून विचारतात)

रा - महात्मा गांधी की जय!

य - आमच्या पक्वान्नांच्या यादीत 'महात्मा' 'गांधी' 'की' आणि 'जय' यातला एकही ह्यात नाही. जरा प्राकृतात बोल, बुवा!

रा - दुर्दैवी हिंदुस्थाना, तुझे आता कसे होणार? ज्या देशातील फराळवाले 'महात्मा गांधी की जय' ही जपमाळ घेण्याऐवजी चहाचे पेले गिळण्यात धन्यता मानतात, तो देश वैभवाच्या शिखरावर चढणार कसा?

य - रावसाहेब काय देऊ आपणाला? मोतिचूर लाडू अगदी ताजे आहेत.

रा - लाडू! अब्रह्मण्यम्! लाडवाचा आकार बॉंबच्या गोळ्यासारखा असतो न् मी पडलो सत्याचारी! लाडू खायला हातात घेतला तर पापाचाराचे विचार डोक्यात शिरायचे! छे, महात्मा गांधी की जय!

य - काय केले हो असे गांधींनी जयजयकार करायला?

रा - एकवीस दिवसांचा उपवास? केवढा स्वार्थत्याग! केवढे साधुत्व! (यजमान टकमक बघतो) असा हेंगाड्यासारखा बघतो आहेस काय माझ्याकडे? व्याख्यान ऐकायचे असेल तर आज संध्याकाळी पाच वाजता घाटावर ये. विषय काय बरे ठेवला आहे? हो, 'उपासाचे शारीरिक, आत्मिक, धार्मिक, औद्योगिक व वाङ्मयीन फायदे.' हं, एक लाडू दे पाहू.

य - मघाशी नको म्हणाला होता ना?

रा - इतक्यात मत बदलले. माझे प्रामाणिक मत मी कधीच दडवून ठेवीत नाही. शिवाय सुवर्णभूमीच्या पुत्रांनी मोतिचूर लाडू खायचा नाही तर तो खाणार कोण?

य - पण लाडवात साखर परदेशीच आहे.

रा - परदेशी! अरे, ज्याचा आपपरभाव मावळला, त्याला परदेशी असे काय

वाटणार? 'उदारचरितानां तु वसुधैव कुटुम्बकम्!' अरे बाबा, राम-रहीम ज्याप्रमाणे एकच आहेत, त्याप्रमाणे देशी-परदेशी साखरदेखील एकच आहे. परदेशी साखर दुधात घातली तर ते नासते असे थोडेच आहे! उलट, दुधात साखर पडली असेच पिणाऱ्याच्या अनुभवाला येते.

य - बरोबर. काही चहाबिहा?

रा - चहामुळे परदेशी किती पैसा जातो हे तुला फराळवाल्याला कसे कळावे? (अर्धा लाडू खातात) बाबा, चहा हे विष आहे विष! (लाडू संपतो. हसत) एक पेलाभर दे पाहू. ते विष असले तरी आमच्यासारख्या शंकरांना काय करते म्हणा! शिवाय चहा सोडायचा खरा, पण तो काशीला जाऊन सोडला तर एका धोंड्याने दोन पक्षी मारता येतील. अब्रह्मण्यम्! पक्षी मारायचे! अत्याचार! महात्मा गांधी की जय!

प्रवेश २ रा

(रंगोपंत पटवर्धन आपल्या कापडाच्या दुकानावर मौज चाळित व करीत बसले आहेत. राघोपंत प्रादुर्भूत होतात.)

रं. - या राघोपंत, काही नवीन बातमी?

रा. - बातमी म्हणजे काय? महात्मा गांधी की जय!

र. - महात्मा गांधींचा जय झाला? स्वराज्य मिळाले वाटते?

रा. - वार आणि तसू यांच्यापलीकडे जगात काही तिसरी वस्तूच तुम्हाला दिसत नाही ना?

र. - आम्हा कापडवाल्यांना असले आडपडद्याचे बोलणे काय समजणार? अशी गांधींनी तरवार तरी काय मारली?

रा. - (ताडकन उठून) शांतम् पापम् ! आधी प्रायश्चित्त घ्या! अनत्याचारी गांधी तरवार मारणार! एखादा वेदोनारायण एकवेळ गाय मारील, कोकणाच्या बोटी एकवेळ न हलता प्रवास करतील -

रं. - तो प्रवास राहू द्या राव. गांधींचे काय ते सांगा.

रा. - महात्मा गांधी की जय! गांधींनी नुसत्या लहान पंचावर राहण्याचे व्रत धरले. केवढी ही संन्यस्त वृत्ती! देशबांधवांसाठी इतका फकिरी बाणा आजपर्यंत कुणीच दाखविला नव्हता... हो, ही कालची दहाहाती धोतरे टाचगीच वाटतात बुवा! चांगली अकराहाती द्या -

रं. - अकराहाती विलायती आहेत.

रा. - (हसत) असेनात हो! विलायतेच्या लोकांकडून स्वराज्य घ्यायचे आहे. धोतरे घेण्यापासून सुरुवात केली की हळूहळू स्वराज्य घेता येईल.

चंचूप्रवेशे मुसल प्रवेश: (आठवून) न् ती तुमची खादीची पातळे घरात काही पसंत नाहीत. आधीं खादीची पातळे हा वदतो व्याघातच आहे. खडकाची पराची गादी न् गारगोट्यांची कोशिंबीर! (तलम विलायती जोडा घेऊन) गांधींची चळवळ विलायती लोकांना त्यांच्या या धोतराइतकी मऊ करून सोडणार. महात्मा गांधी की जय! (धोतरजोडा खाकेत मारतात)

प्रवेश ३ रा

(घाटावर अस्पृश्यतेवर राघोपंतांचे व्याख्यान चालले आहे)

रा. - महात्मा गांधी म्हणतात की अस्पृश्यता हा हिंदू धर्मावरील डाग आहे. मी म्हणतो तो डाग आहे म्हणूनच हिंदू धर्माची शोभा आहे. चंद्रावरल्या डागाने त्याची शोभा वाढत नाही काय? 'मलिनमपि हिमांशोर्लक्ष्म लक्ष्मी तनोति' असे काही कुलगुरूने म्हटले आहे.

एक प्रेक्षक - बस्स करा ही पोपटपंची!

रा. - (रागाने) पोपटपंची! या राघोपंताचे व्याख्यान म्हणजे पोपटपंची! देशासाठी अस्पृश्यांशी रोटीव्यवहार काय पण बेटीव्यवहार करायलादेखील मी तयार आहे.

प्रेक्षक - उतावळा नवरा न् गुडघ्याला बाशिंग! (दुसरा प्रेक्षक एक लहान अस्पृश्य मुलगी घेऊन व्याख्यात्यांपुढे येतो)

दु. प्रे. - करा महाराज बेटीव्यवहार! ही पोरकी अस्पृश्याची मुलगी आहे.

रा. - (पराभव पावणाऱ्या सैन्याप्रमाणे सन्मान्य रीतीने माघार घेऊन) पण बेटीव्यवहार म्हणजे लग्न! मुलगी पाळणे नव्हे!

दु. प्रे. - बरे, हिला आजचा दिवस तरी आपल्या घरी ठेवा. (मुलीला घेऊन जवळ जातो. राघोपंत मागे सरतात.)

रा. - श्रोतृगणाची मला क्षमा मागितली पाहिजे. खादीमंडळाची वार्षिक सभा याच वेळी आहे, हे माझ्या ध्यानातच नव्हतं. अस्पृश्यांचा प्रश्न सात कोटींचा आहे, तर खादीचा तेहेतीस कोटींचा आहे. महात्मा गांधी की - (शिकारी कुत्रे मागे लागलेल्या सशाप्रमाणे राघोपंत धावत जातात. सभेत कुत्र्याचे भुंकणे सुरू होते, हे लिहायला नकोच.)

◆

सप्तक १ले - सूर ७वा

काळ्या वांग्याचा अर्ज

मेहेरबान पंक्तिखासखेल लाटणेबहाद्दर भोजनभाऊ, मुख्य आचार्य 'वेताळाश्रम' यांचे सेवेशी,

महाराज,

'आर्तत्राणाय वः शस्त्रम्' असे पूर्वकाळच्या राजाप्रमाणे आपले ब्रीद आहे. फुटका बुंदीचा लाडू पंक्तीत न वाढता आपण वाटीत सुरक्षित ठेवला ही गोष्ट सगळ्या जगाला माहीत आहे. आम्हा काळ्या वांग्यांवर जो जुलूम होत आहे, त्याचे निवारण करण्याचे सामर्थ्य पुरण वाटूनवाटून बळकट बनलेल्या आपल्या मनगटातच आहे अशी आमची खात्री आहे. आमच्यावर होत असलेल्या अन्यायाला जाळूनपोळून नामशेष करण्याचे बाहुबल, फक्त महाराज आपल्याच ठिकाणी वसत आहे. पंक्तीतील 'इकडे लाडू' 'इकडे मठ्ठा' इत्यादी आरोळ्या ज्यात घुमत आहेत, तो आपला कान भोजनभाऊसाहेब आमच्या विनंतीकडे लक्ष देईल, अशी आशा आहे.

चातुर्मासानिमित्त आमच्यावर बहिष्कार पडला आहे. अब्रह्मण्यम्! आम्हाला वाळीत टाकायला आम्ही काय पुनर्विवाह केला का महारांच्या पंक्तीला जाऊन जेवलो? बहिष्काराच्या आदल्या दिवशीही कांदेनवमीच होती ती! भाऊसाहेब, रामनवमीतला राम नुसता नावाचा! हा राम कांदेनवमीतच असतो नाही? आम्ही श्रीयुत कांदे यांजबरोबर सहकार्य केले होते, पण आमच्या लोकांच्या पंक्तीला बोलावले असताना जात नाही असा काळा या जगात सापडणारच नाही. मग आम्हीच काय या बहिष्कारवाद्यांचे घोडे मारले?

ब्राह्मणाच्या शेंडीप्रमाणे असणारे पडवळ, क्षत्रियांप्रमाणे अंगावर चिलखत चढविणारे कारले व व्यापाऱ्याप्रमाणे चांगला फुगलेला भोपळा या सर्वांना स्वयंपाकघरात मानाची जागा आणि आम्हा काळ्या वांग्यांना मात्र मज्जाव! पण चातुर्मासवाल्यांना माहीत नाही, की अंधारात पडवळाचा साप होतो. कडू कारले तुपात तळले न् साखरेत घोळले तरी कडूच राहते आणि भ्रमाचा भोपळा मात्र लवकरच फुटतो. शेवटी आम्हा काळ्या वांग्यांचीच पायधरणी सर्वांना करावी लागेल.

त्या पांढऱ्या भेंड्याला की फेंड्याला आपल्या गोरेपणाचा भारी अभिमान आहे. तो परवा म्हणाला की तुम्ही अनार्य आहा, म्हणून चातुर्मासात आम्ही तुम्हाला पंक्तीला घेत नाही. अरे आर्य भेंड्या, तुला विळीवर चराचर चिरलेला पाहू तेव्हाच आमचे डोळे थंड होतील.

आम्ही म्हणे हलक्या जातीचे! कारण आमचा वर्ण काळा आहे. भगवान कृष्ण काळा नव्हता काय? मग त्याच्यावर नव्हता कुणी चातुर्मासात बहिष्कार टाकला? काळ्या शाईने जर कृपा केली नसती, तर कागदाचे पांढरे कपाळ पाहायला कुणी तयारच झाला नसता. काळा कोळसा नसता तर या पांढरपेशांना घृतकुल्ल्या मधुकुल्ल्या झोडायला थोड्याच मिळणार होत्या! जाऊ दे, कोळसा उगाळावा तितका काळाच!

आचार्य महाराज, सगळ्या वांग्यांची एक निषेधप्रदर्शक सभा आजच भरायची आहे. तिकडे जायचे असल्यामुळे हा अर्ज आम्ही इथेच संपवितो. पण पंक्तीत वाढताना व्याख्याने देऊन व स्वयंपाकी मंडळाच्या महासभेत ठराव आणून आमच्यावरला हा अन्यायाचा व जुलमाचा निर्बंध आपण दूर कराल अशी आम्हास फार फार आशा आहे. सुज्ञांप्रति अधिक लिहिणे नलगे, भोजनभाऊ की जय!

◆

सप्तक २रे - सूर ५वा

श्री म्हसोबा जीर्णोद्धार फंड

गुरव व भावीण यांची तोंडे बंद केल्यावाचून फंडाचे पाऊल पुढे पडणे शक्य नाही, हे पाहताच आम्ही 'घुबडा'कडे त्यांचे आभार मानणारे पत्र पाठविले. सदरहू पत्रात गुरवाचा 'महात्मा' व भाविणीचा 'लोकमान्य' असा प्रत्येक ठिकाणी उल्लेख केला होता. गेल्या शंभर वर्षांत आमच्या गावळ्या गुरवाच्या तोडीचा पुरुष हिंदुस्थानातच काय पण पृथ्वीवर, किंबहुना कोणत्याही ग्रहावर झाला नाही असे त्यात स्पष्ट म्हटले होते. भाविणीची स्तुती करताना तर पतिव्रतांची पाच ही कायम ठशाची संख्या बदलून सहा करण्याचे श्रेय यांनाच मिळणार असे भविष्य वर्तविले होते. कंसात लि. म. असा शेरा मारून घुबड आमचा मजकूर अग्रलेखातच छापील अशी आमची कल्पना होती. पण त्या वर्तमानपत्राचा संपादक धर्मभ्रष्ट ठरला. त्याने आमच्या पत्राला केराची टोपली दाखविली.

हुंड्यावाचून लग्न नाही व सभेवाचून फंड नाही. सभा करायची तर गुरव व भावीण यांचे आभार छापून आले पाहिजेत आणि घुबड तर या जोडीवरील आमचे महाकाव्य छापायला तयार नाही. क्षणभर काय करावे हे सुचेना. या बाबतीत पार्लमेंटकडे अर्ज करावा असे आबा म्हणाले. मौलाना अहमदअली योग्य तो सल्ला देऊ शकतील असे शास्त्रीबोवांनी सांगितले, पण माझी प्रतिभा थोडीच घोरत पडली होती! न छापेन। घुबड आमचे पत्र. आपण स्वतंत्र वर्तमानपत्रच काढू त्याकरता म्हणजे झाले!

लहान गोष्टींचे मोठे परिणाम कसे होतात हे त्या वेळी माझ्या लक्षात आले. नदीप्रमाणे वर्तमानपत्राचेही मूळ शोधू नये. शोधले तर काय काय चमत्कार दृष्टीला पडतील ते सांगता येणार नाही. कुणी पोट भरण्यासाठी वर्तमानपत्र काढतो तर कुणी दुसऱ्याची पाठ फोडण्यासाठी काढतो. लोकांना खरा मार्ग दिसावा म्हणून कुणी पांढऱ्यावर काळे करतो तर त्यांच्या तोंडाला काळे फासावे म्हणून कुणी त्याच धंद्याचा अवलंब करतो. कुणी छापखान्याला काम नाही म्हणून तर कुणी हाताला काम नाही म्हणून, कुणी जातीचा अभिमानी तर कुणी पातीच्या लालचीने, वर्तमानपत्र काढतात. एका गृहस्थाने आपल्या दत्तक आईच्या सावत्र मामाच्या चुलत बहिणीचा गृहसंस्कार छापण्याकरताच वर्तमानपत्र काढले. तर दुसऱ्याने आपल्या भाराभर

पुस्तकांच्या जाहिराती इतर वर्तमानपत्रात छापण्याला जो खर्च येत होता, तो कमी करण्याच्या इराद्यानेच वर्तमानपत्र काढले. आमचा हेतू म्हसोबा जीर्णोद्धार फंडाचा असल्यामुळे अर्थातच उच्च सेवा हे सांगायला नकोच.

वर्तमानपत्र काढायचे ठरताच नावाचा प्रश्न दत्त म्हणून पुढे उभा राहिला. 'म्हसोबा समाचार' असे नाव द्यावे तर म्हसोबा आजारी आहे, असा समज होऊन तो फंडाच्या आड यायचा! 'म्हसोबा वैभव' म्हणावे तर इकडे त्याचाच जीर्णोद्धार फंड काढलेला! पशुपक्ष्यांपैकी बरीच नावे पूर्वीच्या वर्तमानपत्रांनी पटविली होती. 'गटारगप्पा' हे नाव चटकदार व अनुप्रासयुक्त असल्यामुळे तरुण पिढीतून बरेच वर्गणीदार मिळण्याचा संभव होता, पण आमच्या गावाला गटारेच नसल्यामुळे तो बेत रहित करावा लागला. शास्त्रीबोवांनी तर निनावीच वर्तमानपत्र काढण्याची नवीन टूम सुचविली. पण जगात नाव काढण्याची महत्त्वाकांक्षा असलेल्या वर्तमानपत्राला ती फारशी उपयोगी नव्हती. शेवटी भवति न भवति होऊन 'श्री म्हसोबा विजय' हे नाव मुक्रर झाले. पहिल्या अंकी मजकूर काय द्यायचा हा प्रश्न नंतर सोडवावा लागला. अग्रलेख म्हणून घुबडाने केराच्या टोपलीत टाकलेले पत्र छापायचे हे ठरले होतेच. हा 'खास गुरव-अंक' काढावा असे आबा म्हणाले. दोघांमध्ये गुरवालाच का हो एवढे महत्त्व म्हणून शास्त्रीबोवा गुरगुरू लागले. शेवटी पहिल्या अंकाची जाहिरात तरी चटकदार व्हावी म्हणून खालील विषयांची यादी केली.

१) शुक्राचार्य-रंभा

(हा विषय शृंगारप्रेमी लोकांसाठी जाहीर केला होता. पण सदरहू पौराणिक कथा आमच्यापैकी कुणालाच नीटशी माहीत नसल्यामुळे या सदराखाली एक मोठा पोपट (शुक्राचार्य) एका केळीच्या झाडावर (रंभा) कसा बसला व केळ्यांच्या घडांना कशी टोच मारू लागला याचे वर्णन करायचे.)

२) तुकाराम व दारू

(तुकाराम दारू पिण्याच्या विरुद्ध होता हे दाखविण्याकरिता 'काय म्या पामरे' 'असाध्य ते साध्य' वगैरे अभंग द्यायचे)

३) महिषपुराणाचा एक अध्याय

४) पंचखंडवृत्त

(हे सदर भरताना प्रत्येक वाक्यापुढे उद्‌गारचिन्हे घालायची)

एवढी रूपरेषा होताच 'म्हसोबा विजया'ची जाहिरात प्रसिद्ध करून आम्ही आगाऊ वर्गणीची (आगाऊ पहिला अंक प्रसिद्ध होण्याच्या आधी) मागणी केली.

◆

संकीर्ण लेख

वेदमूर्ती

पूर्वार्ध

लहानपणाच्या गोष्टी व संस्कार कधीच विसरत नाहीत. चोरी केल्याबद्दल आईने दिलेला डाग जसा जिभेवरून तसाच स्मरणातून कधीही पुसला जात नाही; मारामारीच्या जखमा बुजल्या तरी आठवणी बुजत नाहीत; बोवा झाले तरी बागुलबोवाची भीती सुटत नाही; काठीच्या घोड्याची मजा, काठेवाडी घोड्यावर बसूनही मिळत नाही, आणि कपाळावर व आतही आठीचेच साम्राज्य चालू असते. वेदमूर्तीचा माझ्यावर झालेला संस्कार लहानपणातीलच असल्यामुळे त्याची आठवण कधीही बुजणार नाही.

मी मराठी दुसऱ्या (इ)यत्तेत होतो; नादिरशहाचा जे सापडेल ते लुटायचे असा जसा क्रम होता, त्याप्रमाणे माझाही जे दिसेल ते वाचायचे असा नेम होता. मग त्याचा अर्थ कळो वा न कळो! (अर्थ कळतो अशी माझी कल्पना होती, परंतु कित्येक उदाहरणांवरून मी अर्थाचा अनर्थ करण्यात पटाईत आहे असे इतरांस आढळून आले होते.) घराचा जिना उतरून शाळेचा जिना चढेपर्यंत, वाटेत सापडणारी सर्व चिटोरी मी गोळा करत असे. माझा या बाबतींतला संग्रह पाहून एखाद्या कट्ट्या इतिहास संशोधकालाही लाज वाटली असती. वाण्यांच्या दुकानातील रद्दीचे कपटे माझ्या दृष्टीने कधीच रद्द होत नसत. मिठाईच्या पुड्यातील पेढ्यापेक्षा कागदावरच माझी अधिक भक्ती होती. एकदा तर आपल्या हक्काला जपण्याच्या हेतूने व कागदपत्रांच्या भक्तीने, मी दहा रुपयांचे जोंधळे कागदात बांधून मागितले होते. दोन वर्षांपूर्वीच्या नाटकाच्या जुन्या जाहिरातीतही मला नेहमी 'नवा खेळ' दिसत असे. इंग्रजी लिपी मला त्या वेळी मानभावी लिपीइतकीच अवगत होती, परंतु इंग्रजी वर्तमानपत्राचे कपटे घेण्यास मी केव्हाही मानभावीपणा दाखविला नाही, उलट युद्धाची बातमी विचारणाऱ्या माणसाच्या उत्कंठेने 'आज काय वर्तमान आहे' हे पाहण्याचा डोळे फाडफाडून प्रयत्न करत असे. कुत्र्यामांजरांच्या पायासारख्या लिपीचा कागद तर चित्रकला या नात्याने मला अधिकच आवडे आणि अशा कागदांनी वेळेवर राजनिष्ठ कामगिरीही बजावली आहे. मी एके दिवशी डोकीला तूप घालून

निजलो असता एक उंदीर लुटीच्या उद्देशाने त्याच्यावर हल्ला करण्याकरता आला, परंतु उशाशी पडलेल्या दप्तरांतील कागद दिसताच, मांजराचे पाय वाटून त्याने पळ काढला. दारावर चिकटून ठेवलेल्या असल्याच कुत्र्याच्या पायांना भिऊन, एकदा चोर रिक्त हस्ताने परत गेला. (मग तो कुत्र्याचा पायगुण असो नाहीतर अक्काबाईचा पायगुण असो!) कवडीचुंबक सावकाराला हरवलेला दस्तऐवज सापडला म्हणजे जितका आनंद होतो, तितका मला एक नवा कपटा मिळाला की होई. या नादात पुष्कळ वेळा उकिरडे फुंकल्याबद्दल माझे सोबतीदेखील मला गाढव म्हणत, परंतु उकिरड्यावरील कागदसुद्धा मी रत्नाच्या मोलाचा मानून फुंकून घेत असे. गटारांमधील चिटोऱ्यानेसुद्धा काही गटारबातमी कळेल असे मनात आणून, इकडे-तिकडे कोणी नाही असे बघून, मी ते हळूच उचलत असे. मोत्यासारख्या अक्षरांचे कागद तर अति मौल्यवान समजून मी कुलपात, बंदोबस्तात ठेवत असे. आणि अशा तऱ्हेने जमलेल्या चिटोऱ्यांचे वाचनही संध्येप्रमाणे तिन्हीत्रिकाळ करत असे. प्रत्येक चिठ्ठीतील अथपासून इतिपर्यंत मजकूर मी लावत असे. एखादे अक्षर ओळखत नसले तर त्याची चेहरेपट्टी पुन्हापुन्हा न्याहाळून ते अमकेच असे ठरवत असे. या ओळखी उकरून काढण्यात मी पुष्कळ अक्षरांचे मनसोक्त उच्चाटन करत असल्यामुळे, अक्षरशत्रू नसूनही अक्षरशत्रू होत होतो. या संग्रहालयामधून माझ्या सोबत्यांना दररोज नवीनवी बातमी- तिखटमीठ लावून खमंग झालेली बातमी - मी देत असे.

राममूर्तीचा खेळ आम्ही काल रात्रीच पाहिला होता, रात्रभर मला त्याचीच स्वप्ने पडत होती. मोटार अंगावर आल्यासारखी वाटून मी मध्येच ओरडे, तर मध्येच माझ्या उरावर दगडधोंडेच ठेवल्यासारखे वाटून मी घाबरून जाई. तो दगड फुटण्याआधी माझे ऊरच फुटून जाईल असे मला वाटे. पत्त्याचे चार जोड एकदम हातात आलेले बघून आनंद होई, परंतु तितक्यातच ते फाडायचे आहेत हे ध्यानात आले की माझा हात गागे जात असे व जोडही नाहीसे होत.

अशा घटोत्कची झोपेतून उठून शौचमुखमार्जन (त्या वेळेला मुंज झाली नव्हती तरी मार्जन मला बरोबर कळत होते, असे तोंड धुण्याच्या पद्धतीवरून म्हणता येईल) करून मी माझी गारुड्याची पोतडी खाकेला लावली, तोच बाबांनी पोष्टात टाकण्याकरता माझ्यापाशी पत्रे दिली. जणू काय त्या पत्रातील मजकुराशी आपणाला काही कर्तव्य नाही व आपण कधीच पत्रे वाचीत नाही, अशा आविर्भावाने ती पत्रे खिशात घालून मी शाळेची वाट धरली, परंतु वाचण्याकडे ओढ असलेले माझे मन थांबते थोडकेच! लग्नमंडपात दिलेली दक्षिणा किती आहे, हे तिथेच न पाहता सभ्य भिक्षुक बाहेर आल्यावर ज्याप्रमाणे निरखून पाहतो, त्याप्रमाणे घर किंचित पाठीमागे राहिल्याबरोबर मी ती पत्रे काढून 'शब्दार्थ बोधा'त घातली व रस्त्याने अभ्यास करत व शब्दार्थांचा बोध करून घेत चाललो. पहिले पत्र कोणा वेदमूर्तींना असून, त्यात

- 'येताना मागे लिहिल्याप्रमाणे मोटार घेऊन येणे. मुक्काम अधिक करता येईल अशा सवडीने येण्याचे करावे. चि. भाऊच्या मुंजीकरता मुद्दाम अगत्य यावे,' वगैरे काही वाक्ये मला लागली. तेवढ्यावरून वेदमूर्ती हे एक दुसरे राममूर्ती असून, मोटार घेऊन माझ्या मुंजीकरता मुद्दाम येणार आहेत व त्यांचा मुक्कामही बरेच दिवस होणार आहे, एवढा मी कयास बांधला. त्या आनंदाच्या भरात इतर पत्र वाचायचीदेखील मला शुद्ध उरली नाही. लवकरच मी शाळेत पोचलो आणि 'वेदमूर्ती येणार (आणि त्यांचे खेळ तुम्हाला फुकट पाहायला सापडणार)' या कल्पनेने मित्रांना उत्तेजित केले.

वेदमूर्ती येण्याचा दिवस उगवला आणि दैवाची खैर, बाबांनी त्यांना आणण्याकरता मलाच स्टेशनावर पाठविले. दहापाच लंगोटियार गोळा करून गाडी यायच्या आधी दोन घटका अस्मादिकांची स्वारी स्टेशनवर येऊन थडकली. वेदमूर्ती आल्यानंतर त्यांच्याबरोबर मोटारमधून आपण गावातून हिंडू, आताच स्टेशनवरील लोक त्यांच्याशी माझी ओळख दिसल्याबरोबर आश्चर्यचकित होतील वगैरे वगैरे कल्पना मनात येताच मला मूठभर मांस चढले. वेदमूर्तींबरोबर सिंह, वाघ, हत्ती, खूबच खूब येतील, या कल्पनेने मी घोड्यावर स्वार झालो. एक-दोन ओळखीच्या लोकांनी स्टेशनावर तुझे काय काम आहे म्हणून विचारल्याबरोबर 'वेदमूर्तीची सर्कस' असे उत्तर मी दिले. त्याबरोबर ते खो खो करून हसू लागले, परंतु वेदमूर्तीची जाहिरात लागली नसल्यामुळेच अशी स्थिती झाली असावी, अशी मी मनाची समजूत घातली व गाडीची वाट पाहू लागलो. होता होता गाडीची वेळ झाली आणि ती आमच्यासारख्या एकनिष्ठ भक्तापुढे येऊन उभी राहिली. वेदमूर्तीची स्वारी बहुधा पहिल्या वर्गातच असायची म्हणून मी पहिल्या वर्गाच्या डब्याकडे वळलो. तो वेदमूर्तीऐवजी एका गोऱ्या साहेबाची मूर्ती दृष्टीस पडली. खजील होऊन मी पुन्हा एकवार डब्यात दृष्टी फेकली, परंतु त्यात दुसरे कुणीच नव्हते. दुसऱ्या वर्गाचा डबा तर पहिल्याचाच भाऊबंद! तेव्हा त्यानेही काही वेदमूर्ती आम्हाला दाखविले नाहीत. आता मात्र माझी निराशा झाली. माझ्या बरोबरीचे सोबती हसू लागले. मला वेदमूर्तीचा चांगलाच राग आला. पाठीमागे कुठे जनावराचे डबे वगैरे आले आहेत की काय, हे पाहण्याकरता मी गार्डच्या डब्यापर्यंत जाऊन आलो, परंतु चार पायांचा प्राणी - एखादे कुत्रे-मांजरसुद्धा दिसेल तर शपथ! हत्तीघोड्यांचे माझे मनोराज्य जाऊन मी मात्र गाढव ठरणार असे दिसू लागले. मी मनातल्या मनात पुष्कळ देवांना नवस केले. मारुतीला नारळाची व शंकराला प्रदक्षिणांची लालूच दाखविली, विष्णूला खडीसाखर व गणपतीला मोदक देऊ केले. पण व्यर्थ! मारुतीची गदा किंवा विष्णूचे सुदर्शनही माझ्या मदतीला धावले नाही आणि सर्कसची भरती करण्याकरता शंकराचा बैल किंवा गणपतीचा उंदीरही प्रकट झाला नाही. बिचारे देव तरी काय करणार?

आडातच नसले तर पोहऱ्यात कुठून येणार?

इतक्यात 'भाऊ' अशी हाक कानी आली. पाहतो तो एक महाबळभटी थाटाचे भिक्षुक मला हाक मारत होते.

"+++ पंतांचा भाऊ तो तूच ना रे?"

"होय." मी उत्तर दिले.

"मग असा धांदरटासारखा इकडे-तिकडे काय पाहत होतास? मलाच आणण्याकरता तुला स्टेशनावर पाठविले आहे."

हेच मग ते वेदमूर्ती! मी तर स्तंभित झालो. माझे सोबती खदखदा हसू लागले. मला कुठे तोंड लपवावे हे कळेना, पण वेदमूर्तींनी माझी सुटका केली. 'हे घे सामान' म्हणून त्यांनी डब्यातून एक एक गाठोडे बाहेर काढायला सुरुवात केली. प्रत्येक गाठोड्याचा रंग व कापड निराळे, प्रत्येकाच्या सुरगाठीवर निरगाठी मारलेल्या आणि प्रत्येक 'संभाळून घे' म्हणून वेदमूर्ती बजावत होते, मग त्या सगळ्यातच वेदमूर्तींचे बिल्ले होते की काय कुणास माहीत! तिकीट मास्तराची पायधरणी करून सर्व सामानासह आम्ही तेथून पाय काढला. जाता जाता 'हीच का सर्कस' म्हणून डोळे मिचकावून विचारण्यास तो चुकला नाही. स्टेशनाबाहेर पडल्यावर वेदमूर्तींच्या सामानाची हमाली पाहून मात्र माझ्या कल्पनेपेक्षाही वेदमूर्ती पुढे आहेत, असे वाटून दुःखात सुख झाले. स्टेशनाकडे येताना ताशे-वाजंत्री आणायचा माझा बेत मी अमलात आणला नाही म्हणून बरे झाले. त्या वेळी 'वेदमूर्तींचा खेळ' प्रत्यक्ष झाल्यापेक्षाही झाल्या गोष्टीनेच मुलांची मने रंजवीत होता. वेदमूर्तींनी मोटार आणली होती, पण माझा रांगता भाऊदेखील ती एका हाताने थांबवी.

वेदमूर्ती या प्राण्यासंबंधी मी जे काही लिहिणार आहे ते याच मूर्तीच्या अनुभवावरून! त्यांनी एक पद्यात्मक आत्मचरित्र लिहिले होते, परंतु बाबांच्या आग्रहावरून त्यांनी तो पाचवा वेद 'अग्नये स्वाहा' करून एक अलौकिक स्वाहाकार केला. या लेखाला पुरवलेल्या माहितीबद्दल मी वेदमूर्तींचा फार आभारी आहे.

सध्याच्या युगात अलौकिकावर लोकांची श्रद्धाच कमी! तेव्हा पूर्व युगाप्रमाणे, केसांपासून उत्पन्न झालेल्या माणसाच्या जन्मावर कोणी केसभरदेखील विश्वास ठेवणार नाहीत व जांभईच्या मातृपदाविषयी दुसरी एक जांभई देऊन उपहास मात्र व्यक्त करतील. विसाव्या शतकात भस्मातून अग्नीखेरीज कोणाचीही उत्पत्ती होण्याचा संभव नाही व कानातून निघालाच तर मळ नाहीतर कानिवला मात्र निघेल. अशी स्थिती असल्यामुळे वेदमूर्तींनाही आईच्या पोटीच जन्म घ्यावा लागतो. फक्त ब्राह्मण कुळातच जन्माला आले त्यांना 'वेदमूर्ती' ही पदवी मिळते. 'वेदमूर्ती' बोलूनचालून वेदमूर्ती असल्यामुळे अपौरुषेय असले पाहिजेत, असे उघडच वाटते व त्यांचे वर्तन या विचारसरणीला साजेसेच असते. वेद नेहमी ब्रह्मदेवाच्या तोंडी व ब्राह्मणांचा

जन्महो तेथूनच, यामुळे ब्राह्मण वेदमूर्ती होतात यात काही नवल नाही. ब्रह्माचा मुलगा तो ब्राह्मण असा अर्थ करून 'बापसे बेटा सवाई' या न्यायाने पाचामुखी परमेश्वर ही संज्ञा वेदमूर्ती स्वत:ला लावून घेत असतात. त्यांच्या 'पंचतुंड' ध्यानाने माझी अद्याप जरी पाचावर धारण बसवली नाही, तरी त्यांना एकापेक्षा अधिक - कमीत कमी - दोन तोंडे असतात याची साक्ष बिनतोंडाचा राहूदेखील देईल. अशा तऱ्हेने ते दुतोंडी असले, तरी त्यांचे मुखविष कमी मारक असते, अशातला मात्र भाग नाही. ते जातिवंत वेदमूर्ती असल्यामुळे शंखासुराशी त्यांचा सहवास झालेला असतोच व म्हणूनच 'मत्स्याने' केलेली आपली सुटका ध्यानात ठेवून, त्याची आपल्या जिव्हालौल्यांतून सुटका करण्याचा हे प्रयत्न करत असतात, याला म्हणावे कृतज्ञता! वेदमूर्तींना आपले म्हणणे दुसऱ्यांनी अक्षरश: वेदवाक्य मानले पाहिजे असे वाटणे साहजिक आहे, परंतु त्यांच्याच मताप्रमाणे वेदांचा अर्थ होत नसल्यामुळे, त्यांच्या वेदवाक्यात अर्थ नाही, अशा तऱ्हेने सर्व वागत असतात. शूद्र वेदाला अनाधिकारी असल्यामुळे वेदमूर्ती (प्राप्तीच्या वेळाशिवाय) बहुधा त्यांच्या घरी दिसायचे नाहीत. वेदमूर्ती पाहिले की वेदात सर्व काही - खांडगळ्या शिव्यादेखील- आहेत, याची सुधारकांनासुद्धा खात्री पटेल. या चालत्याबोलत्या वेदमूर्तींवरून श्रुतीच्या 'जटा' यांच्या घरगुती गुंतागुंतीच्याच असाव्यात व 'पदे' आणि 'क्रम' ही वाकडी पडणारी पाऊले वर्णन करण्याचा क्रम असावा, असा कयास बांधल्यास फारसा चुकीचा होणार नाही. त्यांना दशग्रंथी ही संज्ञा देण्यात येते, परंतु त्यांच्यापाशी संख्येलादेखील दहा ग्रंथ नसतात. नेहमीच्या वेदपठणामुळे त्यांच्या 'होय होय' करणाऱ्या मानेची खूण कोर्टातदेखील खरी समजत नाहीत, असा प्रवाद आहे. वेदमूर्तींची गाठ 'तत्त्वमसि'शीच असायची हा तर जुनापुराणा सिद्धान्त आहे.

ही थोडीशी तात्त्विक वेदमूर्ती झाली. व्यावहारिक वेदमूर्ती याच्यापेक्षाही सुंदर असल्यास नवल नाही. वेदमूर्ती कुठलीही गोष्ट (चोरीसारखी देखील) मुहूर्ताशिवाय करत नसल्यामुळे त्यांचा जन्मही मुहूर्तावरच होत असतो. 'परित्राणाय साधुनां विनाशायच दुष्कृतां' या श्लोकात 'संभवामि युगे युगे' या ऐवजी 'संभवानि पलेपले' असा जो काही ठिकाणी पाठ आहे, तो वेदमूर्तींच्या अवताराला उद्देशूनच प्रचारात आला असला पाहिजे. वेदमूर्तींची विशी उलटली की त्यांच्या अवताराची खरी लीला कळू लागते. अहाहा, काय तो अवतार! स्वर्ग दोनच बोटे उरल्याची खूण पटवणारी ती हडकुळी, सुदाम्याला भीम ठरविणारी मूर्ती! (वेदमूर्तीने लठ्ठ असून उपयोग नाही.) गोमातेने आपल्या प्रिय पुत्राच्या मस्तकावर ठेवलेला वरदहस्त म्हणूनच की काय, गाईच्या पावलाएवढी ती शेंडी! घोड्याला आवरण्याकरता जसा लगाम तशी भरकटणाऱ्या मेंदूला बंधनात ठेवणारी ती शेंडीची गाठ! सर्वच अवर्णनीय! कपाळी विद्येचा गंधदेखील नाही असे लोकांनी म्हणू नये म्हणून, कपाळ शोभवणारी ती

दुबोटी गंधाची विद्या! हे गंध मात्र पांढरेच असले पाहिजे. वेदमूर्तींना एकवेळ तांबडे पाणी चालेल, पण तांबडे गंध खपणार नाही.

उत्तरार्ध

दूध पिणाऱ्या मांजराचे अनुकरण करणारे ते डोळे! (हा बहुधा ध्यानमग्नतेचा परिणाम असतो) दुसऱ्याच्या सेवेकरता सतत उघडे असलेले ते दंतप्रदर्शन! गळ्यापासून कंबरेपर्यंत शरीरशास्त्राच्या अध्ययनाला सुलभ जाण्याइतका तो हाडांचा सापळा! गळ्याभोवती असलेच तर एक त्यांच्या गप्पांइतकेच हातभर लांब उपरणे! गुडघी रोग होऊ नये (वेदमूर्ती छत्रपतीसारखे महापुरुष असल्यामुळे त्यांना तो होण्याचा संभव अधिक) म्हणून त्यांच्या वर दोन बोटे असलेला तो पंचा! जुन्या माणसांनी कमीतकमी साडेतीन वस्त्रांची योजना केली, परंतु वेदमूर्तींनी त्या जुन्या माणसांनाही मागे टाकले आहे, यात संशय नाही. दुसऱ्याचे नेहमी चांगले व्हावे व त्यांना उत्तम शकुन लाभावेत, म्हणूनच त्यांनी फिरतीचा धंदा व तोही बोडक्या डोक्याने पत्करलेला असतो. त्यांच्या तोंडात नेहमी जुती असल्यामुळे पायात असतातच असा नियम नाही. असला अवतार! खरोखरीचाच अवतार! हा असला अवतार पोटी यायला तपश्चर्या खरोखरच फार दांडगी असली पाहिजे. आईबापांची साताजन्माची पुण्याई फळाला आल्याखेरीज काही असले पुत्ररत्न लाभायचे नाही. त्याच जन्मातली त्यांची तपश्चर्या दशरथ-कौसल्येला किंवा वसुदेव-देवकीला लाजवण्यासारखी असते, दशरथाने अग्नीपासून पुत्रप्रसाद मिळविला होता, परंतु हा आधुनिक दशरथ नित्य शेकडो जणांना अग्नी देत असतो. तुरुंगाच्या बाबतीत तर त्याने वसुदेवाला फारच मागे टाकलेले असते. जुन्या ऋषींच्या तपश्चर्येचे सर्व प्रकार त्याने अमलात आणलेले असतात. घरात नकारघंटा वाजत असल्यामुळे 'वाताशन' त्याच्या खिजगणतीतही नसते. चारी बाजूला पेटलेल्या आगीत पोटाच्या आगीची मिळवणी झाल्यामुळे त्याचे (पंचाग्निसाधन) जय्यत तयार असते. नेसायला वस्त्र नसल्यामुळे अंगावर वारूळ वाढले तर ते त्याला उपकारकच होत असते. घरदार नसल्यामुळे असल्या आईबापांना गुहेत राहण्याचा प्रसंग आपोआपच येतो व कंदमुळे भक्षण करण्याची वहिवाटही त्यांच्यामध्ये दृष्टीस पडू लागते. अशा तऱ्हेच्या तपश्चर्येचे फळ म्हणून वेदमूर्ती त्यांच्या पोटी येतात. त्यांचा गर्भवास त्यांच्यापेक्षा त्यांच्या मातेला फार जाचक होतो. पुढच्या पंचपक्वान्नांचे डोहाळे लागून ती आताच पंचत्वाप्रत पोचते की काय असे वाटू लागते. भोवतालच्या पंचक्रोशीत होणाऱ्या सर्व बाराव्या-बारशांची वर्दी तिला बिनतारी तारायंत्राने मिळते व बायको गरोदर असताना नवरा जरी श्राद्धाला बसू शकत नाही, तरी नाटकाला लालचावलेले पोर ज्याप्रमाणे थेटरभोवती घुटमळत असते, त्याप्रमाणे ती त्या घराभोवती पिंगा घालू

लागते. वेदमूर्ती पोटात आल्यापासून ती आडवा हात मारायला सुरुवात करते व त्यामुळे पुष्कळ वेळा ती हाती लागते की नाही याचीच शंका उत्पन्न होते. एका प्रार्थनासमाजिस्ट सुधारकाची बायकोदेखील आपल्या गर्भारपणी देवळाच्या वाऱ्या करू लागली होती, अशी बाबा गोष्ट सांगतात. बहुधा पोटातल्या धार्मिक वेदमूर्तींचे बाळपण सरासरी पाच वर्षांपर्यंत घरातच जाते. या अमदानीत स्वतःचे बारसे निजून व इतरांचे आईच्या कडेवर बसून जेवण्याचा दुर्धर प्रसंग त्यांच्यावर येतो. लहानपणी आईवरल्या प्रेमामुळे असो अगर खाता न येत असलेल्या पक्वान्नांच्या गोडीने असो, वेदमूर्ती स्वयंपाकघरातच बसलेले आढळायचे. त्यांच्या रडण्यातले स्वरदेखील चुकायचे नाहीत व शिव्या देतानादेखील त्यांच्या तोंडातून अवाक्षर निघायचे नाही. हातातील पांगुळगाडा गेला की झाला हात दक्षिणेला मोकळा! लग्न, मुंज वगैरे सर्व मंगलकार्यात हे उमेदवार वेदमूर्ती आपल्या सभाधीटपणाने सर्वांना चकित करत असतात. हळूहळू कोठेही ताशा वाजला की तिकडे त्यांचे पाय वळू लागतात. एकदा एक मुलगा अशा फसगतीने मुसलमानांच्या लग्नाला दक्षिणेकरता गेला होता, तर दुसरा टांग्यातून धावणाऱ्या सर्कसच्या जाहिरातवाल्याच्या पाठीमागे दक्षिणेच्या आशेने लागला होता, या दुसऱ्या मुलाला धावण्यात दुपारचे जेवण जिरल्यामुळे, पुन्हा जेवावे लागले एवढाच काय तो लभ्यांश झाला! मेघाच्या गडगडाटाने जसा मोर नाचू लागतो, तसे ताशेवाजंत्र्याने बाल-वेदमूर्तीही नाचू लागतात. एखादे लग्न ठरले म्हणजे मुलीच्या बापाला जितका आनंद होतो, त्यापेक्षाही यांना अधिक होतो, अशा तऱ्हेने दुसऱ्याच्या बऱ्यावाईटांशी यांचा लहानपणापासूनच संबंध येतो. पाचपासून आठपर्यंत उमेदवारीची वर्षे अशी सहज निघून गेली की यांची मुंज बांधतात. बारा पिंपळावरील मुंज्या जरी तो आधीच झाला असला, तरी त्यांचे उपनयन आवश्यक असते. या उपनयनाचा अर्थ गुरूपाशी नेऊन पोचवण्यापेक्षा गावातील भटपण किंवा भिक्षुकी त्यांच्यापाशी नेऊन पोचवणे हाच मात्र झाला आहे. उपनयनानंतर त्याचे शास्त्राध्ययन (षष्टीपूजनापासून मासकांपर्यंतची सर्व कामे संभाळून) सुरू होते. 'संहिता' गोळा करून ठेवली की स्वतःच ब्राह्मण असल्यामुळे तो 'ब्राह्मणा'वरून उडी मारतो. त्या उडीत 'पदे' हातात आली तर बरे, नाहीतर क्रम पालटला म्हणजे झाले! अशा तऱ्हेच्या अध्ययनाच्या भरात विशी उलटण्यापूर्वी व त्याला एकदा चतुर्भुज केले की वेदमूर्तीचे आई-बाप कृतकृत्य होतात. 'धर्मेच अर्थेच कामेच नातिचरामि' अशी देवब्राह्मणासमोर शपथ वहिली असल्यामुळे श्राद्ध-पक्ष, सत्यनारायण वगैरे सर्व धर्माच्या बाबतीत तो बायकोला बरोबर घेऊन जातो. 'अर्था'बद्दल 'अर्थमनर्थं भावय नित्यं' अशी श्री शंकराचार्यांचीच आज्ञा असल्यामुळे तो त्याविषयी विचार करत नाही. कामाबद्दल म्हटले तर कामाचा सर्व भार तिच्यावरच टाकला असल्यामुळे अटकळीपेक्षाही त्याने आपली प्रतिज्ञा पार पाडलेली असते. तोतरा वेदमूर्ती तर

लग्नाच्या वेळीच 'न-न अंतिचरामि' असे म्हणून प्रतिज्ञेतून मोकळा होतो. गृहिणी आल्याबरोबर सहजच वेदमूर्ती गृहस्थ होतात, झालेले अध्ययन थोडेसे अपुरे वाटल्यामुळे ते मग शास्त्राकडे वळतात व राजेरजवड्यांच्या दरबारी खान्याप्रमाणे प्रत्येकाची थोडी थोडी चव घेऊन टाकतात. त्याचा 'मुहूर्त मार्तंड' उगवला नाही तोच मावळतो व 'सिद्धान्त कौमुदी'ची स्थिती वद्य चतुर्दशीच्या कौमुदीसारखी होते, त्याच्या काव्याला 'अथ प्र-जानाम् ' पासून सुरुवात होऊन तिथेच त्याची इतिश्री होत असल्यामुळे त्यांचे अध्ययन 'अथ' पासून 'इति'पर्यंत झालेले असते. 'तर्क' मूळचाच कमी असल्यामुळे 'तर्कसंग्रहां'ची गाठ दुरूनच पडते. आपल्या भटपणाच्या न्यायापुढे आणखी काही न्याय आहे अशी कल्पना नसल्यामुळे त्या शास्त्राशी त्याची तोंडओळखदेखील नसते व म्हणूनच आपल्या हातून कधी अन्याय घडला आहे असेही त्याला वाटत नाही. अशा तऱ्हेने 'वैदिक', 'शास्त्री', 'पुराणिक', 'ज्योतिषी' व 'वैद्य' या पंचमहाभुतांच्या मिश्रणाने वेदमूर्ती तयार होऊन प्रपंचाचा गाडा हाकू लागतात. प्रत्येक कर्माचा प्रारंभ 'केशवाय नम:'नेच होत असल्यामुळे ते नेहमी 'नमोनम:'मध्येच गुंग असतात. 'मार्जना'त स्वत:च्या अंगावर पाणी उडवून घेत असल्यामुळे उरलेला चिखल दुसऱ्यांच्या अंगावर उडविणे भाग पडते, याला त्या बापड्याचा काय इलाज? रात्रीच्या जागरणामुळे सूर्योदयाबरोबरच जरी त्यांची अर्घ्ये पडत नाहीत, तरी तिनाच्याऐवजी चार व तीही भरपूर देऊन ते सूर्याची तहान भागवतात. संध्येमधले 'यदहं पापमकार्षम्' हेच वाक्य ते जिव्हाळ्याने व मनापासून उच्चारत असतात व सूर्याला रात्री न उगवण्याबद्दल नमस्कार घालत असतात. त्यांचे नुसते आन्हिकच तब्बल प्रहराचे असते, परंतु रबरासारखे किंवा अंथरूण पाहून पसरणाऱ्या पायाप्रमाणे ते लांब-आखूड होऊ शकते. चेहरा चित्रित करण्यासारखे मन चित्रित करणारे यंत्र अद्याप निघाले नसल्यामुळे आन्हिकाच्या वेळी त्यांच्या मनात काय काय विचार चाललेले असतात ते एका चित्रगुप्तालाच माहीत!

परंतु वेदमूर्तींची संगीत कर्तबगारी, गोषातल्या स्त्रीप्रमाणे किंवा कुलीन ब्राह्मणवधूप्रमाणे - घराच्या चार भिंतींतच बसून असते, अशातला मात्र प्रकार नाही. सुतक-सोयर, श्राद्ध-पक्ष, व्रतवैकल्य वगैरे शंभर नंबरी धार्मिक बाबी सोडून दिल्या, तरी कुणाला बायको मिळवून दे, तर कुणाला मुलगा मिळवून दे, असल्या लग्न-दत्तकांच्या दानात त्यांचा हात नेहमी गुंतलेला असतो. 'नवरा मरो वा नवरी मरो, भटास दक्षिणा' हे सूत्र फार दूरवर विचार करून त्यांनी आपले ध्येय (motto) म्हणून ठरविले असते. नवरा मेला तर त्याच्या विधवेकडून उत्पन्न व नवरी मेली तर दुसऱ्या लग्नाचे उत्पन्न, अशा सोनेरी कात्रीत त्यांचा जीव नेहमी सापडलेला असतो. परस्परविरुद्ध गोष्टी ज्याला इतक्या सारख्याच वाटतात असा महात्मा विरळा! कुत्र्याचा पाय मांजरावर करून व खऱ्या-खोट्या थापा मारून हे मुलगा मिळवून देत असल्यामुळे, दत्तक

बापाला पुत्रप्राप्ती करून देणाऱ्या जुन्या साधूप्रमाणे वाटत असतात. दत्तक विधानानंतर सगळा भ्रमाचा भोपळा फुटून मुलगा अजिबात बुडाला, की त्याच्या हाती भोपळा द्यायलाही या साधू महाराजाची तयारी. पाण्यात राहून कमळ त्यापासून अलिप्त असते किंवा संसारात राहून साधू त्यापासून दूर असतात यापेक्षा असल्या घातक भानगडी करूनही वेदमूर्ती 'शिर सलामत' ठेवतात ही गोष्ट अधिक आश्चर्याची आहे. इंग्रजी गोष्टी त्यांच्यामते वाईट असल्या, तरी सभा, शाळा वगैरे उपद्व्यापही त्यांच्या सहस्त्रार्जुनी हातातून सुटू शकत नाहीत.

या चार ओळी वाचून एखादे 'शापादपि शरादपि' वेदमूर्ती आपल्या अशुद्ध मराठीत मला जाळून भस्म करायला निघतील! पण करणार काय? मूर्ती तितक्या प्रकृती!

◆

गप्प पहिली

गुरूला मोठमोठे लोक (यातील शेकडा ९९.७ मास्तर अगर मास्तरांचे जवळचे नातेवाईक असतात) आईबापाची उपमा देतात आणि नाटकातल्या कंठीप्रमाणे ती खोटी आहे असे शाळेचे नुसते तोंड पाहिलेला मनुष्यदेखील म्हणणार नाही. आई नेहमी खाऊ देते खरी, पण मास्तरांच्या ग्रहणाप्रमाणे क्वचित मिळणाऱ्या 'खाऊची' लज्जत काही और असते. आई एवढेसे गोडधोड हातावर ठेवून मुलाचे तोंड बंद करते, पण आमचे विद्वान आचार्य शिष्याला चापटपोळ्या व धम्मकलाडू यथेच्छ चारून त्याचे भोकाड इतके पसरवतात की, विश्वरूप दर्शनाच्या वेळचे कृष्णाचे तोंड त्यापुढे चिमणीएवढे वाटावे! (पोट फुटेपर्यंत वरील आग्रह झाला म्हणजे विद्यार्थी आपल्या पंक्तीचा लाभ कित्येक वेळा गुरूंनाही देतात.) आई मायेने कधीकाळी पाठीवरून हात फिरविते खरी, पण गुरुजींचा हात व विद्यार्थ्यांची पाठ यात दिसून येणारे गुरुत्वाकर्षण काही त्यात नाही. आई-बाप मुलांच्याकरता रात्रीच्यारात्री जागून काढत असतील, पण दिवसच्या दिवस खुर्चीवर बसून डुलक्या घेत घालवणाऱ्या मास्तरसाहेबांची सर काही त्यांना येणार नाही. आई-बाप मुलांना जन्म देत असतील, पण त्यांना मृत्यू देणे - गुरू पुनर्जन्म देतो म्हणतात ते अक्षरश: खरे आहे. मात्र हा अनुभव त्यांच्या गाबाळू तावडीतून सुटल्यावरच येतो. अशा विविध गुणांमुळे शंकराच्या गणात वेताळ, साहेबांच्या नोकरात बुटलेर, ओळखीच्या चेहऱ्यात हाड नसलेले तोंड आणि खेडेगावात मास्तर ही उग्र दैवते मानली जातात यात काडीच्या टोकाइतकी देखील चूक नाही.

'दत्त' म्हटले की वर्गणी मागायला आल्याबरोबर पोबारा करणाऱ्या देशभक्ताप्रमाणे भुते कशी पळून जात असतील ती असोत, पण 'मास्तर' म्हटले की ती अजानुबाहू छडी, तंबाखूच्या पिचकाऱ्यांनी लढाईच्या मैदानाप्रमाणे रंगलेली ती मागची भिंत (इतिहासाचे वस्तुपाठ द्यायला ही भिंत फार उपयोगी पडत असावी) नफ्यातोट्यातले दारूचे गणित करायच्या आधीच झिंगलेल्या माणसाप्रमाणे येणारे अचकटविचकट शब्द, 'जल' चा अर्थ डोक्यात शिरेनासा झाल्याबरोबर मस्तकाला जाणारी तळपायाची आग, या गोष्टी डोळ्यापुढे मूर्तिमंत उभ्या राहतात. असल्या भयंकर परीक्षेपेक्षा विषाची परीक्षा फार सोपी असून, ती उतरण्याचा आपण कसा प्रयत्न केला नाही

याचे आश्चर्य वाटते. 'राम' नाम घेतल्याबरोबर हलाहलाचा दाह कसा शांत झाला हे फक्त शंकराच्या गळ्याला किंवा पार्वतीच्या हाताला माहीत असेल, पण 'मास्तर' शब्द लिहिताना लहान मुलाचा हातदेखील म्हाताऱ्याप्रमाणे थरथर कसा कापतो, कोशातील त्या शब्दाची जागा कशी तांबडीलाल दिसते, म्हातारपणी शाळेतील दिवस स्वप्नी दिसले तरी बोबडी कशी वळते हे अशा विद्वानांच्या हाताखाली शिकलेल्या चारी खंडांतील कोट्यवधी प्राण्यांना माहीत असते.

- 'मास्तरां'सारखा दाता पृथ्वी पालथी घातली तरी 'मास्तरच!' स्वर्गातल्या पहिल्या जागेवर हक्क सांगणारे विद्यादान तर त्यांचे हातून अहोरात्र (म्हणजे दिवसा ११ ते ५) घडत असतेच. विद्यार्थ्यांत कणीक तिंबण्यात त्यांचा हातखंडा असल्यामुळे त्यांच्या अन्नदानाविषयी साक्षीदारांचा रमणाच्या रमणा मिळेल. मास्तरांचे देणे-घेणे किती चोख सचोटीचे असते हे खालील जमाखर्चावरून कळून येईल. यात देणे पुष्कळवेळा 'गुप्त दाना'प्रमाणे गाजावाजा न करता पै देण्यात येते. येण्याबद्दल कधी कुणावर फिर्याद झाली नाही हे मास्तरांच्या लोण्याहून - छे, विद्यार्थ्यांच्या पाठीहूनही - मऊ मनाचेच लक्षण वाटले पाहिजे.

देणे (खर्च)	**येणे (जमा)**
१. विद्यादान. **२.** अन्नदान. (यात सावकाराच्या हातावर तुरी देणे, मुलांना वाटाण्याच्या अक्षता लावणे वगैरे कच्च्या मालाचादेखील अंतर्भाव होतो.) **३.** शिव्या देणे. (घेणारा अगदी कंटाळून गेला तरी मास्तर सवाई कर्ण असल्यामुळे कधीही हातखरे बोलायचे म्हणजे तोंड मागे घेत नाहीत.) **४.** लाथा देणे. (मास्तराच्या घरी अभ्यासाकरता रात्री जाणाऱ्या मुलांना हा प्रसाद बहुधा मिळतो. दिलेली गोष्ट मागे घेण्याचा मास्तरांचा बाणा नसल्यामुळे, तंगड्या धरून त्याला फरपटत नेण्याचा पोक्त विचार मुलांना सुचल्यास नवल नाही)	**१.** फी. (मृत्यूची वेळ ज्याप्रमाणे कधी पळभर चुकत नाही, त्याप्रमाणे फी घेण्याची घटका कधी विपळभरदेखील पुढे जात नाही इतक्या खमंगपणातही एखादा मार्कंडेय भेटतोच. काही मास्तर तर फीकरता गळ्यात घटकापात्र बांधूनच शाळेत जात असतात.) **२.** मास्तरांची खंडणी. (ही मुलांच्या पालकाबरोबर रस्त्यातल्या कोपऱ्यात झालेल्या तहनाम्यात ठरलेली असते. ही वेळेवर चुकती न झाल्यास एखादा करडा मास्तर मुलांना ओलीस ठेवून घेतो. कागदपत्र पूर्ण उपलब्ध नसल्यामुळे या महत्त्वाच्या बाबतीत विशेष लिहिता येणार नाही. इतिहास संशोधकांनी आमच्या मुत्सद्दी मास्तरांकडे अवश्य लक्ष पुरवावे

येण्याकडील कवडी बाप मेला तरी देण्यात जायची नाही इतका चोख चित्रगुप्ती हिशोब मास्तर राखत असतात.

आमचे बाबूराव (बाबांचे चिरंजीव) मास्तर अवतारी पुरुषच म्हणायचे! शिवाजी महाराजांच्या व त्यांच्या चरित्रात एका सालच्या दोन रुपयांप्रमाणे इतके विलक्षण साम्य आहे की, एकाची चोरी करून परमेश्वराने दुसरे लिहिले असे म्हणायचा मोह आवरत नाही. शिवाजी महाराज किल्ल्यावर जन्मले, बाबूरावांचा जन्म किल्ल्याखाली असलेल्या एका खेडेगावात झाला. बादशहाच्या राजधानीत त्यांनी गोवध करणाराला प्रायश्चित्त दिले. मुलांच्या टोळधाडीत सापडलेल्या लंगड्या मास्तराला यांनी हात दिला. त्यांनी स्वराज्य स्थापण्यासाठी बादशहाचे मानमरातब नाकारले, यांनी एलएलबी झाले तर कज्जेदलाल व्हावे लागेल, एमडी झाल्यास आपल्या अंगातले पाणी औषधातच नाहीसे होईल म्हणून बिनयत्तेपासून प्रत्येक परीक्षेत नापास होण्याची शिकस्त केली. बाबूरावांच्या हातात राजदंड यात मांडीखाली सिंहासन (आलंकारिक भाषेत सांगायचे म्हणजे खुर्ची व छडी) मिळाल्यामुळे अफझलखानाचा वध, शाहिस्तेखानाची बोटे कापणे, मिठाईच्या पेटाऱ्यात बसणे, गुडघी रोग वगैरे सर्व गोष्टी तंतोतंत घडून येणार व ते शाळाखात्यांतले शिवाजी होणार असा ज्योतिषावर विश्वास न ठेवणाऱ्या मित्रांचादेखील होरा आहे.

मुलांच्या पायांप्रमाणे हातही पाळण्यात दिसत असतात असे निदान बाबूरावांच्या उदाहरणावरून म्हणायला हरकत नाही. त्यांचा जगात प्रवेश होताना सामोरी आलेली सुईण, जन्मपत्रिका करणारा ज्योतिषी, बारशाच्या स्वयंपाकाला आलेली आजीबाई, चौलाच्या वेळचा न्हावी या सर्वांचे झाडून एकच मत होते आणि ते हे- हा बाब्या एखादा कुलपती, प्रोफेसर किमानपक्षी तात्या पंतोजी होणारच होणार.

लहानपणापासून दुसऱ्यांना शिकवण्याचा त्यांना विलक्षण नाद होता. पाच वर्षांच्या आत चोरून खाण्याच्या विद्येत स्वत:च पारंगत झाले होते असे नाही, तर आपल्या पाठच्या चिमुरड्या चिमीलादेखील त्यांनी त्यात तरबेज करून सोडले होते. या गोष्टीवरूनदेखील ते स्त्रीशिक्षणाचे कट्टे पुरस्कर्ते होणार याचे थोडेफार भविष्य सांगता आले असते. 'जे जे काही आपणास ठावे । ते ते इतरांस शिकवावे' या रामदासी बाण्याने आपण शिकलेल्या शिव्या, आजारीपणाचे नाटक करून शाळा चुकवण्याची कला, जवळ पै नसताना फराळाच्या दुकानांचे तहहयात वर्गणीदार होण्याची विद्या, त्यांनी हा हा म्हणता सांगोसांग शेकडो जणांना शिकविली होती. शिकणे आणि शिकविणे या दोन कामांमध्ये कधीकधी दोन भावांइतके वाकडे असते, पण वर वर्णन केलेल्या चौदा विद्या आणि चौसष्ट कला शिकायला जर बाबूरावांना एक पळ लागले असेल, तर अर्ध्या विपळातच त्या दुसऱ्याच्या गळी उतरविण्याचे सामर्थ्य त्यांच्या अंगात होते. मास्तरकीच्या दुसऱ्या अंगाचेही - मुलांना

झोडपून काढण्याचे - बाबूरावांना बरेच अंग होते.

इंग्रजी शाळेच्या लहानशा दरवाज्यातून बाबूरावांसारख्या मोठ्या माणसाचा आत प्रवेश झाला तो तालीम मास्तर या नात्याने! पण पहिल्याच तासाला मुलांना त्यांनी आपले गणितातले नवे शोध सादर केले. त्यातील एक खाली दिल्याप्रमाणे होता.

१२ शूद्रांना जेवण = १ ब्राह्मणाला जेवण
१२ ब्राह्मणांना जेवण = १ जावयाला जेवण
१२ जावयांना जेवण = १ संन्याशाला जेवण
१२ संन्याशांना जेवण = १ मास्तराला जेवण
१२ मास्तरांना जेवण = १ हेडमास्तराला जेवण
१२ हेडमास्तरांना जेवण = १ तालीम मास्तराला जेवण

वर दिलेल्या पुण्याच्या कोष्टकावरून एका तालीम मास्तराला पोटभर जेवायला वाढले असता हजारो सहस्र भोजनांचे श्रेय पदरात पडते, हे सहज लक्षात येणार आहे.

बाबूरावांची तालमीशी व जॉर्ज बादशहाशी जवळजवळ सारखीच ओळख होती. एका नाटकाची रंगीत तालीम चोरून पाहिल्यामुळे मॅनेजरने त्यांचे श्रीमुख रंगवून एका तोंडाची दोन तोंडे केली होती. त्यांच्या घराशेजारच्या तालमीतील काही मुद्गल त्यांनी अग्नये स्वाहा केल्यामुळे त्यांच्यावर चतुर्भुज होण्याचीही पाळी आली होती. अशा तऱ्हेने एका तोंडाची दोन तोंडे होणे व दोन हातांवरून चतुर्भुजपणा गाठणे या पलीकडे त्यांची शरीरसंपत्ती फारशी वाढली नव्हती. पण तालीम मास्तर हा किताब त्यांच्या नावाला लागल्याबरोबर भीमाप्रमाणे दशसहस्र नागांचे बळ संपादन करण्याचे त्यांनी ठरविले.

बाबूरावांची बाकीची हकिगत पुन्हा केव्हातरी सांगू. ती फारच गमतीची आहे. प्रथम गुरूच्या महत्त्वमापक एका श्लोकाचे महत्त्वमापन करू.

गुरुर्ब्रह्मा गुरुर्विष्णु गुरुर्देवो महेश्वरः।
गुरुःसाक्षात् परब्रह्म तस्मै श्रीगुरवे नमः।।

वरील श्लोक गुरुजी म्हणजे मास्तराची योग्यता आणि परंपरा दाखवणारा आहे. ब्रह्मदेव, विष्णू आणि महेश्वर हे तिघेही गुरूच होत. यापैकी प्रत्येकाचे वैशिष्ट्य म्हणून आहेच. साधारणपणे वरिष्ठांसमोर लांगूलचालन आणि कनिष्ठावर छडीताडण ही जी गुरूची मुख्य चर्या, ती या तिघांत विशेषेकरून पहिल्या दोघात तर आहेच. राक्षस वगैरे आपणाहून बलाढ्य कुणी आला की चालले वरिष्ठांकडे दाद मागायला, पण आपणाहून कनिष्ठ कुणी आला की मग त्याला शुष्क शब्दांचा उपदेश आणि त्यांच्यावर आपला वरचश्मा गाजवायचा. यापैकी पहिला मास्तर ब्रह्मदेव याला पोष्टाचाही काही पगार मिळत असला पाहिजे. कारण त्याच्यामार्फत त्रैलोक्याचे

टपाल सकाळ-संध्याकाळ पोचविणारा पोस्टमन 'नारद' सारखा हिंडत असतो! यातदेखील मास्तरची कारवाई आहेच. कारण पोष्टाचा शिपाईदेखील आपल्याच मुलाला करू तेवढा पगारवाढीचा फायदा करून घेतलाच या पठ्ठ्याने. शिवाय याच्या बाजूला इन्स्पेक्टरांची धाड वारंवार जात. नाहीतरी एक अथवा एज्युकेशनल इन्स्पेक्टरांच्या हा मर्जीतला असावा. तरी एक कारण शिक्षणाच्या शाळेशिवाय याला चित्रांची शाळा उघडायला मिळाली असून याचा मुख्य भर तिकडेच दिसून येतो. चित्रे करण्यात याचा हातखंडा आहे. याच्या हातची चित्रे चालतीबोलती असतात हे त्यात विशेष आहे. जगाच्या पाठीवर कुठेही जा. याच्या हातची चित्रे जिकडेतिकडे प्रदर्शनार्थ मांडली आहेत.

ब्रह्मदेवाच्या आणि विष्णूच्या शाळेत एकंदर मुले किती आहेत, याचा नीटसा पत्ता लागला नाही. पण शंकराच्या शाळेत ३०० मुलगे (मुलगे कसले? वेताळच म्हणा ना!) आहेत. तथापि, ब्रह्मदेव व विष्णू या दोघांची सत्यलोकाकडून सागरातील कमलपूर गावात व वैकुंठाहून क्षीरसागरात अशा अनुक्रमे बदली होत असल्यामुळे त्यांना काहीतरी भीती आहे. परंतु मास्तर ज्या गावचा असेल, त्याच गावात जर त्याला बदली न करता कायम फार वर्षे ठेवला तर तो कसा बेपर्वा होतो आणि किती उद्धट वागतो, हे पहायचे असेल तर महेश्वराची शाळा पहा - महेश्वर शिकवत तर नाहीच. पण शाळेतल्या पोरांस मोकाट फिरण्यास सोडून आपण सारखे दिवसाचे दिवस डुलक्या घेत आपल्याच तंद्रीत असता. अशा मास्तरांची त्या गावातून लवकर बदली झाली नाही तर शाळा ओस पडली म्हणून डेप्युटींनी खुशाल समजावे. हे 'सांब' मास्तर फारच स्वैर बनले आहेत. एकंदरीत सांगायचे एवढेच की, आमच्या पाहण्यात मास्तराच्या ठिकाणी जे गुण दिसतात, ते पुर्वपरंपरेला धरून आहेत. आणि म्हणूनच आजकालचे मास्तर पूर्वपरंपरेचा योग्य अभिमान बाळगून जुन्यापुराण्या चालीरीतींस सोडून देण्यास आज तयार नाहीत. मास्तरचे हे अपुरे गुणवर्णन सध्या अपुरेच पुरे करितो.

◆

वधूपरीक्षा

शास्त्रीबोवांच्या सातव्या बायकोचे बारावे झोडून मी नुकताच घरी आलो होतो. चार दोन क्षण मी जमिनीवर बसून राहण्याचा प्रयत्न केला; पण नाइलाज झाल्यामुळे मला लगेच लवंडावे लागले. मरण आणि जेवण यांचा किती निकट संबंध आहे हे आता माझ्या लक्षात आले. दोन्ही मनुष्यप्राण्याच्या पाठीमागे नेहमी लागली आहेत. 'ध्रुवं जन्म मृतस्यच' या न्यायाने मरणामागून जसा जन्म व अर्थात जेवण आहे तशी जेवणामागे झोप व अर्थात सरण ही आहेतच. माणसे मेली म्हणजे त्यांच्या जवळचे लोक जसे रडू लागतात, त्याप्रमाणे काही माणसे जेवू लागली म्हणजेही त्यांच्यासभोवती हाहाकार उडतो. (अशा माणसात अग्रगण्य म्हणजे श्री. सुदाम्याचे मित्र सनातन धर्मभूषण पांडूतात्या हे होत.) अग्नीची जरूर मरण व जेवण या दोघांनाही आहे. फरक एवढाच की, मरणाच्या बाबतीत अग्नीचे काम नंतर असते, तर जेवणात ते आधी असते. भटांनी मंत्र म्हटल्याखेरीज मेलेल्या मनुष्याला अग्नी मिळत नाही, तर जेवणात त्यांच्या मंत्रांवाचून पोटातल्या अग्नीला सरपण मिळत नाही.

अशा विचारात माझा डोळा लागतो न लागतो तोच शास्त्रीबोवांची हाक कानावर पडली. गिरगावात सिंहगर्जना (सर्कस जवळपास नसताना) ऐकून लोक जितके चकित होणार नाहीत तितका मी आश्चर्यचकित झालो. ही तर शास्त्रीबोवांची वामकुक्षीची वेळ! या वेळी त्यांनी भर उन्हातून अर्धा मैल चालत येणे ही गोष्ट एखाद्या बहादुराने गांधीटोपी घालणे, वृत्तपत्रातील एखादे वृत्त उद्गारचिन्हावाचून छापले जाणे. झोप हा मरणाचाच एक भाग आहे - अगर खुद्द त्यांनी पुनर्विचार (आपला नव्हे) लावणे इतकी अशक्य होती. शिशुसप्ताह करण्याऐवजी वामकुक्षी कराल तर पुढली पिढी अधिक सुदृढ निपजेल असे त्यांचे नेहमी म्हणणे असे. शास्त्रीबोवा येताच मी 'या, बसा. उन्हाचेसे आलात?' असे म्हटले.

शा. - उन्ह कसले! 'मात्रास्पर्शास्तु कौंतेय' असे भगवंतांनीच गीतेत म्हटले आहे ना? गीतेपुढे अपील नाही. ज्यांना गीता समजते असे लोक जरी हिंदुस्थानात थोडेच असले, तरी गीतेत म्हटले आहे असे ऐकताच जे मान तुकवत नाहीत असे लोक तर त्याहूनही थोडे आहेत -

मी - पण जरा उन्हं उतरल्यावर आला असता.

शा. - उन्हं उतरल्यावर! अरे 'शुभस्य शीघ्रम'!

मी - शुभ काय मला नाही समजले.

शा. - शुभ म्हणजे शुभमंगल सावधान. इंग्रजी शिकले म्हणून हे नाही कळायचे.

मी - म्हणजे? तुमच्या सातव्या बायकोचे सुतक कालच फिटले ना?

शा. - तेव्हा आठवी पाहायला आजच जायचे आहे.

मी - पाहायला म्हणजे काय घोषा? देवळात, पाण्याच्या नळावर नेहमी बायका दिसतात. आम्ही त्या पाहत नाही का?

शा. - छे! छे! ते पाहणे शास्त्रोक्त नसते. आज वधूपरीक्षेला जायचे आहे. परीक्षा म्हणताच माझी बोबडी वळली. या तीन अक्षरी शब्दाला कंटाळून वर वसतिगृहातील साप्ताहिक मेजवान्यांची मी मोठ्या कष्टाने रजा घेतली होती. माझ्या चेहऱ्याकडे पाहून शास्त्रीबोवा म्हणाले, 'भाई, मत डरो! या परीक्षेत तू परीक्षक आहेस. तुझी परीक्षा काही कोणी घेणार नाही.' परीक्षा पास झाल्याइतका मला आनंद झाला. मी विचारले, 'जायचे केव्हा व माझा उपयोग काय?'

शा. - उपयोग? अरे ही मुलगी जरा शिकली सवरलेली आहे. तेव्हा मला मदतनीस म्हणून तू असलास म्हणजे बरे. प्रेम अंधळे असते, तेव्हा मला तिचे दोष कदाचित दिसणार नाहीत.

मी. - पण तिथे तुम्हीतरी काय करणार?

शा. - (खिशातून काही छापील कागद काढून) हे वधूपरीक्षेचे पेपर आहेत माझ्यापाशी. आतापर्यंतच्या सात बायका या पेपरातून पास झाल्या होत्या. हे सर्व प्रश्न मी विचारणार व मुलगी पसंत करणार. नको नको म्हणत असतानाही शास्त्रीबोवांनी मला पगडी घालून जरीकाठी उपरणे घ्यायला लावलेच. 'तुम्ही काय मला नवरदेवच बनविता आहा, पण संभाळा हं, तुमचे आठवे लग्न लांबणीवर पडेल!' असेही मी थट्टेने म्हटले.

वधूगृही जाताच शास्त्रीबोवांनी मला लोडाला टेकून बसविले. मुलगी आली व गुडघ्यात मान घालून बसली. शास्त्रीबोवांनी खिशातले पेपर काढले व परीक्षेला सुरुवात केली. त्यांनी हातात घेतलेल्या कागदावर 'व्यायाम' ही अक्षरे ठळक ठशात छापली होती.

शा. - धावत जाऊन विहिरीची घागर भरून आणा पाहू. (घड्याळ काढून) किती मिनिटे लागतात ते पाहू या.

मी - (एकीकडे) तुम्ही तर शर्यतच आरंभलीत.

शा. - (मुलगी जागची हलत नाही असे पाहून) बरे, तोंडीच परीक्षा आधी घेऊ या. पंक्तीत तूप वाढताना पळीने तपेलीशी किती अंशाचा कोन करावा? (मुलगी स्वस्थ राहते) भूमिती मुळीच येत नाही. बरे अंकगणित तरी पाहू या. एका मनुष्याला पावशेर तांदूळ लागतात, तर एक शेर तांदळात किती माणसांचा भात होईल?

मु. - (हळू) चार माणसांचा.

शा. - पण दुसरा शेराला सव्वाशेर भेटला तर? म्हणजे सव्वाशेराचा भात खाणारा असला तर?

मी. - (शास्त्रीबोवांना) तर स्वयंपाक करणाराची पाचावर धारण बसेल, आणखी काय?

शा. - तुम्ही नाटके पाहिली आहेत का?

मु. - हो.

शा. - कितीशी? नाटके हे संसाराचे चित्र असते.

मु. - एकच पाहिले आहे.

शा. - कोणते ते?

मु. - शारदा. (शास्त्रीबोवा गोरेमोरे होतात)

मी - (शास्त्रीबोवांना) काय झाले हो? मघाचे उन्ह लागलेसे दिसते तुम्हाला.

शा. - (लक्ष न देता) हे पहा, नाटक हे संसाराचे खोटे चित्र असते. संसार म्हटला की तीन धोंडे तिथे आलेच. पण नाटकात कधी शपथेला तरी धोंडे दिसतात का? फारच झाले तर प्रेक्षकांनी मारलेली भजी रंगभूमीवर दिसतील. संसारात फक्त रडगाणे मात्र असते, पण नाटकात पाहावे तो भिक्षुकाच्या पोरीदेखील नायकिणीप्रमाणे तबला-पेटीच्या साथीवर गातात. संसारातल्या सगळ्या गोष्टी आडपडद्याने कराव्या लागतात, पण नाटकात पाहावे तो पडदा उघडल्यावाचून कुणी पाऊलच उचलत नाही. नाटक हे संसाराचे चित्र आहे असे म्हणणारे लोक किती मूर्ख असले पाहिजेत. तिसऱ्या अंकात दुष्यंत-शकुंतलेचा गांधर्वविवाह होतो आणि सातव्या अंकात शकुंतला सहा वर्षांच्या मुलासह त्याला भेटते. लग्न झाल्यापासून अवघ्या चार अंकात सहा वर्षांचा मुलगा लांब राहिला, पण सहा पळांचा मुलगा जरी दिसला तरी संसारात कुणीही बायकोला टाकूनच देईल.

मी - (एकीकडे) शास्त्रीबोवा, तुमचे पेपर काढा. व्याख्यानाची जागा ही नव्हे.

शा. - (सावध होऊन) पुनर्विवाहाविषयी तुमचे काय मत आहे? (स्वगत) हो, ही सुधारणा बोकाळत चालली आहे अलीकडे. उद्या माझे बरे-वाईट झाले तर पश्चात बायको काय करणार हे माहीत असले म्हणजे बरे.

मी - हा काय हो तुमचा विचित्र प्रश्न? लग्नाच्या वेळी पुनर्विवाहाचा प्रश्न!

शा. - विचित्र कसला? मुत्सद्दी एक लढाई लढत असताना पुढील लढाईचा विचार करतोच की नाही? लग्न ही लढाईच आहे. अशा सात लढाया मी जिंकल्या आहेत. आज जर पेशवाई असती, तर इतक्या लढायांत शौर्य दाखविल्याबद्दल मला व्हिक्टोरिया क्रॉस खास मिळाला असता.

मी - पण पुनर्विवाहाचा इथे काय संबंध?

शा. - संबंध पुष्कळ आहे. समजा माझ्यासारख्याने आज लग्न केले आणि उद्या तो मेला - म्हातारपणामुळे नाही मरणार, पण देशाची काळजी तरण्याबांडांनादेखील मारते- त्याने स्वर्गात जाऊन इंद्राशी स्वराज्याबद्दल, बृहस्पतीशी 'आर्यांच्या मूलस्थाना' बद्दल, कुबेराशी मुंबईच्या गिरण्यांबद्दल, वरुणाशी मुळशीच्या धरणाबद्दल, धन्वंतरीशी शिशुसप्ताहाबद्दल, यमाशी दिवसेंदिवस वाढणाऱ्या क्षयाबद्दल, मेनका वगैरे अप्सरांशी मुंबईच्या कायदेमंडळात वेश्यासंबंधाने पास झालेल्या कायद्याबद्दल, बोलायला सुरुवात करावी न् इतक्यात यमदूतांनी येऊन 'तुझ्या बायकोने पुनर्विवाह केला आहे; चल नरकात' म्हणून गचांड्या मारून त्याला हाकून द्यावे. (मुलगी हळूच हसते)

शा. - तुम्हाला हसायला काय झाले? 'विद्या विनयेन शोभते' हे तुमच्या कानावरून गेलेच नाही वाटते?

मी - शास्त्रीबोवा, तुमच्या प्रश्नपत्रिकेकडे वळा पाहू.

शा. - बरे, आता इतिहास प्रथमत: घेतो. तुम्हाला जगातला श्रेष्ठ पुरुष कोण वाटतो?

मु. - शिवाजी महाराज.

शा. - छट, तुमचा भावी नवरा हाच जगातील श्रेष्ठ पुरुष आहे. बायकोने नवऱ्यापेक्षा शिवाजीला श्रेष्ठ मानणे हे पतिव्रता धर्माला शोभणार नाही. शिवाय शिवाजीने तरी असे कुठे मोठेपणाचे दिवे लावले आहेत? अवघ्या ५३व्या वर्षी - त्रेपन्न, तरी कुठली? नव्या शोधाप्रमाणे ५०व्या वर्षीच तो वारला. मी साठ पावसाळे पाहिले असून -

मी - इतिहास झाला. भूगोल विचारा आता.

शा. - संसारात तुम्ही पूर्व दिशा कोणती मानाल?

मु. - ज्या दिशेला सूर्य उगवतो ती.

शा. - अगदीच वेड्या आहात. नवरा करील ती पूर्व दिशा बरे, नद्यांचा देशाला काय उपयोग असतो?

मु. - माणसांना व पिकांना त्यांच्यापासून पाणी मिळते.

शा. - अगदीच क्षुल्लक उपयोग हा! नद्यांपासून लग्न होणाऱ्या तरुण मुलींनी पुष्कळ शिकण्यासारखे आहे. पर्वत हे नदीचे माहेर व समुद्र हे तिचे सासर असते. पर्वतावरची माती नदी वाहून आणून समुद्राकडे नेते त्याप्रमाणे लग्न झाल्यानंतर मुलींनी माहेरच्या वस्तूंना सासरची वाट दाखवावी. पण समुद्रातील मौल्यवान रत्ने, ही तर लांबच राहिली, पण मासेसुद्धा नदी कधीही समुद्राकडून पर्वताकडे नेत नाही. त्याचप्रमाणे मुलींनी सासरची काडीदेखील माहेरी नेऊ नये.

मी - शास्त्रीबोवा, तुमच्याइतके भूगोलाचे सूक्ष्म अध्ययन या पृथ्वीच्या पाठीवर दुसऱ्या कुणाचेही नसेल.

शा. - भूगोल झाला. आता व्याकरण पाहू या. कर्त्याची प्रथमा विभक्ती का असते ते सांगा पाहू.

मु. - व्याकरणात लिहिले आहे म्हणून.

शा. - तुम्ही स्वतंत्र बुद्धीने विचारच केलेला दिसत नाही. घरात पहिला मान नवऱ्याचा. कारण तो कर्ता असतो म्हणून कर्त्याची प्रथमा.

मी - आणि असला नवरा असला म्हणजे बायकोचे कर्म उभे राहते म्हणून कर्माची द्वितिया.

शा. - असे थट्टेवर नेऊ नका. व्याकरणाचा समाजशास्त्राशी फार निकट संबंध आहे. सात विभक्त्या म्हणजे सप्तपदी झाली की संबोधन, त्याप्रमाणे सप्तपदी झाली की नवरानवरींना एकमेकांची नावे घेण्याची हुक्की येते.

मी - बरे, पुढे चला.

शा. - तुम्हाला लुगडी कसली आवडतात?

मु. - (हसत) इरकली.

शा. - तुमची धर्मनिष्ठा असावी तितकी जागृत दिसत नाही. बायकांना नेहमी महेश्वरीच लुगडी आवडली पाहिजेत. महेश्वर म्हणजे साक्षात भोलानाथ दिगंबर शंकर. चोळी आवडते की पोलका?

मु. - पोलका.

शा. - अब्रह्मण्यम्! बायकांनी परपुरुषाकडे पाहू नये एवढेच नव्हे, तर पुल्लिंगी वस्तूदेखील वापरू नयेत. पतिव्रता धर्माला त्यामुळे बाधा येण्याचा संभव आहे. आमचे सहावे कुटुंब पायात जोडा घालत असे. जोडा म्हणजे तो जोडा पुल्लिंगीच घडला. मी तत्काळ त्याचे उच्चाटन केले, पण सध्या पाहावे तो हा विधिनिषेधच. पुरुषी वस्तूंनी बायकांना नखशिखांत व्यापले-मानेवर अंबाडा, गळ्यात चंद्रहार, अंगात कंचुकी, पायात जोडा - छे! छे! छे! 'स्त्रीषुरुषसु वार्ष्णे जायते वर्णसंकर: ॥ संकरो कायैव कुलषाना

कुलस्यच ॥'

पुन्हा गीता आल्यामुळे मी काहीतरी बोलणार होतो, तो माझे तोंड बंद झाले.

शा. - बरे, आता शेवटचा प्रश्न. 'पाकशास्त्रा'त काही गती आहे का? नाहीतर बायकोच्या माळेबरोबर चूलही माझ्या गळ्यात पडायची.

मु. - पाकशास्त्र थोडेसे माहीत आहे. 'कुष्मांडपाक' करता येतो.

कुष्मांडपाक म्हणताच शास्त्रीबोवांना शारदा नाटकाची आठवण होऊन त्यांनी गाशा गुंडाळला.

दुसरे दिवशी मुलीच्या घरून 'आम्ही काही आपल्याला मुलगी द्यायला तयार नाही. आपणाला वधू पाहिजे असल्यास आफ्रिकेत जावे' असा निरोप मी व शास्त्रीबोवा बसलो असताना आला.

फिरून एकवार प्रयत्न करून पहा, या बालबोध उपदेशाला अनुसरून लग्नाच्या बाबतीत शास्त्रीबोवा पारंगत असल्यामुळे काल त्यांची टर उडविण्याकरताच मुलगी पाहण्याचे आमंत्रण त्यांना कुणीतरी दिले असावे, अशी मला शंका आली होतीच. हा निरोप ऐकताच खात्री झाली, पण शास्त्राबोवा माझ्यावर उसळून म्हणतात 'काल दाखवण्यापुरता तुला नवरदेव केला म्हणून हा पराजय झाला. बाकी माझ्या वधूपरीक्षेत ती मुलगी नापासच झाली होती म्हणा.' वधूने आपली परीक्षा केली हे चिकाटीने लग्ने करणाऱ्या शास्त्रीबोवांच्या गावीही नव्हते!

◆

गृह्यसंस्कार

मासिक काढण्यात माझे दोन हेतू होते. पहिला हेतू मासिकाच्या मुखपृष्ठावर मी छापत असे व दुसरा एकांतात पत्नीशी कानगोष्टी करतानाच प्रकट होत असे. जाहीर उद्देश 'साहित्य सेवा' हा होता तर खासगी हेतू मासिकाच्याद्वारे वाङ्मयाप्रमाणे घरातही 'मौल्यवान भर' पडावी हा होता. भाषेसाठी स्वार्थत्याग करणारा संपादक म्हणून मी चोहीकडे मिरवत असल्यामुळे माझे दात खायच्या दातांहून निराळे आहेत अशी सहसा कुणाला शंका येत नसे.

पण जिथे खायलाच मिळत नव्हते, तिथे खाण्याच्या दातांचा उपयोग काय? सालअखेर पांढऱ्या टिकल्यांची कचेरीत रास पडायच्याऐवजी कर्जाची धोंड बनून माझे डोळे मात्र पांढरे होण्याची पाळी आली. अरसिक महाराष्ट्रीय वाचकांवर मी खूप दातओठ खाल्ले, पण त्यामुळे माझे पोट थोडेच भरणार होते. बायकोला गोठ-तोड्यांनी मढवण्याची माझी मनोराज्ये हा हा म्हणता खालसा झाली व तिच्या किडुकमिडुकावर गुजराण करण्याची मला पाळी आली.

मासिकात शास्त्रीय विषयावरील लेख मी छापले, पण माझ्या घरच्या अर्थशास्त्रात नवीन विषयाची भर पडेना! चटकदार प्रवासवर्णने (घर बसल्याच) मी वाचकांना सादर केली. त्या प्रवासवर्णनातील कांद्याचा झुणका, गोमांतकाचे आंबे, नाशिकची द्राक्षे, मथुरेचे पेढे वगैरेंची साग्रसंगीत माहिती वाचून अन्नद्वेष झालेल्या रोग्याच्या तोंडाला पाणी सुटले असते. पण वाचकांच्या तोंडाला सुटलेल्या पाण्यातून संपादकाच्या पोटातली आग कशी विझणार? प्रवासवर्णनाने पाने भरूनही माझा खिसा रिकामा राहिलेला पाहून विनोदी लेख द्यायला मी सुरुवात केली. पण हे लेख वाचून हसूनहसून पोट दुखते व त्यामुळे वर्गणीखेरीज आल्याचा जादा खर्च आपल्यावर पडतो या सबबीवर अनेक ग्राहकांनी मला रामराम ठोकला. ही गोळी चुकलेली पाहून मी गोष्टींची फैर झाडू लागलो. पण माझ्या ऐतिहासिक गोष्टीतील किर्र रान व वाघाची डरकाळी यांनी अनेक भागूबाईंची पाचावर धारण बसली व माझ्या वर्गणीदारांची संख्याही त्या धारणीकडेच झुकू लागली. शेवटी सामाजिक गोष्टींचे ब्रह्मास्त्र मी बाहेर काढले, पण माझ्या हाताच्या बोटावर उरलेल्या वर्गणीदारांपैकी बहुतेकांनी मधुमेह

व अग्निमांद्य यानी ग्रस्त होऊन चहा सोडलेला असल्यामुळे या सामाजिक गोष्टी वाचताच त्यांचे रोग बळावू लागले. झाले, शेवटी पटावर एक वर्गणीदार शिल्लक राहिला!

'एकमेवाद्वितीयम्' म्हणून लगेच माझ्या मासिकाची जाहिरात फडकावली. घनघोर युद्धात हजारो अनुयायी पळून गेले, तरी एकट्या अनुयायाच्या साहाय्याने लढणाऱ्या सेनापतीसारखा मी शूर आहे असे मला वाटू लगले. तो उरलेला वर्गणीदार मला जीव की प्राण वाटू लागला. अनाथ विधवेचा एकुलता एक मुलगा, चारुदत्ताच्या घरात शिल्लक उरलेला अर्थनिष्क, पेन्शनीत निघणाऱ्या मनुष्यांचा नोकरीचा शेवटचा दिवस, त्याला कोणत्या उपमा देऊ न् कोणत्या देऊ नको असे मला झाले.

पण या एकनिष्ठ वर्गणीदारावर माझे मासिक थोडेच चालणार होते. मी डोके खाज खाज खाजविले व 'खास' अंकाची टूम त्यातून काढली व 'मोतिचूर' अंक, 'दुसरा बाजीराव' अंक, 'मस्तानी' अंक, 'निग्रो' अंक, एक ना दोन अनेक खास अंक मी प्रसिद्ध केले. पण या खाशा स्वारींनाही यावे तसे यश येईना. कुठे युद्ध होवो वा मिश्रविवाह होवो, माझा त्यावर खास अंक तयार होई. पण युद्धाच्या खास अंकातही माझा पराभवच झाला व विवाहाच्या अंकातही संपादकांचा पक्ष वधूपक्षच ठरला.

आजपर्यंत ८ पृष्ठे जाहिराती व ४० पृष्ठे मजकूर अशी माझ्या मासिकात हिस्सेरशी होती. पण जाहिरातींनाही स्त्रियांप्रमाणे समान हक्क देणे हे तत्त्व मला पटू लागले आणि लगेच जाहिराती व मजकूर प्रत्येकाची २४-२४ पृष्ठे माझ्या मासिकात सुरू झाली. थोडक्याच दिवसात हे प्रमाणही जुने झाले व जाहिरातींकडून 'मजकुराची' बायकांत पुरुष लांबोडा अशी थट्टा होऊ लागली. जाहिरात व मजकूर यांचे प्रमाण मुख्य ग्रंथ व पायटीपा, सर्कशीतील माकडे व सिंह, अगर फराळाच्या दुकानातील भजी व बासुंदी यांच्यासारखे दिसते असे थट्टेखोर लोक म्हणू लागले. म्हणेनात बापडे! 'सन्मार्ग टाकुनि भले न जाती!'

लवकरच हनुमानपाकाची जाहिरात मासिकांच्या प्रत्येक अंकात फडकू लागली, पण वर्गणीदारांची यादी मारुतीच्या शेपटीप्रमाणे वाढण्याची आशा दिसेना. हनुमानपाक संतती होण्यास उपयोगी पडतो असेसुद्धा मी छापले. मला वाटले दत्तकाचे विकत श्राद्ध घेणारे सर्व निर्देश झालेले बुड्ढे या पाकावर हनुमानाप्रमाणे उड्या घालतील. पण दुर्दैव बिचाऱ्या हनुमानाचे! एकाने कुणी पाक घेतला न् त्यात राम नाही म्हणून रडगाणे गायला सुरुवात केली. हनुमानपाकांत राम दिसणार कसा याचा विचार करतो कोण?

'हनुमानपाका'च्या ऐवजी 'धातुपौष्टिक वड्यां' ची स्थापना केली, पण वर्गणीदारांची

नोंदवही काही बाळसे धरीना. 'वृद्धोऽपि तरुणायते' असे त्याचे वर्णन वाचून सर्व भुजंगनाथ या वड्यांचे व पर्यायाने माझ्या मासिकाचे ग्राहक होणार अशी मनोराज्ये मी करत होतो. पण एका मनुष्याने आपला अनुभव आरंभीच छापून माझ्या डोक्यात धोंडा घातला. त्याचा अभिप्राय असा होता :- 'या वड्या आमच्या ९० वर्षांच्या आजोबांना दिल्या. वड्या खाऊन आजोबा तरुण झाले की माझ्यासारखा त्यांचा नातू सहजच लहान होणार व मला रम्य बालपणाचा (म्हणजे मास्तरांच्या छड्या, आईचे धपके, वडील भावाचे लांडे झालेले कोट इत्यादिकांचा) अनुभव मिळणार अशी माझी अटकळ होती. आजोबांना दोन वड्या दिल्यापासून मी सारखा ओठांवरून हात फिरवत होतो, कारण तिकडे आजोबा तरुण होऊ लागले की इकडे माझ्या मिश्या मावळू लागणार अशी माझी खात्री होती. मधूनमधून चोरून आरशातदेखील पाहिले. धोतराची लंगोटी होत आहे काय इकडेही लक्ष होते. खोलीचे दार उघडे होते ते लावून आलो. नाहीतर मध्येच ती खोलीत यायची व लंगोटी पाहून हसू लागायची अगर मी संन्यास घेतला म्हणून भोकाड पसरायची. थोड्या वेळाने आजोबांकडे पाहिले तो ते बरोबर ९० वर्षांनी तरुण झाले होते. असा तरणाबांड मनुष्य घरात राहू देणे धोक्याचे असल्यामुळे मंडळींनी त्यांच्या लहान झालेल्या वयाला अनुसरून त्यांना खांद्यावर घेतले. अरे बाप रे! त्या वड्यांमुळे त्यांचे वजन किती वाढले होते! 'आजोबा, तुम्ही अग्निदिव्य करायला तयार आहा ना!' म्हणून मी त्यांना प्रश्न विचारला; पण त्यांच्या तोंडातून भीतीचा एक शब्ददेखील बाहेर पडला नाही. 'मौनं संमतिलक्षणम्' असे मानून आजोबांना आम्ही लाकडांच्या गादीवर निजविले. त्या धातुपौष्टिक वड्यांमुळे आजोबांची शक्ती इतकी वाढली होती, की अग्नीच्या ज्वाळा अंगावर भिडल्या तरी त्यांनी हूं की चू केले नाही! याला म्हणावे धातुपौष्टिक वड्या!' त्या दिवसापासून आमचे आजोबा श्राद्ध-पक्षाच्या निमित्ताने काय ते घरी येऊ लागले. पण इतके वय झाले असतानाही त्या दिवशी त्यांना कुरकुरीत वडेच खावेसे वाटतात. खात असताना ते दिसत नसतात, पण सगळे जग व्यापून टाकणारा परमेश्वर तरी मनुष्याला कुठे दिसतो? वड्याची बायको वडी अर्थात वडीच्या पाठोपाठ वडा आलाच म्हणून समजावे! आहे की नाही धातुपौष्टिक वड्यांचा चमत्कार!'

'तरुणांनो पाहता काय?', 'गतं न शोचयेत्', 'उद्यमेनैव सिध्यन्ति कार्याणि न मनोरथैः', 'पाक, गुटिका, वड्या । तेथे आरोग्याच्या उड्या', 'प्रासादशिखरस्थोऽपि काको न गरुडायते' (मुंबईत सातव्या मजल्यावर बसून आमच्या औषधांसारखी औषधे करणारांना उद्देशून) इत्यादी वर्तमानपत्राचे अग्रलेख वाटणारे मथळे घालून मी दर अंकाला या जाहिरातीची भाषा बदलू लागलो. माझ्या मासिकातील जाहिरातीतील मथळा नाटकातील नायिकेच्या शालूप्रमाणे अगर पुण्यातील राजकारणी पुरुषांच्या

मताप्रमाणे भराभर बदललेला पाहून माझे मलाच आश्चर्य वाटे. गीतेतील विश्वरूपदर्शन ज्यांना खोटे वाटत असेल, त्यांनी माझी जाहिरात अद्याप पाहिली नसावी.

पण सगळेच मुसळ केरात! सोळा हजार एकशे आठ जाहिरातींनी परिवेष्टित अशा माझ्या मासिकाला द्वारकेसारखी सोन्याची नगरी लांब राहिली, पण राणीछापाचे मिश्र चांदीचे तुकडेदेखील मिळेनात! आंब्यापासून करवंदापर्यंत साऱ्या फळांचे अर्क माझ्या मासिकात आले, पण लफंगेगिरीचा अर्क असलेल्या लोकांवर त्यांचा काय परिणाम होणार?

ताईत गंड्यांनीही माझी अशीच निराशा केली. कौन्सिलच्या अमुक सभासदांचा ठराव पास होण्याचे कारण तो मांडताना त्यांनी आमच्या ताईत गळ्यात बांधला होता हेच होय, अशी जाहिरात मी देताच तो माझ्यावर बेअब्रूची फिर्यादच करायला उठला. त्याच्या गळ्यात ताईत बांधण्याच्या भानगडीत माझ्या पायात बेड्या पडण्याचा प्रसंग आला. 'तुम्हाला गळ्यातील ताईत व्हायचे आहे ना?' असा प्रश्न करून मी नंतर ताइताची जाहिरात दिली. लगेच परीक्षेत नापास होण्याची खात्री असलेली मुले, चुकार तट्टू नोकर, कुरूप स्त्रिया यांच्या पत्राची एवढी मोठी रास माझ्या कचेरीत झाली की दररोजचा चहा त्या पत्रांवर सहज होऊ लागला. पण त्यांच्या गळ्यात बांधलेले ताईत शेवटी माझ्याच गळ्यात आले. असे होण्याचे कारण माझ्यात आपपरभाव नाही हेच बहुधा असावे.

मंगळ असलेल्या व पैसे नसलेल्या मुलास मुलीच्या पालकाप्रमाणे मी अगदी निराश होऊन गेलो. सामदामादि सर्व उपाय मी अमलात आणले होते, पण त्यातला दाम काही माझ्या भेटीला परत येईना. 'या लोकांना पाहिजे तरी काय?' असा प्रश्न मी स्वत:ला करू लागलो. शेवटी जो तो आपले नाव छापून येण्यासाठी धडपडतो असा माझ्या संपादकीय अनुभवांतून मी निष्कर्ष काढला. एका गृहस्थाने एक लेख पाठवून तो आपल्या बायकोच्या नावावर छापल्यास तिच्या व आपल्या सोयरसुतकांतील सर्व मंडळी वर्गणीदार म्हणून मिळवून देण्याचे कबूल केले होते. बरे बायकोचे नाव तरी 'कोंडुकांता', 'परशुरामप्रिया', 'तात्याभार्या' अगर 'चिटकोबा बायको' असे सुटसुटीत दिले होते म्हणावे तर तसे मुळीच नव्हते. ते नाव म्हणजे एक मालगाडीच होती - सौ. दुर्गाबाई महेश्वरपंत (B.A.LLB.), विनायकराव (P.A.O.H.O.) काजरे शहापूरकर, हे ते नाव! नाव म्हणजे एक लेखच म्हणायचा! बाईच्या नावापुढे नवऱ्याचे नाव! बरे नुसते नाव लिहावे तर याच्या पदव्या लोकांना कळाव्या कशा? नंतर या महेश्वरपंतांच्या पुढे त्यांचे वडील! वडिलांचे पुढे त्यांच्या वडिलांचे व त्यांच्या नावापुढे त्यांच्या वडिलांचे नाव, या लेखकबहाद्दराने श्राद्धाप्रमाणे का घातले नाही तेच मला कळले नाही. अशा रीतीने नावाची आगगाडी कुणातरी ऋषीपर्यंत जाऊन थडकली असती व नावातच सर्व पाने खर्च झाल्यामुळे वाचकांना

खालील मजकूर वाचण्याची तसदी पडली नसती. शिवाय या नावांच्या ग्रंथातच काव्य, विनोद, इतिहास वगैरे विषय वाचकांच्या सहज पदरात पडले असते. विनायकरावांच्या नावापुढील (P.A.O.H.O.) हा पंचाक्षरी प्राणी काय आहे हेच मला कळेना! पदवी आपले ज्ञान दाखविण्यासाठी असते असे मास्तरांनी सांगितल्याबरोबर इंग्रजी पहिलीतल्या एका मुलाने A, B पासून Zपर्यंत सर्व अक्षरे पेपरवर आपल्या नावापुढे काढून ठेवल्याची एक हरिदासी गोष्ट आहे. विनायकरावांची (P.A.O.H.O.) ही पदवी तशांपैकीच नाही ना अशी मला शंका आली होती, पण त्या शंकेचे निरसन 'पोलिटिकल एजंट ऑफिसातील हेडक्लार्क' असे शेवटी लेखकांनीच केले. लेख बायकोच्या नावावर छापण्याचे कारण विचारताच 'मी डावखुरा आहे, डावे अर्धांग बायकोच्या हक्काचे असल्यामुळे डाव्या हाताने लिहिलेले लेख तिच्याच मालकीचे आहेत' असे त्या सद्‌गृहस्थांनी कळविले. बिचाऱ्या बायकोचा डाव्या खिशातील पैशावर हक्क चालत होता की नाही हा प्रश्न त्याने गुलदस्त्यातच ठेवला.

असली एक ना दोन, हजारो पात्रे माझ्या डोळ्यांसमोर उभी राहिली. 'बस्स, नाव छापून आले पाहिजे!' हीच काय ती प्रत्येकाची महत्त्वाकांक्षा! लेखाच्या माथ्यावर नाव येणे म्हणजे हिमालयाच्या माथ्यावर जाऊन उभे राहणे असेच प्रत्येकाला वाटे. पूर्वी नाव मिळविण्यासाठी रक्ताचा सडा घालावा लागे. छापखाने झाल्यापासून शाईचा सडा घालणे व रकाने भरणे एवढ्यावरच नाव मिळू लागले आहे. नाव छापून येण्याची लालूच इतकी मोठी आहे की, एका मनुष्याने माझ्या मासिकाचा पुढल्या जन्मातदेखील वर्गणीदार होण्याचे कबूल केले होते. त्याने पाठविलेल्या लेखात पुनर्जन्माचा सिद्धान्त खोडून टाकला असला, तरी सोबतच्या पत्रात पुढील जन्मी मी प्रत्येक व्ही. पी. स्वीकारेन, अशी कबुली दिली होती व जरूर लागल्यास आठ आण्याच्या स्टॅम्पवर हे करारपत्र लिहून देण्याचेही त्याने कबूल केले होते.

'लोकसंग्रहार्थ' मी हा कर्मयोग सुरू केला. लवकरच माझ्या मासिकाने 'गृह्यसंस्कार' असे नाव मिळविले व टिळक - गांधींची खरी नावे मागे पडून लोकमान्य - महात्मा ही जशी रूढ झाली आहेत, तसेच माझ्याही मासिकांचे होणार म्हणून दूरदर्शीपणाने मीच 'गृह्यसंस्कार' असे नाव छापू लागलो. 'जातस्यहि ध्रुवोमृर्त्युध्रुव जन्म मृतस्यच' हे मी मासिकाचे ब्रीदवाक्य ठेवल्यामुळे ज्यांनी ज्यांनी गीता व गीतारहस्य विकत घेतलेले होते, ते ते सर्व 'गृह्यसंस्कारा'चे वर्गणीदार झाले. गृह्यसंस्कारात दर अंकात १६ विषय असतात. सोळा संस्कारांना सोळा विषय वाटून दिले होते. पहिल्या सदरात नुकत्याच जन्मलेल्या मुलांची माहिती - मिळाल्यास सचित्रही दिली जात असे. नाव व चित्र यांच्या खालची मार्मिक टीका मी करत असे. गृह्यसंस्काराच्या एका अंकात बारशाच्या दिवशीचा मुलाचा फोटो देऊन त्याखाली मी असा मजकूर छापला होता. 'या मुलाची सिंह रास आहे. यावरून हा सिंहासनावर बसणार हे उघड

आहे. पण एखाद्या पापग्रहामुळे ते घडून आले नाही, तरी सर्कसवाला होणारच होणार.' दुर्दैवाने पुढल्याच महिन्यात अंत्यसंस्काराच्या सदरात तोच फोटो टाकून 'दोन कमळे (अर्थात डोळे) कोमेजली, एक चाफेकळी-ग्लान झाली, बत्तीस कुंदकळ्या (दोन महिन्यांच्या मुलाला दात नसतात अशी यावर नंतर टीका झाली, पण कवी आकाशात भराऱ्या मारतो, अर्भकाच्या तोंडात नाही, हे लक्षात ठेवावे) सूकून गेल्या व दोन गुलाब जागच्या जागी वठले असे काव्यमय वर्णन मला करावे लागले.

विवाहाच्या सदरात फोटो देऊन 'समसमासंयोग की जाहला' हा चरण मी खाली छापत असे. वधूला आशीर्वाद देताना 'सूर्याला जशी प्रभा, चंद्राला जशी कौमुदी अगर मासिकाला जशी वर्गणी, त्याप्रमाणे तू आपल्या पतीला हो.' असे मी लिहीत असे. हे आशीर्वाद गद्य व पद्य दोन्ही पद्धतीवर दिले जात. पद्यातील आशीर्वादात अर्थातच कवित्वाची मजुरी धरली जात असे. 'राजहंस माझा निजला' या चालीवर आशीर्वाद पाहिजे असल्यास दर ओळीस ४ आणे, शार्दूलविक्रीडितात पाहिजे असल्यास दर ओळीस ८ आणे व 'आनंद कंद ऐसा' या पद्धतीवर पाहिजे असल्यास दर ओळीस दोन आणे अधिक आकार, अभिप्रायाला ठेवला होता. लांब जागेचे अभिप्राय अर्थातच सवलतीच्या दराने दिले जात असत. या तीन चालींखेरीज इतर चालींवर अभिप्राय पाहिजे असल्यास १५ दिवसांची आगाऊ नोटीस दिली पाहिजे व सोबत तेवढ्या दिवसांचा - रात्रीचा म्हटल्यास अधिक शोभेल - हत्तीछाप रॉकेल तेलाचा अधिक आकार पाठविला पाहिजे, अशी अट होती.

हा हा म्हणता गृह्यसंस्काराचे वर्गणीदार वाढले. वर्गणीदारांच्या घरातील सर्व संस्कार त्यात निम्म्या दराने छापले जात असत. निरनिराळ्या गावातील म्युनिसिपालट्याही वर्गणीदार झाल्या; कारण त्यांना जन्ममरणाचे खरे आकडे माझ्या मासिकातरून कळू लागले.

अंत्यसंस्कार लिहिण्यात तर माझा हात महाराष्ट्रात कुणीच धरू शकला नसता. एखादा श्रीमंत गृहस्थ वारल्यास 'त्यांच्या घरी एवढी संपत्ती पाणी भरत होती, पण पोटात मावेल त्याच्यापेक्षा एक घास त्यांनी अधिक खाल्ला असेल तर शपथ. याला म्हणावे साधेपणा! 'Simple living & high thinking'. एखादी जुन्या पद्धतीची सुखवस्तू बाई निवर्तल्यास त्या जन्मापासून बहिऱ्या असल्या, तरी त्यांना पुराणश्रवणाचा फार नाद होता. परंतु त्यांचा स्वभाव इतका करारी होता की साध्या गृहस्थांचे राहोच, पण पुराणिकांचेदेखील त्यांनी कधीही काही ऐकिले नाही - एखादा तरुण दिवंगत झाल्यास 'हे महात्मा गांधींच्या पक्षाचे होते. कारण कोणाशीही त्यांचे सूत फार लवकर जमे. त्यांच्या अकाल मृत्यूने त्यांच्या कुटुंबाची - छे! त्यांच्या गावाची - नाही नाही! महाराष्ट्राची - शांतं पापं! हिंदुस्थानाची - अब्रह्मण्यम या जगाची- कधीही न मोजता येण्याइतकी (न मोजता येण्याइतकी सूक्ष्म असा अर्थ मात्र नाही हं) हानी

झाली आहे, असे मी लिहीत असे.

या जगात दुसऱ्याचा उत्कर्ष सहन न करणारे लोक बरेच असतात. गृह्यसंस्काराचे वर्गणीदार वाढत असलेले पाहून कित्येकांच्या पोटात दुखू लागले. माझ्या अंकातील 'ईश्वर त्यांच्या आत्म्यास शांती देवो' या वाक्यापुढे 'व तुमचे खिसे गरम करो' असे वाक्य लिहून तो अंक एकाने माझ्याकडे परत पाठविला होता. दुसऱ्या एका कमी वर्गणीदार असलेल्या मासिकाने 'गृह्यसंस्कार' या सदराखाली कुत्सितपणाने असे लिहिले होते. 'कळविण्यास अत्यंत वाईट वाटते की आमच्या घरातील म्हैस काल सकाळी कैलासवासी (हा शब्द केवळ रूढ म्हणून वापरला आहे, खरे बोलायचे तर यमलोकवासी) झाली. मरणसमयी तिचे वय अवघे ७५ वर्षांचे होते. तिच्या मृत्यूमुळे आमच्या घरातील चहा पिणाऱ्या मंडळींची कधीही न भरून येणारी हानी झाली आहे. ती मोठी धार्मिक होती. विठोबाच्या देवळात पुराण चालले असताना जवळच्याच कुरणात तासच्या तास कान टवकारून ती फिरत असलेली अनेकांनी पाहिली आहे. तिला उत्तम पोहता येत असे व ती परोपकारी होती हे तिने अनेक वेळा डबक्यात बुडणाऱ्या बेडकांना बाहेर काढण्याकरता टाकलेल्या उड्यांवरून उघड होत आहे. ती वर्णाने काळीसावळी असली तरी तिचे दूध पांढरेच असे. राजकारणात 'गोठ्याच्या स्वराज्या'ऐवजी 'कुरणाचे स्वराज्य' तिला अधिक आवडत असे. काय ही स्वातंत्र्य-लालसा! तिचा अत्यंत आवडता ग्रंथ 'पंड' हा होय. त्यातील काही भागांवर ती तासच्यातास रवंथ (छे चुकलो! मनन) करत बसत असे. तिच्या मृत्यूमुळे तिचे दोन रेडे व एक रेडी उघडी पडली आहेत. पण जगराहाटीकडे लक्ष देऊन व आम्ही त्यांच्या दुःखात भागीदार आहो हे जाणून त्यांनी आपले समाधान करून घेतले पाहिजे. ईश्वर मृताच्या आत्म्यास शांती देवो!'

कावळ्याच्या शापाने गाई थोड्याच मरतात. मी असल्या कुत्र्यांच्या भुंकण्याकडे लक्ष न देता 'गृह्यसंस्कार' पूर्ववत चालवला. हळूहळू मला एक-दोन फोटोग्राफर जवळ ठेवावे लागले. कारण वैद्याप्रमाणे फोटोग्राफर रोग्याच्या उशाशी सापडण्याचा फारसा संभव नसतो. कुणी मेल्याची बातमी लागली की फोटोग्राफर तिथे जाई व लगेच मृत मनुष्याचे छायाचित्र घेई. फोटो घेतल्यानंतर तो छापून यावा असे साहजिकच मृताच्या आप्तेष्टांना वाटे व अशा रीतीने फोटो सहसा माझ्या अंगावर पडत नसे. एखादे वेळी एखाद्या बापाच्या दत्तक मुलाने अगर सासूच्या सावत्र सुनेने फोटो छापण्याविषयी उत्सुकता दर्शविली नाही, तरी त्याचा उपयोग मी दुसरीकडे करी. काही लोक गृह्यसंस्कार देण्याला येत; पण त्यांच्यापाशी फोटोच नसे. मी या शिल्लक फोटोंपैकी त्यांना पसंत पडेल तो थोडासा फेरबदल करून छापून टाकत असे. जगात जुळी भावंडे थोडी असली, तरी माणसासारखी माणसे खूप असतात. प्रत्येक मृत मनुष्याचा फोटो देता यावा म्हणून मी एक लहानशी स्थावर नाटक

मंडळी स्थापली. 'वर पाहिजे' ही जाहिरात काय अगर 'मृतसंस्कार' काय, दोन्ही फोटोवाचून फिक्केच, अशा मतांची गिऱ्हाइके माझ्याकडे बरीच येत. त्यातील बहुतेक परगावची असल्यामुळे मृत मनुष्याच्या 'अश्म्या'खेरीज त्यांची काहीच खाणखूण त्यांच्यापाशी नसे. अशांनी दिलेले गृह्यसंस्कार सचित्र छापणे हे काम फार कठीण होते. शेवटी निरनिराळ्या नाटक मंडळ्यांतून मुख्यत: मरणाऱ्या माणसांच्या भूमिका केलेली माणसे मी पैदा केली व मृताच्या आप्तेष्टांच्या वर्णनानुसार त्यांना सजवून व त्यांना डोळे मिटायला सांगून त्या मृताचे फोटो मी संपादन करी. अशा एका फोटोतील डोळे एकदा किलकिले दिसत होते, पण ती मरणोत्तर प्राप्त होणारी ज्ञानचक्षूंची दृष्टी असली पाहिजे, असे आम्ही ठरविले. हे फोटोचे रहस्य या कानाचे त्या कानाला कळू नये अशी मात्र मी पूर्ण खबरदारी घेत असे. माझ्या बायकोपाशीदेखील मी कधी यातील अवाक्षर बोललो नाही. मृताचे आप्तेष्ट अर्थातच फोटोची हौस भागल्यामुळे 'तेरी भी चूप मेरी भी चूप' असे वर्तन ठेवीत असत.

नटांना मात्र कधीकधी कानपिचकी देण्याचा प्रसंग येई. एका मजुराची बायको मेली होती व तिचा फोटो द्यायचा होता, पण आमच्या नटाने राजकन्येला शोभेलसा शालू काढून मजुराची बायको होण्याचा प्रयत्न चालवला.

'अरे वेड्या, असला शालू नेसायला मिळाला असता तर तिचा जीव त्या शालूत घुटमळत राहून ती कधीच मेली नसती.' मी त्याला टोमणा मारला. पण त्याला स्वत:च्या नटगिरीचा अभिमान फार भयंकर होता. तो म्हणाला 'महाराज, मृत्यूसंस्काराचे मासिक काढणे व मरण्याचे सोंग करणे यात दुसरे काम फार कठीण आहे बरे! तुमचे काय जाते फुकटचे सांगायला! आमच्या दररोजच्या मरणावर तर तुम्ही जगता, पण पगारावर एक पै देत असाल तर शपथ! खऱ्या मेलेल्यांची श्राद्धे घालतात; पण आम्हा लटके मरणारांना तीही मिळत नसल्यामुळे उपाशीच मरावे लागते.'

'पण खरे मरणारांना पगार मिळत नाही. उगीच वाद कशाला घालतोस! त्या! 'अप्सरा' नाटकमंडळीत कुब्जेचे काम करीत होतास ते माहीत आहे ना?'

'मी कुब्जेचे करीत असेन नाहीतर अष्टावक्राचे असेन. अशी माझी थट्टा करता काय? तुम्हाला माझे नाट्यचातुर्य नाही पटविले वर मिशी उतरून देईन.'

'बायकोचे सोंग घेणाराने मिशी उतरून देण्याची प्रतिज्ञा करण्यापूवीच ती सिद्ध झालेली असते.' मी म्हणालो.

त्याची मरणाची वेळ झाल्यामुळे तो वाद तेवढ्यावरच थांबला.

या गोष्टीला बरेच दिवस लोटले. एके दिवशी दुपारी माझ्याकडे एक तरुण धावतच आला. त्याच्या पोशाखावरून तो बऱ्याच लांबून आला असावा असे दिसले. मी दोन-तीन दिवसांत तयार होणाऱ्या अंकाच्या गडबडीत होतो. त्याचा

चुलता वारला असल्यामुळे येत्या अंकातच गृह्यसंस्कार यावा म्हणून तो धडपडत आला होता. फोटोविषयी विचारता 'फोटो नाही' असे केविलवाणा चेहरा करून त्याने सांगितले.

'हवा तर काढवून घेऊ या.' मी संदिग्ध व धंदेवाईक प्रश्न केला.

'तुम्हाला पाहिलं की तेच माझ्यापुढे उभे आहेत असे मला वाटते. अगदी तिळाचा फरक नाही. पण आता फोटो कसा मिळणार? पंचमहाभुतांनी आपापला माग केव्हाच काढून घेतला असेल?'

'तरीदेखील-' मी भीत भीत म्हणालो.

'मी पाचशे रुपये मोजायला तयार आहे, पण फोटो पाहिजे.' तो उत्सुकतेने म्हणाला.

माझ्या तोंडाला पाणी सुटले. 'कुणासारखे होते म्हणालात तुमचे चुलते?'

'अगदी हुबेहूब तुमच्यासारखे. तुम्ही समोर असल्यामुळे माझे चुलते जिवंत आहेत व 'गृह्यसंस्कारा'चे संपादकच मेले असेच मला वाटते आहे.'

'मग घटकाभर मी मेलो म्हणजे मरणाचे सोंग केले तर फोटो निघेल की नाही?'

'वा! मग काय प्रश्नच नाही. एवढे कराल तर मी तुमचे उपकार जन्मभर विसरणार नाही.'

त्याच्या जन्मभराच्या उपकारांपेक्षा पाचशे रुपयांच्या आशेनेच मी फोटो काढून घ्यायला तयार झालो. नट होण्याचा माझ्यावरला पहिला प्रसंग! डोळे जो जो मिटून घ्यावेत तो तो ते उघडण्याचीच इच्छा जास्त प्रबळ होई! 'मरण' या कल्पनेनेच अंगावर असे शहारे उभे राहिले की ते फोटोत स्पष्ट दिसतील की काय अशी मला भीती वाटू लागली. खाली घातलेले कांबळे मऊ गादीवर लोळायला सवकलेल्या माझ्या पाठीला खुपू लागले व मी चुळबुळ करू लागलो. शेवटी फोटोग्राफरने 'आता अगदी मेल्यासारखे पडा, नाहीतर हे गृहस्थ इतके चिडले आहेत की, तुम्हाला मरे मरेतोपर्यंत खरेच मारतील,' असे म्हटले तेव्हा मी एकाग्र मनाने पाचशे रुपयांचे चिंतन करू लागलो. या गौप्यसमाधीत माझा फोटो इतका चांगला निघाला की, तो पुतण्या 'काका, काका' म्हणून फोटो घेऊन ओक्साबोक्शी रडू लागला. त्याच्या पाचशे रुपयांचा हवाला आमच्या कुब्जेच्या कामात कुशल असलेल्या स्त्रीपार्टीने घेतल्यामुळे माझी अधिकच निराशा झाली.

दोन दिवस गेले व अंक प्रसिद्ध झाला. सकाळीच माझ्या बायकोने नवा अंक उघडला. त्याच वेळी टपालातून तिच्या नावाने एक पत्रही आले. त्या पत्रातील मजकूर वाचून तिने कावऱ्याबावऱ्या मुद्रेने गृह्यसंस्काराची शेवटची पाने घाईघाईने चाळली व एकदम जमिनीवर अंग टाकून दिले. तो आवाज ऐकताच मी धावतच

गेलो. तिला वारा घालून सावध केले व असे झाले काय तुला म्हणून मी विचारू लागलो. तिने माझा तो फोटो व पत्र दाखविले व पुन्हा पुन्हा ती स्फुंदू लागली. पत्रात खालील आशयाचा मजकूर होता.

'संपादिकाबाई, तुमचे पतिराज तुमच्यापासून आपल्या आजाराची गोष्ट चोरून ठेवत आहेत. पण तुमच्या हिताकरता मी ती तुम्हाला कळवत आहे. बायकांचे दुःख बायकांनाच कळते. तुमच्या पतिराजांना वाताचे भयंकर झटके येऊ लागले आहेत. झटका येताच ते प्रेतासारखे पडतात. अलीकडे झटका येताच त्यांचा डॉक्टरांनी तपासणीसाठी फोटो घेतला होता. आजच्या अंकाच्या शेवटी तुम्हाला त्यांचा प्रेतस्थितीतील फोटो पाहायला मिळेल.

आपली,

कुब्जाबाई अष्टावक्र

हे पत्र वाचून मी स्तंभित झालो. तिची काहीतरी समजूत काढणार तोच एक गृहस्थ रागारागाने घरात आले व म्हणतात, 'अहो संपादक, तुम्हाला काय वेड लागले आहे? मी धडधाकट जिवंत असताना माझ्या मृत्यूची बातमी छापता न् त्याच्या खाली तिसऱ्याचाच कोणाचा फोटो देता! बोला, हा फोटा कुणाचा तो! नाही तर करतो बेअब्रूची फिर्याद न् देतो डांबून तुरुंगात.'

तुरुंग म्हटल्याबरोबर माझे हातपाय गळाले. प्रकरण कोर्टात गेल्यास आणखी धिंडवडे निघतील म्हणून मी गयावया करून म्हटले, 'कुणी लुच्च्याने तुमच्या मृत्यूची बातमी दिली वाटते! न् फोटो चुकून आला तो माझाच आहे. मी हल्ली योगासने करीत असतो, त्यातील हे एक योगासन आहे.'

'आपुले मरण पाहिले म्या डोळा' अशा कोटीला मी जाऊन पोचलो खरा, पण गृहसंस्कारात येणाऱ्या फोटोचे बेंड बाहेर फुटल्यामुळे मला मासिक बंद करावे लागले. संपादकाचा अंत्यसंस्कारविषयक फोटो मासिकात आल्यावर ते पुढे चालले नाही हे योग्यच झाले म्हणायचे.

◆

मिसळमहर्षीचा सत्कार समारंभ

(प्रवेश पहिला)

(तिसऱ्या प्रहराची वेळ. ठणठणपूरच्या सीमेवरील एक पडके देऊळ. नारद व तुंबरू गाभाऱ्यातून बाहेर येतात. दोघांनीही वेषांतर केलेले आहे.)

नारद : - (तुंबरूला) मित्रा तुंबरू, तुझा हट्ट पुरविण्यासाठी लक्ष्मीदेवीने तुला माझ्याबरोबर भारतभ्रमणाला पाठविलं. तुझी सारी जबाबदारी माझ्यावर आहे. स्वर्गातून पृथ्वीवर येताना बृहस्पतींनी तुला आशीर्वाद दिला असल्यामुळे आपल्याला भेटणारी माणसं कोणत्याही भाषेत बोलली तरी ती काय बोलतात, हे तुला स्थूलमानाने कळेल. तू भाबडा आहेस आणि त्यात बडबड्याही. तेव्हा एक गोष्ट नीट लक्षात ठेव. मध्येच तोंड घालायची सवय आहे म्हणून मुद्दाम बजावतो. हे बघ, आता आपण ठणठणपुरात प्रवेश करणार, तेव्हा डोळे चांगले उघडे ठेव. कान पूर्ण उघडे असू दे. पण तोंड पूर्ण बंद राहील याची खबरदारी घे.

तुंबरू : (विनयानं) मुनिवर्य, तुमची आज्ञा शिरसावंद्य आहे मला.

नारद : (त्याच्या पाठीवर थाप मारत) आता मी मुनिवर्य नारद नाही आणि तू श्री विष्णूसेवक तुंबरूही नाहीस. आपली इहलोकातली नवी नावं नीट लक्षात ठेव. माझं नाव टी. नारायण.

तुंबरू : टी. म्हणजे काय?

नारद : टी. म्हणजे त्रिभुवनात संचार करणारा. मी नेहमीच नाऽरायण, नाऽरायण म्हणून भगवंताचे नामस्मरण करीत असतो. म्हणून यापुढे मी टी. नारायण - एक दाक्षिणात्य वीणावादक!

तुंबरू : नि मी कोण? माझं काय नाव?

नारद : (हसून) इतक्यात विसरलास? तुझं नाव आहे के. झुंबरलाल. के म्हणजे क्षीरसागरात राहणारा. तू आहेस उत्तर भारतातला गायक. मी आहे दक्षिण भारतातला वादक. आपण दोघं संगीत कलेमुळे मित्र झालो. आणि आता आपण भारत पाहायला निघालो आहोत. कुणी काही विचारलं तरी त्याला एवढच सांगायचं. कुणी अगदीच खोलात

शिरू लागलं तर तू माझ्याकडे पाहत जा. मी त्याला उत्तर देईन नि वेळ मारून नेईन.

तुंबरू : जशी आपली आज्ञा, मुनिवर्य!

नारद : (हसून) पुन्हा चुकलास! अरे बाबा, असल्या पडक्या देवळाच्या भिंतींनासुद्धा कान असतात. तेव्हा एक गोष्ट विसरू नकोस. मी मुनीबिनी कोणी नाही. मी आहे टी. नारायण. एक गरीब वीणावादक.

(दोघंही देवळाबाहेर पडतात.)

(प्रवेश दुसरा)

ठणठणपूरच्या मध्यवर्ती चौकातले एक चित्रपटमंदिर. ते लतापल्लवांनी आणि रंगीबेरंगी कागदांनी शृंगारले आहे. चित्रपटगृहाच्या बाहेरच्या बाजूला अनेक मोठे फलक ठेवले आहेत. त्यांच्यावर 'मिसळमहर्षींचा सत्कार' हे शब्द मोठ्या अक्षरात रंगीबेरंगी खडूंनी चित्रित केले आहेत. तुंबरू मोठ्याने 'मिसळ म्हणजे काय?' असे नारदाला विचारतो. भोवतालचे चार-पाच लोक मिसळ ठाऊक नसणारा हा प्राणी कोण आहे, असा विचार मनात येऊन त्याच्याकडे आश्चर्याने बघू लागतात. नारद डोळे वटारून तुंबरूकडे पाहू लागतो आणि त्याचा हात धरून गर्दीतून पुढे सटकतो.

दोघेही जीव मुठीत घेऊन कसाबसा चित्रपटगृहात प्रवेश मिळवतात. त्यांना मध्येच दोन रिकाम्या खुर्चा दिसतात. दोघेही त्या खुर्च्यांवर येऊन बसतात. नारदाची वीणा पाहून प्रेक्षक कुजबुजू लागतात. त्यातला एक वात्रट विद्यार्थी उद्गारतो, 'बुवा, आपला तंबोरा नीट सांभाळा हं! नाहीतर इथंच भोपळ्याचं भरीत होईल!' भोवतालचे लोक हसतात. नारद आणि तुंबरू त्यांच्या पुढच्या रांगेत जाऊन बसतात. त्यांच्या समोरच्या खुर्च्यांवर एक तरुण जोडपे बसले आहे. त्या दोघांमध्ये त्यांचे पाच वर्षांचे चिरंजीव भेळ खात, 'बाबा, सिनेमा केव्हा सुरू होणार? मारामारी केव्हा होणार?' अशी पृच्छा करत आहेत. इतक्यात ध्वनिवर्धकातून आवाज येतो, 'बंधू-भगिनींनो, शांत रहा, शांत रहा. कार्यक्रम लवकरच सुरू होत आहे. प्रथम स्वागतगीत होईल.'

स्वागतगीत सुरू होते. तीन मुली ते गातात. त्यांना गाण्याचे अंग बेताचेच आहे. पण त्यांचे आवाज गोड आहेत. तिघींची केशभूषा, वेषभूषापण वेगवेगळी आहे. मधली मुलगी आपले गाननैपुण्य दर्शविण्याकरिता मध्येच एक बेसूर तान मारते. त्याबरोबर तुंबरू मोठ्याने नारदाला म्हणतो, 'भगवान विष्णूच्यापुढे अशी तान मी मारली तर?' नारद डोळे वटारून त्याच्याकडे पाहतो. तो बोलायचा थांबतो.

स्वागतगीत

स्वागत मिसळमहर्षी ।
ठणठणपूरची कृतज्ञ जनता ।

करिते स्वागत अतिशय हर्षे ।।धृ।।
दिग्विजयी ही मिसळ आपुली ।
पराभूत करि डोसा-इडली ।
ऐट जिलबीची पुरती जिरली ।
चहा पिताना तुमचा वाटे ।
अमृत वदनी वर्षे ।।१।।
स्वागत मिसळमहर्षी ...

(ध्वनिवर्धकावरून आवाज येतो - आता स्वागताध्यक्ष लोहसम्राट श्री. वाघ यांचे भाषण होईल. त्यानंतर मंचावर पन्नाशीतले एक जाडजूड गृहस्थ हातातले चार-पाच कागद फडफडवीत ध्वनिवर्धकापुढे येऊन उभे राहतात आणि पहिला कागद वाचू लागतात - वाघ पाठीमागे लागल्याप्रमाणे)

वाघ - मित्र हो, या समारंभाच्या स्वागताध्यक्षपदी माझी योजना का झाली आहे, हे मला कळत नाही. माझ्या फक्त मराठी चार-पाच इयत्ता झाल्या आहेत. त्याही शेवटच्या नंबरानं. मी आहे बोलूनचालून लोखंडाचा व्यापारी. लोक मला लोहसम्राट म्हणू लागले, तेव्हा लोह या शब्दाचा अर्थ काय हे मला कितीतरी दिवस ठाऊक नव्हतं. पण आज समस्त नागरिकांतर्फे ज्यांचा सत्कार आपण करत आहोत, ते माझे परममित्र आहेत. त्यांच्या मिसळ मंदिरात मी पाऊल टाकलं नाही असा दिवस गेल्या चोवीस वर्षांत क्वचितच उजाडला असेल. तेव्हा माझी आपणाला नम्र विनंती आहे की माझे शब्द लोखंडी असले, तरी तुमच्या रसिकतेचा स्पर्श लोखंडाला झाला म्हणजे त्यांचं सोनं होईल. (प्रेक्षकांतून वऽऽ वा ऽऽ वा! कुणी लिहून दिलं हो हे भाषण? इत्यादी स्फुट, अस्फुट उद्‌गार निघतात. वाघ मेलगाडीच्या वेगानं भाषणाचा पुढचा भाग वाचू लागतात) तेव्हा सांगायचं तात्पर्य इतकंच की, आजचा दिवस ठणठणपूरसारख्या महानगराच्या इतिहासात सुवर्णाक्षरांनी लिहून ठेवण्यासारखा आहे. आता सोनं फार महाग झालं आहे, ही गोष्ट निराळी. (प्रेक्षकातून थोडासा हशा) मित्र हो, आपलं ठणठणपूर हे फार प्राचीन नगर आहे. उत्तर भारत आणि दक्षिण भारत यांच्या मध्यभागी ते असल्यामुळे भारताचं हर्दय (जीभ चावून) चुकलो, चुकलो, ह्-द-य आहे. या गावाला ठणठणपूर हे नाव कसं पडलं याविषयी अनेक कथा प्रचलित आहेत. त्यातली एक कथा अशी आहे की या गावात पिण्याच्या पाण्यासाठी लोकांचा ठणठणाट नेहमी सुरू असे. म्हणून मग लोक या गावाला ठणठणपूर म्हणू लागले. पण ही कथा उघडउघड बनावट दिसते. ज्या नगराच्या लोकांच्या अंगात आजही भरपूर पाणी दिसून येतं, तिथं एके काळी पाण्याचा ठणठणाट होता असं कसं म्हणता येईल? दुसरी कथा अशी आहे की,

(प्रेक्षकातून पुरे पुरे असा आवाज ऐकू येतो. तिकडे दुर्लक्ष करून) प्राचीन काळी या नगरात सोनार, लोहार, तांबट, पाथरवट वगैरे कलावंतांची कामे रात्रंदिवस चालत असत. त्यामुळे गावात कुठंही गेलं तरी ठण ठण असा आवाज ऐकू येत असे. (प्रेक्षकातून 'पुरे झाला हा इतिहास!' दुसरा ओरडतो, 'आता भूगोल सुरू होईल!') या नगराभोवती प्राचीन काळी फार मोठी अरण्यं होती. इथले राजे, महाराजे या अरण्यात हिंस्र श्वा... (अडखळतात) पदांची शिकार करत असत. वाघाचीसुद्धा! (मिशीतल्या मिशीत हसत!) आमच्यासारख्या विद्यार्थ्यांकडून डुरकावण्याची नक्कल!) तेव्हा सांगायचं तात्पर्य इतकंच की, आपल्या नगरातले नामवंत नागरिक मिसळमहर्षी श्री. काकासाहेब कोल्हे यांच्या सत्काराकरिता आपण सर्व इथे जमलो आहोत. इथल्या एका लंगोटीपत्रानं जनतेनं प्रेमानं काकासाहेबांना दिलेल्या 'मिसळमहर्षी' पदवीची थट्टा केली आहे. या पत्राच्या संपादकांना आमचा एवढाच सवाल आहे की साहित्यात, नाटकात, कलेत, विम्यात, यंत्रात सगळीकडे महर्षी असतात. हे कोण म्हणे तर साहित्यमहर्षी, हे कोण विमामहर्षी, मग मिसळमहर्षी का असू नये? तब्बल दोन तपे त्यांनी सेवा केली आहे. त्यांच्याविषयीची कृतज्ञता लोकांनी पदवी देऊन व्यक्त केली आहे, तर त्यात बिघडलं कुठं? या टीकेच्या मागं पोटदुखी आहे. या लंगोटीपत्राच्या संपादकाचं मिसळीचं बिल इतकं थकलं की शेवटी काकासाहेबांना त्याला मिसळ मंदिरात मज्जाव करायला लागला. (हशा व टाळ्या) तेव्हा जनता जनार्दनाची दोन तपे सेवा करणाऱ्या या सुप्रसिद्ध व्यक्तीच्या ऋणातून अंशत: तरी मुक्त व्हावे, म्हणून या समारंभाची योजना झाली आहे. त्याचं अध्यक्षस्थान शांभवी विद्यापीठाचे प्रकांड पंडित प्रा. वज्रमुष्ठी यांनी मंडित केलं आहे. त्यांनी आता समारंभाची सूत्रं हाती घ्यावीत, अशी मी त्यांना विनंती करतो. (स्वागताध्यक्षाचे भाषण संपले म्हणून काही लोक सुटकेचे सुस्कारे सोडतात. पुष्कळ लोक आपआपसात बोलू लागतात. गलका वाढतो. अध्यक्ष प्रा. वज्रमुष्ठी टेबलावर जोराने मूठ आपटतात व 'सायलेन्स' म्हणून ओरडतात. गलका थोडा कमी होतो. कोर्टात साक्षीदाराचं नाव पुकारले जाते, त्या स्वरात प्रा. वज्रमुष्ठी ओरडतात, पहिले वक्ते - प्रसिद्ध दंतवैद्य डॉ. वाघमारे. डॉ. वाघमारे ध्वनिवर्धकासमोर येतात. त्यांची बोलण्याची तऱ्हा थोडी विचित्र आहे. साधे वाक्यसुद्धा ते दातओठ खाल्ल्यासारखे बोलतात. नारद तुंबरुच्या पुढच्या रांगेत बसलेल्या जोडप्याचे चिरंजीव, बहुधा हातातल्या कागदातली भेळ संपल्यामुळे पिताजींना विचारतात, 'बाबा, हा माणूस असं कसं बोलतो हो? असं वाचलं की आमचे गुरुजी आम्हाला मारतात.' (बाप खिशातले शेंगदाणे काढून चिरंजीवाच्या हातातल्या कागदात ठेवतात व त्याचे तोंड बंद करतात.)

डॉ. वाघमारे - मित्र हो, आजच्या या मंगल प्रसंगी चार शब्द बोलण्याची संधी सत्कार समितीनं मला दिली, याबद्दल मी तिचा अत्यंत ऋणी आहे. आता तुम्ही

मला विचाराल, मिसळमहर्षींवर बोलण्याचा तुम्हाला काय अधिकार आहे? - त्याला माझं उत्तर असं आहे, मिसळीचा प्रत्येक घास दातांनी चावूनच खावा लागतो. तेव्हा दंतवैद्य या नात्यानी मी मिसळमहर्षी काकासाहेब कोल्हे यांच्यावर बोलायला पूर्णपणे अधिकारी आहे. आजची सत्कारमूर्ती कोल्हे, स्वागताध्यक्ष वाघ आणि पहिले वक्ते वाघमारे, तेव्हा या सर्वांचं कसं काय जमतं ही शंका तुम्हाला येणं स्वाभाविक आहे. त्याबद्दल मला तुम्हाला एवढंच सांगायचं आहे - आम्ही फक्त नावाचेच वाघमारे आहोत. आमचे आजोबा झुरळाला भीत असत. वडील साध्या चिचुंद्रीच्या आवाजाने गोरेमोरे होत. (प्रेक्षकातून कुचेष्टेचा सौम्य हशा) हे आडनाव आम्हाला कसं चिकटलं हा इतिहास संशोधकांचा विषय आहे. याबाबतीत माझा तर्क असं सांगतो की, आमच्या पूर्वजांपैकी कुणीतरी मोहरममध्ये वाघ झालेल्या आपल्या वांड मुलाला खूप बडवलं असावं. (प्रेक्षकातून आवाज - 'बस झालं हो!' डॉक्टर आपली पाटलोण जरा सावरल्यासारखी करत पुढे बोलू लागतात.) मी जरी दातांचा डॉक्टर असलो, तरी आरोग्यविषयक इतर गोष्टींत तरी मला पुष्कळ कळतं. इथल्या ज्या लंगोटीपत्रानं या समारंभाची रेवडी उडविण्याचा आचरट प्रयत्न केला आहे, त्याच्या संपादकांना माझा एकच सवाल आहे, काकासाहेबांच्या मिसळीतील व्हिटॅमिन्स त्यांना ठाऊक आहेत काय? माझ्या दवाखान्यातला एखादा पेशंट दात काढल्यावर 'फार रक्त गेलं हो डॉक्ट,' असं म्हणाला की मी त्याला सुनावतो, 'चार दिवस काकासाहेबांच्या दुकानातली मिसळ खा, ते मोठं टॉनिक आहे.' शिवाय या मिसळीच्या रूपानं काकासाहेब आज देशाला आवश्यक असलेला ऐक्याचा धडा शिकवित आहेत. हे त्यांचं फार मोठं देशकार्य आहे. काकासाहेब ऐक्य कसं शिकवतात म्हणाल तर मिसळीत जसं शेव, भजी, चिवडा यांचं मिश्रण असतं तसं! (थेटराच्या एका कोपऱ्यातून 'पुंडलिक वरदा हरी विठ्ठल' अशी आरोळी ऐकू येते. तिचं अनुकरण निरनिराळ्या भागात केलं जातं. अध्यक्ष प्रा. वज्रमुष्ठी डॉक्टरांचा कोट मागून ओढून त्यांना जागेवर बसण्याविषयी खुणेनं सुचवितात आणि तार स्वरात ओरडतात, दुसरे वक्ते - पंडित नरसिंह शास्त्री)

पं. नरसिंह शास्त्री - (पगडी, उपरणं सावरीत) आबालवृद्ध बंधू-भगिनींनो, मी काही कवी नाही, पण गद्य माणसालाही काव्य स्फुरेल असं काकासाहेब कोल्हे यांचं कर्तृत्व आहे. त्यांचं यथार्थ वर्णन करायला महाकवीच पाहिजे. मी आपला एक बिंदुकस्त्रावी कवी. (हशा आणि मध्येच आवाज, 'म्हणजे काय हो?') तेव्हा प्रथम मी माझं काव्य सादर करतो. (पुढील आर्या कीर्तनकाराच्या पद्धतीनं चालीवर म्हणू लागतात.)

आमुच्या काकाजींचे मिसळीसाठी प्रसिद्ध हॉटेल ।
पोलिस आले तरीही तिथली गर्दी न कधी हटेल ।।

(पुढल्या ओळी शास्त्रीबुवांनी म्हणण्याच्या आधी सभागृहात अखंड हशा, टाळ्या सुरू होतात. अध्यक्ष प्रा. वज्रमुष्ठी आपल्या दोन्ही हातांच्या मुठी वळून त्या जोराने पुन:पुन्हा टेबलावर आपटतात. टेबलाचे दोन तुकडे होतील की काय, असे त्या आवाजावरून वाटू लागते. सभागृह हळूहळू शांत होते. शास्त्रीजी पुढे बोलू लागतात.)

मिसळ हा पदार्थ प्रथम गिस्त्र देशात निर्माण झाला असावा, असा माझा तर्क आहे. त्यातल्या 'र' चा आपल्याकडे 'ळ' झाला. सूत्रच आहे ना - 'र ळ योहो अभेद्य:।' दुसरीही व्युत्पत्ती शक्य आहे. मिसळमध्ये 'मिस' शब्द आहे. (प्रेक्षकांत मोठ्ठा हशा) मिस म्हणजे कुमारी. कुमारी हे तारुण्याचं प्रतीक आहे. शिवाय दुसराही एक शब्द त्यात आहे. तो म्हणजे 'सळ'? हिरव्या पानांची सळसळ तुम्ही सर्वांनी ऐकली आहेच. तीही तारुण्याचा जोम दर्शविते. आमचे परिममित्र मिसळमहर्षी काकासाहेब कोल्हे यांच्या मंदिरात गेलं आणि मिसळीच्या एक-दोन प्लेटी फस्त केल्या, म्हणजे माणसाच्या अंगात जे चैतन्य संचारतं, त्याच्यापुढे तुमचं ओकासा, फिकासा वगैरे सारं फिकं आहे. (प्रेक्षकातून एक-दोन भजी शास्त्रीबुवांच्या अंगावर फेकली जातात. प्रा. वज्रमुष्ठी वक्त्याची अधिक शोभा होऊ नये म्हणून उठून शास्त्रीबुवांचं उपरणं ओढतात. शास्त्रीबुवा अबाउट टर्न करू पाहतात व पगडी सावरीत आपल्या आसनावर जाऊन बसतात. प्रा. वज्रमुष्ठी पुढील नाव उच्चारतात - लावण्यखणी, संगीतराणी, अभिनयमस्तानी सुकेशादेवी. तुंबरू नारदाचा खांदा हलवून मोठ्याने म्हणतो, 'ही कसली लावण्यखणी. ही तर आमच्या उर्वशी-मेनकेची दासीपण शोभणार नाही, नारद चिमटा काढून त्याला गप्प बसवतो. सुकेशादेवी बसल्याजागी पर्समधल्या छोट्या आरशात आपली छबी पाहत असतात. त्या केसांच्या दोन-तीन बटा किंचित पुढे येतील अशा बेताने सरकवतात. आपले नाव ऐकताच त्या गडबडीने उठतात व नटत, मुरडत ध्वनिवर्धकापुढे उभ्या राहतात. टाळ्यांच्या कडकडाटाने सभागृह त्यांचे स्वागत करते. मात्र त्याच वेळी श्रोते, प्रेक्षक आपापसात कुजबुजत राहतात. नारद तुंबरुच्या पुढच्या रांगेत बसलेल्या दांपत्यातली गृहिणी आपल्या गृहस्थांना म्हणते, 'अय्या, किती छान केस आहेत हो हिचे! कोणतं बरं तेल लावत असेल ही? आपण किनई समारंभ संपला म्हणजे सुकेशादेवींना भेटू या नि -' नवरा वैतागून उद्गारतो, 'मी आणून देतो तुला चार-पाच गंगावनं, मग बांध केसांचं टोपलं डोक्यावर!' बाई फुरंगटते व नवऱ्याकडे रागाचा कटाक्ष टाकून सुकेशादेवीच्या केशरचनेचे निरीक्षण करण्यात मग्न होते.)

सुकेशादेवी - (लाजण्याचा अभिनय करीत) बंधू-भगिनींनो, मी चित्रपटातली एक नटी. लेखकांनी लिहिलेला संवाद पाठ म्हणणारी. मला भाषण देण्याची सवय नाही. म्हणून काही चूक-भूल झाली तर मला माफ करा. मिसळ मंदिराचे काकासाहेब कोल्हे यांच्या मिसळीचा चटका ज्यांच्या जिभेला बसलेला नाही, असा मनुष्य या ठणठणपुरात तरी सापडणार नाही. चित्रपटात आम्ही नेहमी म्हणतो, स्टोरी कशी हवी तर चटका देणारी, लावणारी. काकासाहेबांची मिसळ तशीच असते. माझ्या तमाशाचित्रात मी जी मस्त नृत्यं करते, त्यांचं थोडं फार श्रेय काकासाहेबांच्या मिसळीला आहे. त्यांच्या या मिसळ मंदिरावर चित्रपट नाही तरी - ते काय म्हणतात ना - डाकू... डाकू... (प्रा. वज्रमुष्ठी सुकेशाबाईंना डाक्युमेंटरी शब्द मोठ्याने सुचवतात.) हं, तेच निघायला हवं म्हणते मी. काकासाहेबांच्या दुकानात हमालापासून प्रोफेसरपर्यंत साऱ्यांची गर्दी असते. जे का रंजले गांजले, हा तुकोबांचा अभंग त्यांना तंतोतंत लागू पडतो. शिवाय त्यांनी एक मोठं देशकार्य केलं आहे. आपल्याकडे हा धंदा हलका म्हणून लोक करण्याचं टाळतात. खरं तर त्यामुळे बेकारी वाढते. पूर्वी नाटकात किंवा चित्रपटात कुणी गेलं की लोक नाकं मुरडायचे. पण आता बघा, ठणठणपुरात मी उतरले त्या हॉटेलाला लोकांचा नुसता गराडा पडलेला असतो. त्या गर्दीतून माझी मोटार बाहेर काढताना काय त्रास होतो म्हणता. मी पैज लावून सांगते, कुठल्याही गावात एकाच वेळी एकीकडे एखाद्या पुढाऱ्याचं व्याख्यान ठेवा नि दुसरीकडे माझ्या तमाशातील गाण्यांचा प्रोग्राम ठेवा. मग कुठं गर्दी जमते ती पहा. (प्रेक्षकातून आरडाओरडा सुरू होतो. 'भाषण नको, लावणी म्हणा! अध्यक्ष प्रा. वज्रमुष्ठी यांच्याकडे एक चिठ्ठी येते, ती ते वाचू लागतात. प्रेक्षकांचा कोलाहल सुरूच असतो. कुणीतरी मोठ्यानं ओरडतो, 'ते गाणं म्हणा, ते गाणं म्हणा, 'मी फटाकडी, मी फटाकडी'. सुकेशाबाई इश्शऽऽ म्हणून मान वळवतात आणि पुढे बोलू लागतात)

माझं म्हणणं असं आहे की, काकासाहेबांच्या पावलावर पाऊल टाकून तरुणांनी असेच नवनवे धंदे सुरू करावेत. उद्या कुणी गरम थालीपीठ आणि ताजं लोणी देण्याचं दुकान थाटलं तर त्याची लाइफ मेंबर व्हायला... (श्रोत्यांत हशा, टाळ्या, आरडाओरडा, शिट्ट्या... सुकेशाबाई बोलू पाहतात. पण गलका सुरूच राहतो. त्या रागारागाने आपल्या जागेवर येऊन बसतात)

प्रा. वज्रमुष्ठी - (उठून) थोड्याच वेळात नाटकासाठी ही जागा रिकामी करून देणं जरूर आहे. पण काकासाहेब कोल्हे यांच्या मिसळ मंदिरातल्या एका माजी कामगाराची दोन शब्द बोलण्याची इच्छा आहे. म्हणून मी त्यांना बोलण्याची परवानगी देतो. मात्र त्यांना एकच विनंती आहे, त्यांनी फक्त दोनच मिनिटं बोलावं. (नाव पुकारतात) श्रीयुत मर्दाने. (विशीतला एक तरुण उडी मारूनच व्यासपीठावर

चढतो. त्याच्याकडे नजर जाताच काकासाहेब कोल्हे कपाळाला आठ्या घालतात. मर्दाने ध्वनिवर्धकापुढे येऊन पहिलवानाच्या थाटात उभा राहतो.)

मर्दाने - मित्र हो, काकासाहेब कोल्ह्यांचे माझ्यावर डोंगराएवढे उपकार आहेत. तो सारा डोंगर दोन मिनिटांत पोखरून होणार नाही. म्हणून एवढंच सांगतो की मी दहा-बारा वर्षांचा, एक घरून पळून आलेला पोऱ्या होतो, तेव्हा काकासाहेबांच्या दुकानात नोकर होतो. त्यांचं अन्न खाल्लंय मी. साधं अन्न नाही, अगदी पक्वान्नं खाल्ली आहेत. आपल्या हॉटेलात अगदी अन्नावारी राबणाऱ्या गरीब पोरांना काकासाहेब दोन पक्वान्नं नेहमीच पोटभर देत आले आहेत. पहिलं चापट पोळ्या आणि दुसरं धम्मक लाडू. (श्रोत्यातून हशा आणि आरडाओरडा. काकासाहेब डोळे फाडून मर्दान्याकडे पाहतात) काम करताकरता मी चोरून शाळेचा अभ्यास करतो म्हणून काकासाहेबांनी मला दुकानातून हाकलून दिलं आणि तेही कबूल केलेला पगार न देता. त्यामुळेच खरं तर मी पुढे शिकलो. यंदा पी.डी. झालो. आता एफ.वाय.बी.ए. ला आहे. (काकासाहेब पी.डी., पाजी, डँबीस असं काहीसं पुटपुटतात. पण जवळच्या एका-दोघांखेरीज ते कुणास ऐकू जात नाही.) मी तुमच्यापुढे उभा राहिलो ते खरं तर काकासाहेबांचं ट्रेड सिक्रेट सांगण्यासाठी. ते सिक्रेट असं आहे. त्यांच्या मिसळीला मटणाच्या पाण्याची फोडणी दिली जाते. (पंडित नरसिंह शास्त्री... अब्रह्मण्यम्... अब्रह्मण्यम्... म्हणून मोठ्याने ओरडतात. खोटं... साफ खोटं असं काकासाहेब गुरगुरतात. मर्दाने तिकडे लक्ष न देता बोलणं चालूच ठेवतो.)

(दुसरं सिक्रेट म्हणजे काकासाहेबांच्या दुकानातल्या चहात अफूची बोंडं टाकली जातात. (श्रोते चित्रगटगृह डोक्यावर घेतात. काकासाहेब थरथर कापत मर्दान्याकडे जाऊन त्याची गर्दन पकडण्याचा प्रयत्न करतात. सुकेशादेवी 'अगं बाई, धावा धावा... पोलीस... पोलीस...' म्हणून ओरडतात. व्यासपीठावर दंगामस्ती सुरू होते.)

तुंबरू नारदाला म्हणतो, 'तुंबरू, इथं तर देव-दानवांचं युद्ध सुरू झालंय. (श्रोत्यातली काही मंडळी मंचावर चढतात. गलका, गोंधळ, अस्तन्या सरसावणे... दात-ओठ खाणे... वगैरे गोष्टी सर्वत्र दिसू लागतात. शेंगदाणे खात असलेले चिरंजीव, 'बाबा, छान सिनेमा आहे हं!' असं शिफारसपत्र बहाल करतात. नारद तुंबरूला खुर्चीवरून उठवतो आणि पुटपुटतो, 'के. झुंबरलाल, चला, उठाऽऽ, पळा ऽ ऽ नाहीतर...'. दोघंही लगबगीनं थिएटराबाहेर पडणाऱ्या गर्दीतून वाट काढू लागतात.)

◆

गाढवाची गीता पूर्वप्रसिद्धी

अनुक्रम

प्रस्तावना : गीतारहस्य / वैनतेय (१४ एप्रिल, १९२५)

१. अध्याय १ला - रसिक वर्गणीदार / वैनतेय (४ नोव्हेंबर, १९२४)

२. अध्याय २ रा - दया धरम का मूल हे / वैनतेय (११ नोव्हेंबर, १९२४)

३. अध्याय ३ रा -मॅट्रिक मुलगा / वैनतेय (१८ नोव्हेंबर, १९२४)

४. अध्याय ४ था - स्वयंपाक्याचा संपादक / वैनतेय (२ डिसेंबर, १९२४)

५. अध्याय ५ वा - ताईत, गंडे अँड को अन्‌लिमिटेड / वैनतेय (९ डिसेंबर, १९२४)

६. अध्याय ६ वा - लॉटरी की जय / वैनतेय (२३ डिसेंबर, १९२४)

७. अध्याय ७ वा - ओढाळ गुरू / वैनतेय (६ जानेवारी, १९२५)

८. अध्याय ८ वा - आजीबाईंची काशीयात्रा / वैनतेय (१३ जानेवारी, १९२५)

९. अध्याय ९ वा - नाटकवाला / वैनतेय (२० जानेवारी, १९२५)

१०. अध्याय १० वा - 'मोफत' खान / वैनतेय (२७ जानेवारी, १९२५)

११. अध्याय ११ वा - सर्वसाक्षी / वैनतेय (१७ फेब्रुवारी, १९२५)

१२. अध्याय १२ वा - सवाई रामशास्त्री / वैनतेय (२४ फेब्रुवारी, १९२५)

१३. अध्याय १३ वा - तिमाजीची देशभक्ती / वैनतेय (३ मार्च, १९२५)

१४. अध्याय १४ वा - कवीचे बंड / वैनतेय (१० मार्च, १९२५)

१५. अध्याय १५ वा - साती वार शनवार / वैनतेय (१७ मार्च, १९२५)

१६. अध्याय १६ वा - 'आखाड' सासू / वैनतेय (२४ मार्च, १९२५)

१७. अध्याय १७ वा - 'वैद्यराज नमस्तुभ्यम्' / वैनतेय (३१ मार्च, १९२५)

१८. अध्याय १८ वा - शास्त्राद्बुद्धिर्बलीयसी / वैनतेय (७ एप्रिल, १९२५)

गाढवापुढे गीता

१. अध्याय १ ला /वैनतेय (९ मार्च, १९२८)

२. अध्याय २ रा / वैनतेय (१३ मार्च, १९२८)

गाजराची पुंगी पूर्वप्रसिद्धी

अनुक्रम

श्रीमत्कलिपुराण

१) प्रथम स्कंध / प्रथमोध्याय : - महात्मा बाबा / उद्यान (ऑगस्ट १९१९)

२) प्रथम स्कंध / अध्याय दुसरा - दिवाणा + न्याय / उद्यान (ऑक्टोबर १९१९)

३) प्रथम स्कंध / अध्याय तिसरा - अलभ्य लाभ अर्थात वैधव्याचे फायदे / उद्यान (डिसेंबर १९१९)

समुद्रमंथन

१) रत्न पहिले - लग्न व युद्ध / नवयुग (एप्रिल, १९२१)

२) रत्न दुसरे - जुन्याची ढाल / नवयुग (जून, १९२१)

३) रत्न तिसरे - धर्मस्थापना अर्थात केशवपनोत्तेजक सभेचा स्थापना समारंभ / नवयुग (ऑक्टोबर / नोव्हेंबर १९२१)

गाजराची पुंगी

१) सप्तक पहिले / सूर पहिला - जोड्याचे आत्मवृत्त / वैनतेय (२ जून, १९२५)

२) सप्तक पहिले / सूर दुसरा - मुंबईचा ऐरावत / वैनतेय (१६ जून, १९२५)

३) सप्तक पहिले / सूर तिसरा - यत्र नार्यस्तु पूज्यन्ते / वैनतेय (३० जून, १९२५)

४) सप्तक पहिले / सूर चौथा - कॅट - रॅट - फॅट / २१ जुलै, १९२५)

५) सप्तक पहिले / सूर पाचवा - साधूसंत विश्वविद्यालय अर्थात नूतन औद्योगिक विद्यापीठ / वैनतेय (८ सप्टेंबर, १९२५)

६) सप्तक पहिले / सूर सहावा - महात्मा गांधी की जय / वैनतेय (२९ सप्टेंबर, १९२५)

७) सप्तक पहिले / सूर सातवा - काळ्या वांग्याचा अर्ज / वैनतेय (१३ ऑक्टोबर, १९२५)

८) सप्तक दुसरे / सूर पाचवा - श्री म्हसोबा जीर्णोद्धार फंड / वैनतेय (२१ डिसेंबर, १९२५)

संकीर्ण लेख

१) वेदमूर्ती / उद्यान (पूर्वार्ध - फेब्रुवारी, १९२०, उत्तरार्ध - मार्च १९२०)

२) गप्प पहिली / प्रमोद (सप्टेंबर, १९२२)

३) वधूपरीक्षा / वैनतेय (९ नोव्हेंबर, १९२६)

४) गृह्यसंस्कार / वैनतेय (पूर्वार्ध- ३० एप्रिल, १९२९, उत्तरार्ध- ७ मे, १९२९)

५) मिसळमहर्षीचा सत्कार समारंभ / आलमगीर (दिवाळी अंक)- १९७२

◆

खांडेकर रजत स्मृतीपुष्प

समाजशिल्पी

वि. स. खांडेकर

संपादन

डॉ. सुनीलकुमार लवटे

वि. स. खांडेकरांनी 'समाजशिल्पी' मध्ये लिहिलेले व्यक्तिलेख
विसाव्या शतकातल्या उत्तरार्धातलं लेखन होय.
ते आज एकविसाव्या शतकाच्या पूर्वार्धात अधिक प्रस्तुत वाटतं.
आपण सारे आज आत्मरत, आत्ममग्न, आत्मकेंद्री जीवन जगतो आहोत.
या नार्सिसिझमच्या चक्रव्यूहातून वर्तमान माणसाला
बाहेर काढायचं असेल; तर या लेखांचं वाचन हाच त्यावरील उपाय आणि
उतारा आहे. आज स्वत:पलीकडे पाहणे जितके महत्त्वाचे तितकेच
स्वत:कडे दुसऱ्याच्या दृष्टीने पाहणेही उभयपक्षी स्वमूल्यमापनाची वृत्ती
वर्तमान मनुष्य जोवर अंगीकारणार नाही; तोवर स्वत:पलीकडचं
व्यापक कृतज्ञ जग दिसणार तरी कसं? या विधायक दृष्टीचा
हा खांडेकरी स्वागतशील खटाटोप मूल्यसंस्काराच्या दृष्टीने
महत्त्वाचा असल्याने तो मुळातूनच वाचायला हवा.
यातील एकूणएक सामाजिक कार्यकर्ते, समाजसेवक स्वातंत्र्य, सुधारणा,
शिक्षण, विज्ञान, कला, राजकारण अशा जीवनाच्या विविध क्षेत्रांचे
प्रतिनिधित्व करत समाजाचं समग्र विधायक रूप उभं करतात.

खांडेकर रजत स्मृतीपुष्प

जीवनशिल्पी

वि. स. खांडेकर

संपादन

डॉ. सुनीलकुमार लवटे

वि. स. खांडेकर केवळ समाजहितैषी लेखन करणारे साहित्यिक नव्हते.
माणूस म्हणून व्यक्तिगत जीवनात त्यांचा मोठा मित्रपरिवार होता.
साहित्य, संपादन, नाटक, संगीत, चित्रपट, शिक्षण, आरोग्य,
पत्रकारिता अशा वैविध्यपूर्ण क्षेत्रांतील जिवलग मित्रांचा सहवास,
सहकार्य आणि सद्भावामुळे आपलं जीवन सुसह्य झालं,
अशी खांडेकरांची मनोधारणा होती.
म्हणून आपल्या मित्रांच्या स्मृतींना त्यांनी विविध प्रसंगांनी उजाळा दिला.
यात गतायुष्याचे स्मरणरंजन जसे आहे, तशी कृतज्ञता आणि जिव्हाळाही.
ही जीवनचरित्रे वाचत असताना लक्षात येतं की,
माणूस स्वप्रयत्नाने मोठा होतो खरा; पण त्याला पूर्णत्व येतं ते
जीवनशिल्पी ठरणाऱ्या सुहृदांच्या साथ-संगतीनेच!
आपले मित्र असे मोठे हवे की, त्याच्या सान्निध्यानेच आपण मोठं ठरावं.